"ஒரு தொழிலை விரும்பி ஆரும் செய்யலாம். ஆனால் உழைப்புக்குரிய ஊதியம் கிடைக்க வேணும். உழைக்கின்ற நாங்கள் பசிபட்டினியோடை கிடக்க... சொத்துடையவன் எங்கடை உழைப்பில் கொழுத்துக் கிடக்கிறான்... முத்தண்ணே!"

குடிமைகள்

நாவல்

குடிமைகள்

தெணியான்

கருப்புப் பிரதிகள்

குடிமைகள் - நாவல்
தெணியான்

முதற்பதிப்பு: நவம்பர் 2016
வெளியீடு: கருப்புப் பிரதிகள்
பி55, பப்பு மஸ்தான் தர்கா, லாயிட்ஸ் சாலை
சென்னை 600 005 பேச: 9444272500
மின்னஞ்சல்: karuppupradhigal@gmail.com
முகப்பு, உள்வடிவமைப்பு: ஜீவமணி
அலுவல் உதவி: அறிவொளி
அச்சாக்கம்: ஜோதி எண்டர்பிரைசஸ், சென்னை 600 005

விலை: ரூ 200.00

kudimaikaL - Novel
Theniyan

First Published: November 2016
by Karuppu Pradhigal
B55, Pappu Masthan Darga, Lloyds Road,
Chennai 600 005, Tamil Nadu, South India
Mobile: 94442 72500
Email: karuppupradhigal@gmail.com
Cover, Layout: Jeevamani
Printed by: Jothy Enterprises, Chennai 600 005
Price: Rs. 200

சமர்ப்பணம்

ஆதிக்க சக்திகளின்
அடக்குமுறைகளில் இருந்து
விடுபடுவதற்கு இயலாது
அல்லற்பட்டு அவலப்பட்டு
வாழ்ந்துகொண்டிருக்கும்
அடிநிலை மக்கள்
அனைவருக்கும்...

கருப்புக் குறிப்புகள்...

தமிழ் பேசும் சமூகங்களுக்கு தொப்புள் கொடி உறவு என்பது ஜாதிதான் என்பதை தெட்டத் தெளிவாக்கிக் காட்டுகிறது இந்நாவல்.

'குடிமைச் சமூகம்', 'குடியரசு', 'குடிமக்கள்', 'குடியுரிமை', 'குடியானவன்' என்கிற வார்த்தைகள் இந்திய - இலங்கை நிலப்பரப்பில், குறிப்பாக தமிழர்களிடம் அர்த்தம் பெறாத செத்தொழிந்த வார்த்தைகளாக இருந்து வருகின்றன. அல்லது ஜாதி இந்துக்களின் ஊருக்கும் அவர்களின் ஆதிக்கத்தை சுமக்கும் சேரிக்கும் கண்ணாமூச்சி காட்டும் வித்தைகளாயும் வார்த்தைகளாயும் இருந்து வருகின்றன.

இலங்கை வடமராட்சியை கதைக்களனாக கொண்டியங்கும் இந்நாவல் புனைவென்று கடக்க முடியாத உலைக்கலனாய் தகிக்கிறது. அதே சமயம் எளிய மொழியில் ஜாதிய இருப்பையும், அதன் அமைப்பையும், அது பற்றிய புரிதலையும் எல்லோரிடமும் கொண்டு செல்லும் வகையில் எழுதப்பட்டுள்ளது. ஈழப் பிரதேசத்தின் ஜாதிய முகத்தையும் அதை எதிர்க்கும் போராட்டத்தையும் தொடர்ந்து இலக்கியமாக்கி வரும் அய்யா தெணியானின் இந்நாவலை வெளியிட அருந்துணை புரிந்த அண்ணன் க. நவம் (கனடா) அவர்களுக்கு முதல் நன்றியைத் தெரிவித்தாக வேண்டும். கூடவே, இரண்டாண்டுகள் காக்க வைத்தமைக்கு வருத்தங்களையும் பதிவிடுகிறேன்.

இந்நாவல் வெளியிட இன்னொரு தோழமையாய் எப்போதும் உடனிருக்கும் ஷோபாசக்திக்கு நன்றிகள். வடிவமைப்பில் வழக்கம் போல் வாசித்தலை அர்த்தமுள்ளதாக்கி வாசிக்க வைக்கும் வடிவமைப்பை செய்து வரும் தோழர் ஜீவமணிக்கும், கருப்புப் பிரதிகளின் உறுதுணை சக்திகள் அமுதா, புனிதபாண்டியன், விஜய் ஆனந்த் (பெங்களூரு), கவிஞர் மதிவண்ணன், யாழன் ஆதி, மெலிஞ்சிமுத்தன், தர்மினி, விஜி – ஞானம் ஆகியோரையும் நட்பின் நிமித்தமாய் தழுவிக் கொள்கிறேன்.

தோழமையுடன்
நீலகண்டன்

புதின ஆசிரியர்: சிறுகுறிப்பு

1942 இல், யாழ் மாவட்டத்தின் வடமராட்சிப் பிரதேசத்திலுள்ள பொலிகண்டி கிராமத்தில் பிறந்தவர் தெணியான். தமிழ் ஆசிரியராக நீண்டகாலம் பணியாற்றி, பகுதித் தலைவர், கனிஷ்ட அதிபர், உப அதிபர், தொலைக் கல்விப் போதனாசிரியர் போன்ற பதவிகளை வகித்து, 2002 ஆம் ஆண்டு ஓய்வு பெற்றவர்.

1964 இல் 'விவேகி' சிற்றிதழில் வெளி வந்த 'பிணைப்பு' எனும் சிறுகதையுடன் இவரது எழுத்துலகப் பிரவேசம் ஆரம்பமானது. பொலிகண்டி கிராமத்தின் 'தெணி' என்னும் பகுதியில் சந்ததி சந்ததியாகப் பல காலம் வாழ்ந்து வந்த இவரது குடும்பத்தவர்களை ஊரவர்கள் 'தெணியார்' என அழைக்கும் வழக்கம் இருந்தமையால், 'தெணியான்' என்ற புனைபெயரையே இவரும் தமதாக்கிக் கொண்டார்.

சுமார் 150 சிறுகதைகள், 30 கவிதைகள், 10 நாவல்கள், 3 குறுநாவல்கள், 5 வானொலி நாடகங்கள், நூற்றுக்கும் மேற்பட்ட கட்டுரைகள், விமர்சனங்கள், செவ்விகள் என்பன இவரது படைப்பாக்கங்கள்.

வாழ்நாள் இலக்கியப் பணிக்கென இலங்கை அரசு 'சாகித்திய ரத்னா' (2013), வடக்கு மாகாணக் கலாசாரத்துறை இலக்கியத்திற்கான 'ஆளுனர் விருது' (2008), இலங்கை இந்து கலாசார அமைச்சு 'கலாபூஷணம்' (2003) என்பவற்றை வழங்கித் தெணியானைக் கௌரவித்துள்ளன.

இவரது 'கழுகுகள்' நாவல் 'தகவம்' பரிசையும், 'மரக்கொக்கு' இலங்கை அரசினதும் வடகிழக்கு மாகாண அரசினதும் சாகித்திய விருதுகளையும், தேசிய இலக்கியப் பேரவைப் பரிசையும், 'காத்திருப்பு' வடகிழக்கு மாகாண அரசினது பரிசையும், 'கானலின் மான்' இலங்கை அரசினது சாகித்திய விருதையும், தேசிய கலை

இலக்கியப் பேரவைப் பரிசையும், 'குடிமைகள்' இலங்கை அரசின் சாகித்திய விருதையும் கொடகே விருதையும் 'சிதைவுகள்' குறுநாவல் தேசிய கலை இலக்கியப் பேரவைப் பரிசையும், சுபமங்களா பரிசையும், சின்னப்பபாரதி அறக்கட்டளை விருதையும், 'ஒடுக்கப்பட்டவர்கள்' சிறுகதைத் தொகுதி கொடகே விருதையும் பெற்றுள்ளன.

1989 மார்ச் மாதம் 'மல்லிகை' தனது அட்டையில் தெணியானது உருவப் படத்தை இட்டு, பேராசிரியர் கா. சிவத்தம்பி எழுதிய கட்டுரையுடன் பிரசுரித்திருந்தது. இவ்வாறே 'மூன்றாவது மனிதன்,' 'படிகள்,' 'ஞானம்' போன்ற சஞ்சிகைகள் பல, அவரது படத்துடன் கட்டுரைகளும், செவ்விகளும் வெளியிட்டு மதிப்பளித்திருந்தன. கனடாவிலிருந்து வெளிவரும் 'காலம்,' 33 ஆவது இதழானது தெணியானுக்கெனச் 'சிறப்புப் பகுதி' ஒன்றை வெளியிட்டுக் கௌரவம் செய்திருந்தது. யாழ்ப்பாணம் மற்றும் பேராதனைப் பல்கலைக் கழகங்களைச் சேர்ந்த பட்டதாரி மாணவர்கள் பலரும் தெணியானின் படைப்புக்கள் மீதான ஆய்வுக் கட்டுரைகளை எழுதியுள்ளனர்.

சிறந்த மேடைப் பேச்சாளரான தெணியான், சிறு பராயத்திலிருந்தே மார்க்சியக் கோட்பாட்டில் நாட்டம் கொண்டவர். இலங்கை கம்யூனிஸ்ட் கட்சியின் உறுப்பினர். இலங்கை முற்போக்கு எழுத்தாளர் சங்கத்தின் தளகர்த்தர்களுள் ஒருவர்; சங்கத்தின் யாழ் கிளைச் செயலாளார். சிறுபான்மைத் தமிழர் மகாசபையில் இணைந்து, ஆலயப் பிரவேசம், தேனீர்க் கடைப் பிரவேசம் போன்ற பன்முகப்பட்ட சாதிய எதிர்ப்புப் போராட்டங்களில் நேரடியாகப் பங்கு கொண்ட ஒரு சமூக விடுதலைப் போராளி.

ஏற்றத் தாழ்வற்ற ஒரு சமுதாயமே தெணியானது இலட்சியம். இச்சமுதாயத்தை வென்றெடுப்பதற்கான உந்துசக்தியாக இலக்கியத்தைக் கருதும் தெணியான், ஒடுக்கப்பட்டோர் அழகியலைத் தமது ஆக்கத் திறன் மூலம் தொடர்ந்தும் அழகுபடுத்தி வருபவர். இவற்றின் பெறுபேறாக, ஈழத் தமிழிலக்கியப் பரப்பில் விசேட கவனிப்புக்குரிய ஆற்றல் மிகு படைப்பாளியாக இன்றுவரை கணிக்கப்படுபவராவார்!

மு. அநாதரட்சகன்,
இலங்கை

என்னுரை

எனது நாவல் இலக்கியப் படைப்பு என்ற வகையில் நீண்ட இடைவெளிக்குப் பின்னர் 'குடிமைகள்' என்னும் இந்த நாவல் இன்று வெளிவருகின்றது. கூர்மையான சமூகப் பார்வையுடன் பரந்துபட்ட சமூக விபரிப்புச் சித்திரமாக நாவல்களை எழுதத் தகுந்த ஒரு சூழல், கடந்தகால ஈழத்தில் இல்லாமற் போனமையே இந்த இடைவெளிக்குரிய காரணம். சாதியம் பற்றிப் பேசுவது, எழுதுவது விரும்பத்தகாத ஒன்றாக அப்போது கருதப்பட்டது. சாதியக் கொடுமைகளுக்கு எதிரான எழுச்சி மேலெழாதவாறு அடக்கி வைக்கப்பட்டது. அதனால் சாதியக் கொடுமைகள் யாவும் தீர்ந்துவிட்டன என்றவிதமான ஒரு பொய்த்தோற்றம் வெளியில் காட்டப்பட்டு வந்திருக்கிறது. இன்றும் அந்தக் காட்சிப்படுத்தலே எமது சமூகத்தில் தொடர்ந்து கொண்டிருக்கின்றது என்பதுதான் உண்மை.

ஈழத் தமிழர் சமுதாயத்தில் மேலாதிக்க சக்தியினால் அடக்கி ஒடுக்கி வைக்கப்பட்டிருக்கும் அடிநிலை மக்கள், அடிமைகள், குடிமைகள் என இரு பகுதியினராகப் பிரித்து நோக்கப்படுகின்றார்கள். ஒடுக்கப்பட்ட சாதிகள் ஒவ்வொன்றுக்கும் ஆதிக்கசாதி விதித்து வைத்துள்ள கடமைகள் வெவ்வேறானவை. குடிமைகளாக இருக்கின்றவர்கள் தங்களுக்குரிய குடிமைத் தொண்டுகளைச் செய்து முடிக்கவேண்டிய நிர்ப்பந்தம் எப்பொழுதும் உண்டு. மற்றையவர்களால் செய்வதற்கு இயலாத அத்தியாவசியத் தேவைகளாகப் பெரும்பாலும் அத்தொண்டுகள் காணப்படுகின்றன. அதனால் அத்தொண்டுகளைச் செய்வதில் இருந்து, இன்றுவரை தங்களை விடுவித்துக்கொள்வதற்கு முடியாதவர்களாக இந்த மக்கள் வாழ்ந்து வருகின்றார்கள்.

சவரத் தொழிலாளர்களின் சலூன்களும், சலவைத் தொழிலாளர்களின் லோன்றிகளும் குடிமை முறையை ஒழித்துக்

கட்டிவிட்டதாகக் கூறப்படுகின்றது. ஆனால் அரையில் கட்டிக் கொண்டிருக்கும் சேலையின் மடி கனக்க ஆயுதங்களைப் போட்டு வைத்துக்கொண்டு, கெண்டைக் கால்கள் தெரியச் சேலையைச் சுருக்கிக் கட்டிக்கொண்டு, கிராமங்களுக்குள்ளே போகும் சவரத் தொழிலாளர்களை இன்று காண்பது இயலாது. அதேசமயம் ஆயுதங்களை ஒரு பைக்குள்ளே போட்டு, அந்தப் பையினைக் கையில் தூக்கிக்கொண்டு கிராமத்துக்குள்ளே குடிமைத் தொண்டு செய்வதற்குச் செல்லும் சவரத் தொழிலாளர்களை இன்றும் காணலாம். சீலைப் பொட்டளியை முதுகிற் கட்டிச் சுமந்த வண்ணம் கிராமங்களுக்குச் செல்லும் முதுகு வளைந்த சலவைத் தொழிலாளர்களை இன்றும் கண்டுகொள்ளலாம். சயிக்கிள் வண்டிகளில் பொட்டளியைக் கட்டியவாறு போய்க் கொண்டிருக்கின்றவர்களும் இன்று இருக்கின்றார்கள். சலூன்களும், லோன்றிகளும் குடிமைத் தொண்டினை ஒழித்துக் கட்டிவிடவில்லை. புகையிலைக் கன்றுகளுக்குக் கோவணத்துடன் நின்று நீர் பாய்ச்சும் ஆதிக்க சாதிக்காரனை இன்று காண முடியாது. அந்த மாற்றம் போன்றது தான் சலூன்கள், லோன்றிகள் என்பவற்றின் தோற்றம். இவைகளினால் சாதியத்தின் அடிவேரை அறுப்பதற்கு முடியவில்லை. ஆதிக்க சாதியினரின் குடும்பங்களில் நிகழும் மரணம், திருமணம், பூப்புனித நீராட்டு போன்ற நிகழ்வுகளில் குடிமை முறைமைகள் இன்றும் பேணப்பட்டு வருகின்றன.

இருளில் கிடந்து துன்பப்படும் ஒடுக்கப்பட்ட மக்களின் வாழ்வுநிலையை வெளி உலகம் அறியத் தகுந்த வண்ணம் எடுத்துச் செல்லவேண்டுமெனும் அக்கறை எப்பொழுதும் எனக்கு உண்டு. அதனால் குடிமைகளாக வாழ்ந்துவரும் சவரத் தொழிலாளர் சமூகம் பற்றிச் சித்திரிக்கும் இந்த நாவலை எழுதியிருக்கின்றேன்.

சவரத் தொழிலாளர்கள் யாழ்ப்பாணத்துக் கிராமங்கள் தோறும் பெரும்பாலும் மிகக் குறைந்த தொகையினரான குடும்பங்களாக வாழ்ந்து வருகின்றார்கள். இந்த அமைப்பு அவர்கள் வாழும் பகுதிகளில் அவர்களைப் பலவீனப்படுத்தி வைத்திருக்கின்றது. ஆதிக்க சாதி இந்த மக்களைத் தங்கள் ஆதிக்கத்துள் அடக்கி வைத்துக்கொள்வதற்கு வெகுவாய்ப்பானதாகக் காணப்படுகின்றது. இந்தச் சமூக மக்களின் வாழ்வுநிலை எவ்வாறு இருந்துவந்தது, அதன் தொடர்ச்சியான வாழ்வு இன்று எவ்வாறு சாதியத்தைப் பாதுகாத்துக் கொண்டிருக்கின்றது என்பதனை இந்த நாவலுக்கூடாகச் சொல்லி இருக்கின்றேன்.

எனக்கொரு சமூகப் பொறுப்பு, சமூகக் கடமை இருப்பாக நான் கருதுகிறேன். இந்த உணர்வுடன் 'குடிமைகள்' என்னும் இந்த நாவலை எழுதி முடித்திருக்கின்றேன். எஸ்.வீ. தம்பையா அவர்களின் சுயசரிதைப் பாங்கான 'நினைவின் அலைகள்' நூலினை, முதலில் கையெழுத்துப் பிரதியாகவும், பின்னர் அச்சுப் பிரதியாகவும் நான் படித்திருக்கின்றேன். இதனை எழுதும்போது அந்த நூலை எனது கவனத்திற் கொண்டேன். இந்த நாவலை நான் எழுதுவதற்குத் திட்டமிட்ட சமயம் பேராசிரியர் கா. சிவத்தம்பி அவர்கள் உயிருடன் வாழ்ந்துகொண்டிருந்தார். சாதிய சமுதாயத்தின் ஐதீகங்கள், மரபுகள், சடங்குகள் பற்றி எனக்குள் எழுந்த ஐயங்களைத் தொலைபேசியில் தொடர்பு கொண்டு, அவரிடத்தில் கேட்டுத் தெளிவுபடுத்திக்கொண்டேன்.

இதனை எழுதி முடித்த பின்னர் எனது அன்புக்குரியவரான எழுத்தாளர் அநாதரட்சகன் அவர்களிடம் முதலில் படிக்கக் கொடுத்தேன். அவர் கூறிய கருத்துக்கிணங்க ஓரிரு மாற்றங்களைச் செய்தேன். எனது இலக்கியப் பணிகளுக்கு இன்று அனுசரணையாக இருந்து, வேண்டியவைகளை ஆர்வத்துடனும் மிகுந்த ஈடுபாட்டுடனும் செய்து கொண்டிருப்பவர் 'ஜீவநதி' சஞ்சிகையின் ஆசிரியர், எனது பேரன்புக்குரிய க. பரணீதரன் அவர்கள். ஈழத்தில் இந்த நாவலினை 'ஜீவநதி' வெளியீடாக நூலுருவில் வெளிக்கொணர்ந்தவர், அவர். தற்போது தமிழகத்திலிருந்து 'கருப்புப் பிரதிகள்' வெளியீடாக, நீலகண்டன் அவர்கள் வெளியிட முன்வந்திருக்கிறார். இதனைச் சாத்தியமாக்கியவர் அன்புத்தம்பி ஷோபாசக்தி அவர்கள். இவர்கள் அனைவருக்கும் எனது நன்றியைத் தெரிவித்துக் கொள்ளுகின்றேன்.

தெணியான்

இலங்கை.
06.08.2014

'கலை அருவி'
கரணவாய் வடக்கு
வல்வெட்டித்துறை

01

பொன்னி உறக்கமின்றி நீண்ட நேரம் இருளில் விழித்துக் கிடக்கிறாள். இந்த இரவு எப்போது விடியுமென அவள் எதிர்பார்த்துக் காத்துக் கிடக்கிறாள். இரவு மெல்ல மெல்ல நகர்ந்து நீண்டு போய்க்கொண்டிருப்பதாக அவளுக்குத் தோன்றுகிறது. குடிசைக்குள் அனுங்கிக்கொண்டு கிடந்த கைவிளக்கு உயிர்ப்பின்றி மெதுவாக அடங்கிப்போனது. தடித்த இருள் போர்வையாக அவளை மூடிப் போர்த்துக் கிடக்கிறது.

இருள் கொடியது. அதனிலும் கொடியது உறக்கமில்லாது இருளில் கிடந்து உழலுவது.

இந்த இருள் அவளுக்கு அப்படியொன்றும் புதியதல்ல. காலம் காலமாக அவள் கொடிய இருளில்தான் கிடந்து வருகின்றாள். அவளை மூடிக்கொண்ட இருள் எளிதில் கலைந்து போவதாக இல்லை.

முற்றத்துப் புளியமரத்தில் இராக்காலம் வந்தமரும் காகங்கள் இடம்மாறி உட்காரும் சிறகடிப்பு அவள் செவிகளில் வந்து விழுகிறது. சில்லிடுவான்களின் ஓயாத இரைச்சல் அவளுக்கு எரிச்சல் ஊட்டுகிறது. குடிசை முகட்டில் ஓடியாடி ஆட்சி புரியும் எலிகளின் அட்டகாசம் ஒருபுறம். நாய் ஒன்று குரைக்கின்றதா? அழுகின்றதா? என வேறுபாடு காண இயலாத அவலக்குரல் இன்னொரு புறம் தூரத்தில் எழுகிறது!

பொன்னி போர்த்திக்கொண்டு கிடக்கும் பழைய சீலையை இழுத்து, உடலை நன்றாக மூடிக்கொள்ளுகின்றாள். உடல் குளிரில் வெடவெட என மெல்ல நடுங்குகிறது. அவள் உடம்பை நன்றாக வளைத்து, இரண்டு கைகளையும் கால்களுக்கிடையே வைத்துச் சுருண்டுகொண்டு கிடக்கிறாள்.

சேவல் ஒன்று வெகுதூரத்தில் முதற்குரல் எழுப்பிக் கதிரவன் வரவுக்குக் கட்டியம் கூறுகிறது. அந்த ஒரு குரலுக்காகக் காத்திருந்தவைகள் போல, அதனைத் தொடர்ந்து நான்கு திசைகளிலும் இருந்து சேவல்கள் விழித்துக்கொண்டு ஆரவாரமாகக் குரல் கொடுக்கின்றன.

முதற் குரல் செவிகளில் வந்து விழுந்த பின்னர், அடுத்த குரல்கள் தொடர்ந்து எழுமென்று நம்பிக்கையாக அவள் அறிந்து வைத்திருக்கின்றாள்.

எப்பொழுதும் முதற் குரல் கொடுப்பதில்தான் ஒரு தயக்கம்!

சேவல்களின் குரலைத் தொடர்ந்து கோயில் மணியோசை ஒலிக்கிறது.

"அப்பனே முருகா...! பூவனத்தானே...!"

பொன்னி பாயில் படுத்துக் கிடந்தவண்ணம் இருகரங்களையும் கோத்துப் பிரார்த்திக்கின்றாள். பூவனத்து முருகன்கோயில் அவள் வீட்டிலிருந்து கூப்பிடுதூரம். அந்த ஆலயத்தில் எழுந்தருளியிருக்கும் கந்தக் கடவுள், அவள் குடும்பத்தின் பரம்பரைக் குலதெய்வம். பூவனத்துக் கந்தனின் கோயில் மணியோசை வைகறை இருளைக் கலைத்துக்கொண்டு எழுந்து, செவிகளில் வந்து விழும் சமயங்களில் எல்லாம், அவள் உறக்கம் கலைந்து கண் விழித்துவிடுவாள். அந்த நாத வெள்ளம் அலை அலையாய் எழுந்து செவிகளில் வந்து பாயும் வேளைகளில் அவளுக்கு உள்ளத்தில் ஒரு பரவசம்! உடலில் ஒரு புல்லரிப்பு! கருக்கிருள் கலையாத அதிகாலை வேளைகளில், கந்தக் கடவுளின் ஆலய மணியோசை கேட்டுத்தான் படுக்கை விட்டு எழுந்துவிட வேண்டுமென அவள் தினமும் எண்ணுகின்றாள்.

ஒன்றை மனதில் எண்ணினால் மாத்திரம் போதுமா! அதனைச் செயல்படுத்த முடியவில்லை. உடல் இடம் கொடுப்பதாக இல்லை. கடந்த இரவும் போய்ப் பாயில் சரியும் வேளையில், விடியுது விடியுதெனக் காலையில் எழுந்திருக்க வேண்டுமென எண்ணிக்கொண்டாள். மன எண்ணங்கள் யாவும் எண்ணியது போலவா நிறைவேறுகின்றன!

குளிர்காலம் வந்து விட்டால் தொய்வு நோய் அவள் எங்கே என்று காத்துக்கொண்டிருக்கிறது. ஒழுங்காகச் சுவாசிப்பதற்கு இயலாது. மூச்சுத் திணறும். ஓயாமல் தொடர்ந்து இடையிடையே

இருமும். சரிந்து பாயில் படுத்துக் கிடக்க விடாது. எழுந்து நிமிர்ந்து உட்கார்ந்திருப்பதற்கும் இயலாது. எதுவும் செய்வதற்கும் முடியாது. பெரிய அந்தரமாக இருக்கும்.

இந்த நோய் முற்றாகச் சுகப்படக்கூடிய ஒன்றல்ல. நோயின் தாக்கம் உண்டாகும் தருணங்களில் வைத்தியம் செய்து அதன் கொடுமையைத் தணித்துக்கொள்ளலாம். எதற்கும் மருந்து வாங்கத்தானே வேணும்! ஆனால் அரசினர் மருத்துவமனைக்குச் செல்வதற்குப் பொன்னி மனம் விரும்பவில்லை. அவள் நோய் நிலைமையைப் பார்த்து, மருத்துவமனையில் தங்கி இருக்குமாறு டாக்டர் கட்டாயம் மறித்து இருத்திவிடுவார். தான் அங்கு போய்க் கட்டிலில் படுத்துக்கொண்டால், இங்கே வீடுவாசலைக் கவனிக்கிறதுக்கு யார் இருக்கிறார்கள்? நேரத்துக்கு நேரம் மருத்துவமனைக்கு வந்து, தன்னைப் பார்த்துக் கவனிப்பதற்கு யார் இருக்கிறார்கள்? இந்த நிலைமையில் மருத்துவமனைக்குச் செல்வதற்கு இயலுமா? அது முடியாத காரியம். ஆனால் மருந்தில்லாமல் இந்தச் சனிபிடிச்ச நோயைத் தாக்காட்டிக்கொண்டு இருக்க முடியாது. குடும்பத்தில் யாருக்கு நோய்நொடி வந்தாலும் மார்க்கண்டு வாத்தியார்தான் வைத்தியம் பார்க்கின்றவர். வாத்தியார் பரம்பரை வைத்தியர். தகப்பன், பேரன் எல்லோரும் வைத்தியர்கள். மார்க்கண்டு வாத்தியார் பள்ளிக்கூடத்தில் மாணவர்களுக்குப் படிப்பிக்கின்ற ஆசிரியர். தனது பரம்பரைத் தொழிலைக் கைவிடக்கூடாது என்றுதான் அவர் வைத்தியம் செய்கின்றார். காசு கனக்கக் கறக்கும் குணம் அவரிடம் இல்லை. ஏழை எளியதுகளின் முகம் பார்த்து நடப்பார். இயலுமானதைக் கொடுத்தால் முகம் சுழிக்காமல் வாங்கிக்கொள்வார். அவர் இப்போது பள்ளிக்கூடம் போயிருப்பார். பின்னேரம் போனால் வீட்டிலிருப்பார். அவரிடம் போய்த்தான் மருந்து வாங்கவேணும் என்று அவள் முடிவு செய்துகொள்கிறாள்.

பொன்னி படுக்கை விட்டு இன்னும் எழுந்திருக்கவில்லை. தலையை மெல்லத் திருப்பி மணியனைப் பார்க்கின்றாள். அவனைக் காணவில்லை. அவன் படுத்துக்கிடந்த பழைய பனையோலைப் பாய் தலைமாடு சுருண்டு போய்க் கிடக்கிறது. "எழும்பிப் போகயிக்கை பாயைச் சுத்தி வைக்கவேணும்" என்று பல நாட்கள், பல தடவைகள் அவனுக்குப் பொன்னி சொல்லியிருக்கிறாள். அவனுக்குக் காதில் விழுவதாக இல்லை. அவளுக்கும் அவனைக் கண்டிப்பதற்கு முடியவில்லை. அவன் தானே அவளுக்குக் கடைக்குட்டி.

அவன் எப்பொழுது எழுந்து வெளியே போனான் என்பது பொன்னிக்குத் தெரியாது. அவனுக்கு அப்படி என்ன அவசரம்? அவன் இந்த நேரம் எங்கே போயிருப்பான்? “பள்ளிக்கூடம் போ” என்றால் அதுக்கும் மாட்டனென்று மறுக்கிறான். ‘அடடா.... பொழுது நல்லா ஏறிவிட்டுது போல கிடக்கு. வெளிச்சம் கூரைக்குள்ளால் ஒழுகுகிறது. பொழுது காலிக்க முன்னம் கண் விழித்துப் பாயை விட்டு எழும்பிவிட வேணுமாம். அதுக்குப் பிறகு பாயிலேயே படுத்துக் கிடந்தால் வீடு விடியாதாம். சனி வந்து பிடிக்குமாம். அதுதானே, எங்களுக்கு இந்தப்பாடு....!’ பொன்னி நினைத்துக் கொள்ளுகின்றாள். படுக்கையில் இருந்து உடனே எழுந்துவிட வேண்டுமென அவள் மனம் உன்னுகிறது. அவள் எண்ணத்தைச் செயற்படுத்துவதற்கு, நோயில் நலிந்து போன உடல் இடம் கொடுப்பதாக இல்லை.

மூச்சு இரைக்க இரைக்க சற்று நேரம் சுருண்டுபோய்க் கிடக்கின்றாள். ‘எவ்வளவு நேரம் இப்படியே படுத்துக்கிறது! எப்படியோ எழுந்துதானே ஆகவேண்டும்!’ என எண்ணிக்கொண்டு, ஒரு பக்கம் மெல்லச் சரிந்து, கைகளை நிலத்தில் ஊன்றி, தலையைத் தூக்கி, மெல்ல மெல்ல நிமிர்ந்து உட்காருகின்றாள். கலைந்து கிடக்கும் சேலையை இழுத்து விட்டுச் சரிசெய்துகொண்டு, குந்தி இருந்த வண்ணம், படுத்துக் கிடந்த பாயைச் சுருட்டிக் கையில் எடுத்துக்கொண்டு, மெதுவாக மெதுவாக அரக்கிச் சென்று, பாயை ஒரு மூலையில் நிறுத்தி வைக்கின்றாள். பிறகு மணியன் படுத்துக் கிடந்த பாயை நோக்கி வந்து, அதனையும் சுருட்டி மூலையில் வைக்கின்றாள். அந்தக் குடிசை வாசலை நோக்கி மெல்ல நகர்ந்து வந்து, வாசல் நிலை மரத்தை ஒரு கையினால் இறுகப்பற்றிப் பிடித்துக்கொண்டு, மறு கையை நிலத்தில் ஊன்றி மெல்ல மெல்ல நிமிர்ந்து எழுந்து நிற்கின்றாள். சற்று நேரம் அப்படியே அசையாமல் நின்று தன்னை நிதானப்படுத்துகின்றாள். பின்னர் முந்தானைச் சீலையை இழுத்துத் தலையில் போட்டு மூடிக் கொண்டு, இடது கையைத் தூக்கி இடுப்புக்கு முண்டு கொடுத்தவண்ணம் தலையை நன்றாகக் குனிந்து குடிசைக்கு வெளியே முற்றத்துக்கு வருகின்றாள்.

கிழக்கு வானம் இப்பொழுது அவள் கண்களில் படுகிறது. மாரிகாலப் பொழுது எழுந்து அரைப்பனை உயரத்தில் மயங்கிக்கொண்டு நிற்கிறது. அவள் திகைத்துப் போகின்றாள். பொழுது புலர்ந்தது அறியாமல் இவ்வளவு நேரம் தான் படுத்துக் கிடந்ததை நினைக்க அவளுக்கு வெட்கமாக இருக்கின்றது. ‘குடும்பப் பொறுப்புள்ள ஒரு பெண் இப்படியா கிடப்பாள்!

ஹூ.... ம்.... என்ன செய்கிறது! நோய் விட்டுப்போனால்தானே!' முற்றத்தில் நின்று குடிசைக்கு எதிரிலுள்ள மால் பக்கம் திரும்பிப் பார்க்கின்றாள். மழை வெள்ளத்துக்குள் கிடந்து தலையை மெல்லத் தூக்கிப் பார்க்கும் தவளைகள் போல வல்லி, சின்னான், குட்டியன் மூவரும் எழுந்து மூலைக்கு மூலை குந்தி இருக்கின்றார்கள். பாவம், அவர்களுந்தான் என்ன செய்வார்கள்! முத்தனைக் காணவில்லை. அவன் நல்லா விடிய முன்னம் எழுந்து வெளியே போய் இருப்பான். இந்தக் குளிருக்கு ஒரு சுடுதண்ணி வைத்துக் கொடுத்திருக்க வேணும். அதுதானே முடியாமல் கிடக்கிறது. அதுக்கு என்ன செய்கிறது!

அவள் மெல்ல நடந்து அடுக்களைக் கொட்டிலுக்குள் தலை குனிந்து நுழைகின்றாள். படுக்கை விட்டு எழுந்து குளிரில் நடுங்கிய வண்ணம் குந்திக் கொண்டிருக்கும் அவர்களுக்கு, சுடச்சுட ஒரு தேநீர் தயாரித்துக் கொடுக்கவேண்டும் என்பது அவள் விருப்பம். தண்ணீர்க் குடத்தைப் பார்க்கின்றாள். ஒரு சொட்டுத் தண்ணீர் தானும் அதற்குள் இல்லை. கடந்த இரவு படுக்கைக்குப் போகும்போது குடம் வெறுமையாகக் கிடந்தது நினைவுக்கு வருகிறது. அவள் அதை மறந்து போனாள். இப்போது மறதி வரவர அதிகரித்துக்கொண்டு வருகிறது!

தண்ணீர்க் குடத்தைக் கையில் தூக்கிக்கொண்டு அடுக்களைக் கொட்டிலுக்குள் இருந்து வெளியே வருகின்றாள். அந்தச் சமயம் பார்த்து வானத்திலிருந்து மழை தூறலாக சிந்த ஆரம்பிக்கிறது. தலையில் போட்டுக்கொண்டிருக்கும் முந்தானைச் சேலையை ஒழுங்காக இழுத்து விட்டுத் தலையை நன்றாக மூடுகின்றாள். கடந்த இரவு பெய்த மழையில் நனைந்த மர... செடி கொடிகள் சிலிர்த்துக்கொண்டு நிற்கின்றன. நனையாமலே அவளுக்கு உடல் விறைக்கிறது. அவளால் நன்றாக நிமிர்ந்து நிற்பதற்கு இயலவில்லை. வினாக் குறியாக வளைந்துகொண்டு நிற்கின்றாள். கையில் தூக்கிய மண்குடத்தை இடையில் வைக்கின்றாள். மண்குடம் சில்லென்று குளிருகிறது. நிலம் நனைந்து ஈரலித்துக் கிடக்கின்றது. நடக்கும்போது பாதங்கள் குளிர்ந்து விறைக்கின்றன. ஆடி ஆடி மெல்ல வெளியே வருகின்றாள்.

இங்கிருந்து சுமார் ஒரு கிலோ மீற்றர் தூரத்துக்கு அப்பால் போகவேணும் தேவிகாடு கிணற்றுக்கு. மிக ஆழமான பழைய கிணறு. முழுநீள வைரப் பனையைத் தறித்து விழுத்தி, இரண்டாகப் பிளந்து செதுக்கி எடுத்துப் பேண்களை இடையிடையே சொருகி, திரும்பப் பொருத்தி, அச்சுலக்கையை இடையில்

சொருகித் தூக்கி நிறுத்தி வைத்திருக்கும் துலா. அந்தத் துலாவைத் தாங்கி, இரு வரிசைகளிலும் முதிய பூவரசு மரங்களும் ஒதிய மரங்களும் வளர்ந்து நிற்கின்றன. அந்தக் கிணற்றின் வரலாற்றைச் சொல்லிக் கொண்டிருக்கும் புராதன சின்னங்கள் அவைகள். ஆடுகால்களுக்குச் சற்றுத் தள்ளி வயிரவர் சூலம். அது பாதாள வயிரவர், கிணற்றில் நீர் அள்ளுகின்றவர்களைப் பாதுகாப்பவர். சிறிய தகரம் ஒன்றை வளைத்து, அவருக்குப் பாதுகாப்பாகக் கூரை போட்டிருக்கின்றார்கள்.

அந்தக் கிணறு அந்தப்பகுதி மக்களின் அமுதசுரபி. கிணற்றைச் சூழவுள்ள பகுதியில் வாழ்ந்து வரும் மக்கள் அனைவரின் தண்ணீர்த் தேவையைத் தீர்த்து வைப்பது அந்தக் கிணறுதான். குடிதண்ணீர்த் தேவைக்கு, பொன்னி தேவிகாட்டுக்குத்தான் வருகின்றாள். குளித்து முழுகுவதற்கானால் அம்பட்ட வயிரவர் கோயில் கிணற்றுக்குப் போய் விடுவாள். அந்தக் கிணற்று நீரில் சற்று உப்புக் கரிக்கும். உணவுத் தேவைக்குப் பயன்படுத்த இயலாது. தூரமும் கொஞ்சம் அதிகம்.

குடிப்பதற்கும் உணவு சமைப்பதற்கும் தேவிகாட்டிலுள்ள கிணற்றுக்கு நீர் எடுக்கப் பொன்னி வரவேண்டி இருக்கிறது. அந்தக் கிணற்றுக்கு நீரெடுக்க வந்து அவள் அனுபவித்த அவலங்கள் கொஞ்ச நஞ்சமல்ல. அத்தனையும் அந்தக் கிணறும் ஆடுகால் மரங்களுமே அறியும். அவைகளைத் தவிர அவள் வேறு யாருக்குப் போய்ச் சொல்லி மனம் ஆற முடியும்? பாதுகாவலுக்காக இருக்கும் வயிரவரும் மௌனமாகப் பார்த்துக்கொண்டுதான் இருக்கின்றார்.

இளமை அழகு கொழிக்கும் வாலைப் பருவத்தில் பொன்னி அஞ்சி அஞ்சித்தான் தண்ணீர் எடுக்க வருவாள். நயினார் யாராவது ஒருவர் கிணற்றில் தனித்து நின்று விட்டால் போதும். ஒரு குடம் தண்ணீருக்காக நீண்ட நேரம் அங்கு அவள் தவமிருக்க வேண்டும். அவளைக் காத்திருக்க வைப்பதில் அவர்களுக்கு அலாதியான ஒரு இன்பம். சமூகத்தில் மிக நல்லவர்களாகப் பாசாங்கு பண்ணிக் கொண்டிருப்பவர்களின் விஸ்வரூபத்தை அவள் அங்கு கண்டிருக்கிறாள். அவள் அதிசயப்பட்டிருக்கிறாள். 'இந்தப் பூனையும் பால் குடிக்குமோ!' எனப் பதுங்கிப் பதுங்கி அப்பாவிகள் போல நடிக்கும் மனிதர்களின் நிஜவடிவம் கண்டு அவள் உள்ளம் அதிர்ந்திருக்கின்றாள். அந்தக் காலத்தில் அரையில் ஆமான துணிமணி கட்டிக் கொண்டு கிணற்றில் நின்று எவன் நீராடினான்? எல்லாருக்கும் மானம் மறைப்பதற்கு ஒரு துண்டுக் கோவணம்தான்.

‘திறந்த வெளியில் நிற்கின்றோமே’ என்ற வெட்கம் யாருக்கும் வருவதில்லை.

ஒரு கோவணத் துண்டை அரையில் பாய்ச்சிக்கொண்டு அவர்கள் காட்டும் அங்க சேட்டைகள் கொஞ்ச நஞ்சமல்ல! அவைகள் எல்லாவற்றையும் கண்டும் காணாதவள் போல, ஒரு குடம் தண்ணீருக்காகப் பொறுமையுடன் பொன்னி தலை குனிந்து காத்திருக்கின்றாள். நீராடிக்கொண்டு நின்றவர் எல்லாம் முடிந்த பிறகு, தான் ஏதோ தானம் பண்ணுவதாக எண்ணிக்கொண்டு, தண்ணீர் அள்ளி அவள் குடத்துக்கு ஊற்றுவார். அவளைத் தலை முதல் கால் வரை கோரப் பசியுடன் நோக்கும் வெறித்த பார்வையின் கொடுமையைத் தாங்கிக் கொள்ள இயலாது அவள் தகித்திருக்கிறாள். பதற்றத்துடன் தலை குனிந்து நின்றிருக்கிறாள். அவளிடம் அதிகாரத் தொனியில் பேசும் நயினார்மார் மெல்ல நெருங்கி வந்து குரல் தளதளக்க, தடுமாறிக் கேட்டவைகளை எல்லாம் செவிகளில் போட்டுக்கொள்ளாதவளாகத் தப்பித்து வந்திருக்கிறாள்.

நாச்சியார்மார் கேலியும் கிண்டலும் செய்து அவள் நெஞ்சை எப்பொழுதும் குத்திப் புண்படுத்திக்கொண்டு இருந்தார்கள்.

“பாரனடி, அம்படைச்சியின் ஒழுப்பத்தை!”

“அவவின்ரை கொண்டைக் கட்டும் கொய்யகமும்... பெரிய அழகியெண்டு எண்ணம்”

“இவளின்ரை கொய்யகச் சுழட்டலிலை நயினார்மார் சுழலுகிறான்கள்”

“இவளுக்கு நாங்கள் ஏன் தண்ணி அள்ளி ஊத்தவேணும்! இவளை வரச்சொன்ன நயினார் இப்ப வருவார், பாருங்கோ”

நாச்சியார்மாரின் வசைகளைப் பொறுமையாக அவள் கேட்டுக்கொண்டு, ஒரு குடம் தண்ணீருக்காகக் காத்திருப்பதைத் தவிர, அவளால் வேறு என்னதான் செய்யமுடியும்?

அந்திச் சூரியன் அடிவானில் மயங்கி மயங்கி மறையும் வேளைகளில் அவள் கிணற்றுக்கு நீரெடுக்கச் செல்வதற்குப் பெரிதும் அஞ்சினாள். ஏகாந்தமான அந்த வேளையில் ஒரு நயினார் அங்கு நிற்பது கண்டால் பொன்னி மனம் திக்கிடும். எத்தனை தினங்கள் அந்தக் கிணறு, ஆடுகால் மரங்கள், அந்த வயிரவ சுவாமி, சகலவற்றையும் சுற்றிச் சுற்றி ஓடித் தப்பித்து அவள் வீடு வந்து

சேர்ந்திருக்கிறாள். தண்ணீர்க் குடத்தைப் போட்டு உடைத்துவிட்டு வீட்டுக்குப் பறந்து வந்த நாட்கள்... குடத்தைக் கிணற்றருகே அப்படியே வைத்துவிட்டு வியர்க்க விறுவிறுக்க வீடு வந்து சேர்ந்த நாட்கள்... வெறும் குடத்தைக் கையில் தூக்கிக்கொண்டு ஏமாற்றத்துடன் வந்த நாட்கள்!

ஒரு தினம் அவள் கரத்தை நயினார் ஒருவன் இறுகப் பற்றிப் பிடித்துக் கொண்டான். அவள் கெஞ்சினாள், மன்றாடினாள். அவன் அவளை விடுவதாக இல்லை. திமிறிக்கொண்டு போவதற்கு முயன்றாள். அவளுக்கது முடியவில்லை. வலது கரத்தில் அவள் தூக்கி எடுத்த தண்ணீர்க் குடம் தொங்கி கொண்டிருந்தது. அவன் இன்று தன்னை விடப்போவதில்லை என்று உணர்ந்து கொண்டு, கையில் தூக்கி இருந்த குடத்தினால் அவன் தலையில் மின்னல் வேகத்தில் ஓங்கி அடித்தாள். குடம் சுக்குநூறாக உடைந்து, தண்ணீர் அவன் தலையிலிருந்து வழிந்தது. பொன்னி தனக்கு இப்படி அடிப்பாள் என்று அவன் சற்றும் எதிர்பார்க்கவில்லை. 'அம்படைச்சி தனக்குக் கைநீட்டி அடித்துவிட்டாளே' என அவன் திகைத்து நின்றான். அந்தத் திகைப்பிலிருந்து அவன் விடுபடுவதற்கு முன்னம், கையை இழுத்து விடுவித்துக் கொண்டு அவள் காற்றாகப் பறந்தாள்.

தனக்கு நடந்து கொண்டிருக்கும் இந்தக் கொடுமைகளை எல்லாம் பொன்னி யாரிடம் சென்று முறையிட முடியும்?

அவள் கணவன் கோணன் இத்தனைக்கும் விழித்து விழித்துப் பார்த்து விட்டு, தலை குனிந்து மௌனமாக இருப்பான். மனைவி பொன்னிக்கு எதுவோ நடந்திருக்கின்றது என்பதை அவன் உணர்ந்து தான் இருந்தான். ஆனால் வாய் திறந்து ஒரு வார்த்தை அவன் கேட்கமாட்டான். பாவம் அவனுந்தான் என்ன செய்வான்!

அவன் தன்னிடம் ஒரு வார்த்தை கேட்டு விசாரிக்கமாட்டானோ என அவள் இதயம் எப்பொழுதும் ஏங்கும்! நடந்தவற்றை அவனிடம் கொட்டித் தீர்த்துவிட்டு அழுது மனம் ஆறி இருக்க வேண்டுமென எண்ணித் துடிப்பாள். அந்த மன ஆறுதல் அவளுக்குக் கிடைப்பதில்லை. தனக்கென்று ஆண்மகன் ஒருவன் இருக்கின்றான் என்ற நினைப்பு ஒன்றே போதுமானதாக அவளுக்கு அப்போது தோன்றும்.

அந்த மனக் காயங்களை இன்று நினைத்தாலும் அவளுக்கு மனம் பதைத்து உடல் வெடுவெடென்று நடுங்குகின்றது.

தாகம் தீர்ப்பதற்கு ஒரு குடம் தண்ணீர் கிணற்றில் இருந்து அள்ளி எடுப்பதற்கு உரிமையற்ற ஈனப் பிறவிகள்!

அவளை இப்போது யார் தான் சீண்டிப் பார்க்கப் போகின்றார்கள்? அந்தக் காலத்தில் எந்த ஒரு நயினாராக இருந்தாலும் அவளுக்குத் தண்ணீர் அள்ளி ஊற்றுவதற்குப் பின்னடிப்பதில்லை. இப்பொழுது அந்தக் கிணற்றுக்குச் சென்றால் அவளை யார் கவனிக்கின்றார்கள்? சீறிச்சினக்காமல் நீர் அள்ளி ஊற்றிவிடுகிறதற்கு எவருமில்லை.

02

பொன்னி தண்ணீர்க் குடத்தைச் சுமந்துகொண்டு அரைந்தரைந்து நடக்க ஆரம்பித்தாள். குச்சொழுங்கைகள் வழியாகச் சென்று தேவிகாடு பனந்தோப்புக்குள் நுழைகின்றாள். தேவிகாடு மிகப்பரந்த ஒரு பனந்தோப்பு. 'பனை நிழலையும் பகைவன் உறவையும் நம்பாதே!' என்ற பழமொழியைப் பொய்யாக்கி இருக்கும் ஒரு பனந்தோப்பு. நிழல் செறிந்து, வெய்யில் புகாது எப்பொழுதும் அங்கு இருள் மண்டிக் கிடக்கின்றது. எங்கு நோக்கினும் பற்றை பறுகுகள் நிறைந்து வளர்ந்து நிற்கின்றன. நடந்து சென்ற மனிதப் பாதங்கள் பதிந்து பதிந்து உச்சி வகிடு எடுத்தது போல, ஒற்றையடிப் பாதைகள் வளைந்து நீண்டு போகின்றன. ஆறுகள் யாவும் கடலில் சென்று சங்கமிப்பது போல, அந்தப் பாதைகள் எல்லாமே தேவிகாட்டுக் கிணற்றில் போய் முடிகின்றன.

பூமியைக் குடைந்தெடுத்த குகை போலத் தோன்றும் மிகப் புராதனமான ஒரு கிணறு அது. முருகைக் கற்களைக் கடலிலிருந்து சுமந்து வந்து, சுண்ணச் சாந்துடன் பிள்ளைக் கற்றாழைகளைப் போட்டுப் பிசைந்து எடுத்து, கற்களைச் சுற்றி வர அடுக்கி அடுக்கி, பனம்பழத் தோகைகளை அதனுடன் சேர்த்து, அந்தக் கலவையினால் இணைத்துக் கட்டிய உட்கட்டு. பூமிக்கு மேல் ஒரு அடி உயரத்தில் வட்ட வடிவமான தொப்பிக்கட்டு. வைரமான மரம் ஒன்றினைக் கிணற்று வாயுடன் பொருந்தத் தொப்பிக்கட்டுடன் இணைத்துக் கட்டியிருக்கும் மிதி மரம். அதனுடன் சேர்ந்த பத்தல். இப்போது உட்கட்டு, தொப்பிக்கட்டுப் பத்தல் யாவும் ஆங்காங்கே சிதைந்து, கற்கள் பெயர்ந்து கறுத்துப் பாசி படர்ந்துபோய்க் கிடக்கின்றன.

பொன்னி தண்ணீர்க் குடத்தைப் பத்தலுக்கு வெளியே சற்றுத்தூர வைத்துவிட்டு, தான் விலகிப்போய் ஆடுகால் மரங்களுக்குக் கீழே வந்து குந்தி இருக்கின்றாள். துலாவைத் தாங்கி நிற்கும் ஆடுகால் மரங்கள் வெயிலுக்கும் மழைக்கும் குடையாக விரிந்து

அவளைப் பாதுகாத்திருக்கின்றன. மழை தூறலாகச் சொட சொடத்து விழுந்து கொண்டிருக்கின்றது. ஆடுகால் இலைகளில் துளிகள் விழுந்து சொட்டுச் சொட்டாகக் கீழே வடிந்து பொன்னியை நனைக்கின்றது. அவள் அந்த மெல்லிய தூறல் மழையில் நனைந்து கொண்டிருக்கின்றாள்.

கிணற்றுத் துலாக் கொடியைப் பிடித்து நீர் அள்ளி ஊற்றும் உரிமையும் அதிகாரமுள்ள நயினார் அல்லது நயினாத்தி யாராவது ஒருவர் வரவேண்டும். வந்தால்தான் அவளுக்குத் தண்ணீர் கிடைக்கும். அவள் எல்லாத் திசைகளிலும் திரும்பித் திரும்பித் தனது பார்வையை வீசுகின்றாள். ஒருவருடைய தலைக்கறுப்பும் அவள் கண்களுக்குத் தென்படுவதாக இல்லை. நெடுமூச்செறிந்த வண்ணம் காத்திருக்கின்றாள். மழை அவளுக்காகக் காத்துநிற்பதாக இல்லை. இந்தக் காத்திருப்பு அவளுக்கொன்றும் புதிய சங்கதி இல்லை. அவள் விருத்தெரிந்த காலம் முதல் இப்படிக் காத்திருந்து காத்திருந்து பழகிப் போனவள் தான். ஆனால் பொறுமையாக இருப்பதற்கு இன்று அவளுக்கு இயலவில்லை. உடலெங்கும் வலியெடுக்கின்றது. குளிரும், தொய்வும் அவளைப் போட்டு வதைத்துக் கொல்லுகின்றன. உடல் கிடுகிடுத்து மெல்ல நடுங்குகின்றது. தண்ணீர் எடுக்காது வீட்டுக்குத் திரும்பி போவோமா என ஒரு கணம் நினைக்கின்றாள். வெறுங்குடத்தைத் தூக்கிக்கொண்டு அங்கே போய்த்தான் என்ன செய்கிறது! வீட்டில் ஒரு சொட்டுத் தண்ணீர் இல்லை. பல்லை இறுகக் கடித்துக்கொண்டு கூனிக்குறாவிப் பொறுமையாகக் காத்திருக்கின்றாள்.

ஒரு மணிநேரத்திற்கு மேலாக நீண்டபொழுது ஊர்ந்து ஊர்ந்து கழிந்து போகின்றது.

தங்கப்பொன்னு நாச்சியார் தொலையில் வந்துகொண்டிருப்பது பொன்னி பார்வைக்குத் தென்படுகின்றது. இனி, தனக்குத் தண்ணீர் கிடைத்துவிடும் என்ற நம்பிக்கையோடு நாச்சியார் வரவை அவள் எதிர்பார்த்திருக்கின்றாள்.

நாச்சியார் தலையில் ஒரு துண்டுச்சீலை கட்டிக்கொண்டு, இடுப்பில் சருவக்குடத்தை வைத்து இடது கையினால் வளைத்துப் பிடித்தவண்ணம், வலதுகையை வீசி வீசி வேகமாக நடந்து வந்து கொண்டிருக்கின்றாள்.

கிணற்றுக்கு அண்மையில் வந்த பிறகு தான் ஆடுகாலுக்கு கீழே பொன்னி இருப்பது அவள் கண்களுக்குப்படுகிறது.

“என்னடி… ஆடுகாலுக்கே ஒளிச்சு விளையாடுகிறாய்! எனக்கு என்ரை அவசரம், அதுக்குள்ள அம்படைச்சி வேற…!”

அவள் புறுபுறுத்தவண்ணம் அவசரமாகத் துலாக்கொடியைப் பிடித்துக் கிணற்றுக்குள் வாளியை விட்டு, தொங்கித் தொங்கித் துலாவை இழுத்துத் தாழ்த்தி நீரை மொண்டு மொண்டு குடத்தை நிரப்புகின்றாள்.

“அவவுக்கும் என்ன அவசரமோ…” நினைத்துக்கொண்டு பொறுமையாக வளர்த்த நாய் போல நாச்சியார் முகத்தைப் பொன்னி பார்த்துக் கொண்டிருக்கின்றாள்.

“எடி பொன்னி… உனக்கு நேரகாலம் தெரியாதேயெடி! இந்த மழைக்குள்ள வந்து குந்த வைச்சுக்கொண்டு இருக்கிறியே! ஏன்ரி, உங்கடை கிணத்துக்குப் போறதுதானே! நல்ல தண்ணி இல்லாட்டி, அம்படைக்கும் தொண்டைக்குக் கீழே இறங்காது. எல்லாம் நாங்கள் தந்த இடம்.”

வசை பாடிக் கொண்டு பொன்னியின் குடத்துக்கு நீர் அள்ளி ஊற்றுகின்றாள், தங்கப்பொன்னு நாச்சியார்.

பொன்னி வாய்திறக்கவில்லை. நல்லதோ, கெட்டதோ வாய் திறந்து ஒரு வார்த்தை சொன்னால் போதும் “அம்படைச்சிக்கு வாய்க்கொழுப்புக் கூடிப்போச்சு” என்று ஏசுவாள். நீர் அள்ளி ஊற்றாமலே அவள் போய்விடுவாள். பின்னர் எந்தக் காலத்திலும் அவளிடம் எதிர்பார்க்க இயலாது. அப்படி ஒரு திமிர் பிடித்தவள். நாச்சியாரின் சுடு சொற்கள் பொன்னி நெஞ்சைச் சுடுகின்றன. பொன்னிக்குப் பெற்றபிள்ளையாக இருக்கக்கூடிய வயது நாச்சியாருக்கு. அதைக்கூட நினைக்கின்ற சாதியல்ல. அவள் ஏச்சுப்பேச்சுக் கேட்டு பொன்னி நெஞ்சில் சினம் மூளாமலில்லை. இவள் ஆடின ஆட்டமெல்லாம்… ஊருலகத்திற்கும் அது தெரியும். இவளின்ரை கூத்துக்களெல்லாம் தூமைச்சீலை எடுக்கிற கட்டாடி சொல்லுவார். ‘வண்ணான் வீட்டுச் சொல்லுத்தான் நீதவான் பெண்டிலின்ரை காதிலே ஏறும்’ எண்டு சும்மாவே சொன்னவை! ஏமாந்த குண்டிப் பொன்னனைப் பிடிச்சு, அவன்ரை தலையிலே இவளைக்கட்டி வைச்சிருக்கினம். பொன்னி மனதுக்குள் கறுவிக்கொண்டு வீடு வந்து சேருகின்றாள்.

அவள் அடுக்களைக் கொட்டிலுக்குள்ளே தலை குனிந்தவாறு நுழைகின்றாள். தேநீர்ப் பானைக்குள் தண்ணீரை விட்டு அடுப்பில்

வைத்துவிட்டு தீ மூட்டுகின்றாள். தீ மூளுவதாக இல்லை. மழையில் நனைந்து கிடக்கிறது, ஈரவிறகுகள். மழைக் காலம் வந்து விட்டால் தினமும் இதே போராட்டம். தீராத அவலம். நெருப்போடு ஓயாத சமர். கடந்த இரவு இரண்டு பன்னாடைகளை எடுத்து அடுப்பு மீது உலரப்போட்டு விட்டுத்தான் வெளியே வந்தாள். அவள் முன்யோசனையுடன் அப்படிச் செய்தும் என்ன பிரயோசனம்? மழை பெய்வதற்கு ஆரம்பித்துவிட்டால், இத்துப்போய்க் கிடக்கும் ஓலைக் குடிசைகளால் நீர் சொடுக் சொடுக்கென்று உள்ளே சொட்டுகிறது. ஒழுக்குக்கு நேரே பாத்திரங்களை வைத்து, நீரை ஏந்தி எடுத்து வெளியில் கொட்டிக் கொண்டிருப்பது அவளுக்குப் பாரிய வேலை.

மழைத்துளிகள் அடுப்பு மீதும் வந்து விழும். அவள் ஈரம் உலரப்போட்டு வைத்த பன்னாடை ஈரலித்துக் கிடக்கின்றது. அவளுக்கு வேறு வழியில்லை. அந்தப் பன்னாடையில் நெருப்பு மூட்ட வேண்டும். ஒரு பன்னாடையை எடுத்து, சுருட்டி அடுப்புக்குள் வைக்கின்றாள். கைவிளக்கைத் தூக்கிச் சரித்து பன்னாடையில் இரண்டு துளி மண்ணெண்ணையை விட்டு நெருப்புக் குச்சியைத் தட்டித் தீ மூட்டுகின்றாள். நெருப்புப் பக்கென்று பற்றி எரிய ஆரம்பிக்கின்றது. பன்னாடை எரிந்து தீர்ந்ததும் மீண்டும் அணைந்து போகின்றது. அடுப்புக்குள் இருந்து புகைமூட்டம் குமைந்து குமைந்து எழுகிறது. அந்தப் புகைக்குள் இருந்து சுவாசிப்பதற்கு இயலாது, பொன்னி மூச்சுத் திணறுகின்றாள். தொடர்ந்து கம் கம் என்று இருமிக் கொண்டிருக்கின்றாள். கண்கள் சிவந்து கண்ணீர் துளிர்க்கிறது. உடலை மூடிப் போர்த்திக்கொண்டிருக்கும் முந்தானைச் சீலையைப் பிடித்து, கண்களை, மூக்கை துடைத்து விட்டுக்கொள்ளுகின்றாள்.

பின்னர் தேங்காய்ச் சிரட்டை ஒன்றை எடுத்து அதனுள்ளே கொஞ்சம் எண்ணை ஊற்றி, அடுப்புக்குள்ளே வைத்து மீண்டும் நெருப்புக் குச்சியைத் தட்டிப் போடுகின்றாள். நெருப்பு பக்கென்று பற்றி சிரட்டையில் மெல்லப்பிடித்து மூண்டெரியத் தொடங்குகிறது.

அவள் இவ்வளவு சிரமங்களும் தனக்காகவா படுகின்றாள்! அப்படியானால், எல்லாவற்றையும் அப்படியே தூக்கிப் போட்டுவிட்டுப் பேசாமல் போய்ப்படுத்து விடுவாள். ஆனால் தன்னை நம்பி இருக்கும் ஜீவன்களை அந்தரிக்க விட்டு அவளால் எப்படி இருக்க இயலும்! அதுவும் தான் பெற்ற பிள்ளைகளை...!

இந்தக் குளிருக்கு அடுப்பு வெக்கை அவளுக்கு நல்ல இதமாக இருக்கிறது. அடுப்புக்கு அருகே கொஞ்சம் நெருக்கமாக அவள் நகர்ந்து அமருகின்றாள். இப்பொழுது அடுக்களை வாசலுக்கு ஊடாக வீட்டு முற்றமும், அதற்கு அப்பாலுள்ள பரந்து கிடக்கும் நிலப்பரப்பும் அவள் கண்களுக்குத் தெரிகின்றன. அவள் விழிகள் தினந்தோறும் காணுகின்ற காட்சி தான். அவள் மனதில் நெருக்குவாரங்கள் வந்து நெஞ்சைப் போட்டு பிச்சுப் பிடுங்கும் வேளைகளில் எல்லாம், மீண்டும் மீண்டும் அந்த நினைவுகள் அவள் உள்ளத்தில் எழுந்துவிடுகின்றன.

வீட்டு முற்றத்தில் இருந்து சற்று விலகி, அடிபருத்த புளியமரம் ஒன்று கிளைகள் ஓச்சிப் பரந்து விரிந்து நிழல் கொடுத்துக்கொண்டு நிற்கின்றது. அவசரம் அந்தரம் என்று வீடு தேடி ஓடி வருகின்றவர்கள் இந்த மரத்தின் கீழ் இருந்து, முடிவெட்டி, சவரம் செய்வித்துக்கொண்டு போகின்றார்கள். அந்த மரம் இல்லையானால் அவள் குடும்பம் ஆறி இருப்பதற்கு ஒரு நிழல் இல்லை. மரம் காய்த்து, பழங்கள் பொலு பொலுவென்று விழுவதற்கு ஆரம்பிக்கும். பழங்களை ஒவ்வொன்றாக அவள் பொறுக்கி எடுத்து ஒன்று சேர்ப்பாள். பின்னர் கோதுகளை உடைத்து, பெரிய பெரிய திரணையாக உருட்டி எடுத்துக் கொண்டு தனது சமையல் தேவைக்கு வைத்துக் கொள்ளுவாள்.

அந்தப் புளிய மரத்தை தாண்டினால் பெரிய நிலப்பரப்பு ஒன்று பரந்து கிடக்கின்றது. கண்களுக்கெட்டியவரை அந்த நிலப்பரப்பு விரிந்து கொண்டு போகிறது. அந்த நிலப்பரப்பின் தெற்கு எல்லை, கிழக்குத் திசையிலிருந்து மேற்கு நோக்கிச் செல்லும் பெருந்தெரு. கடற்கரை ஓரமாகப் பிரதான வீதியில், பள்ளன் மடத்தில் ஆரம்பித்து வளைந்து வளைந்து வரும் தெரு, பெருந்தெருவில் சந்திக்கின்றது. அந்த இரண்டு தெருக்களும் வந்து கூடும் சந்தி மூலையில், அந்த பெரிய நிலப்பரப்பின் ஒரு மூலையில் அவள் குடி இருக்கின்றாள்.

அவள் என்ன? அவள் பரம்பரை காலம் காலமாக அங்கு குடியிருந்து வருகிறது. அவர்களை அதில் குடி இருத்தினவர்களின் நோக்கம் அந்தளவில் நிறைவேறிவிட்டது. குடிமக்கள் தேவைபற்றி அவர்களுக்கென்ன கவலை? அவர்கள் குடியிருக்கும் நிலப்பரப்பின் உரிமையாளர் முதலியாருக்குச் சொல்லிப் பார்த்தார்கள். தாங்கள் குடிமைத் தொழில் பார்க்கும் ஆனானப்பட்ட நயினார்மாருக்கெல்லாம் சொல்லிச் சொல்லிக் களைத்துப்

போனார்கள். எவர் செவிகளிலும் அவர்கள் கோரிக்கை ஏறுவதாக இல்லை.

முதலியாரிடம் போய்த் தண்ணீருக்குத் தாங்கள் படும் கஷ்டங்களைச் சொல்லி மன்றாடும் சமயங்களில் எல்லாம், அலட்சியமான ஒரு சிரிப்புடன் ‘பார்ப்பம்!’ என்று மாத்திரம் எப்பொழுதும் அவர் சொல்லிக் கொண்டிருக்கின்றார். அவர் மனம் வைத்தால் ஒரு கிணறென்ன - ஒன்பது கிணறுகள் தனது நிலத்தில் தோண்டி விடுவதற்கு இயலும். அவர் என்றும் மறுத்துச் சொன்னதில்லை. அப்படிச் சொன்னால் மறுபடியும் அவரிடம் சென்று இரந்து நிற்கமாட்டார்கள். குடிமக்களிடம் மறுத்துச் சொல்வதால் தனது மதிப்புக் குறைந்து போய்விடுமென்று கருதுகின்றார் போலத் தோன்றுகின்றது. அது மாத்திரமா? குடிமக்கள் எப்பொழுதும் அவரிடம் வந்து கையேந்திப் பணிந்து நின்று இரந்து நிற்பதில் அவருக்கு அலாதியான ஒரு விருப்பம்.

அம்பட்டக்குடிக்கு தண்ணீருக்கு ஒரு கிணறு தேவையில்லை. அவர்கள் எக்கேடாவது கெட்டுப் போகட்டும்!

கட்டாடிக்குக் கிணறொன்று வெட்டிக் கொடுத்திருக்கின்றார்கள். வண்ணான் மீதுள்ள வாஞ்சையிலா அதை நயினார்மார் செய்து கொடுத்திருக்கின்றார்கள்? கோடைகாலம் வந்துவிட்டால் மழைநீர் தேங்கி நிற்கும் துரவுகள் வற்றிப்போகும். நயினார், நாச்சியாரின் அழுக்குத் துணிகள் வெளுத்துக் கொடுக்கத் தண்ணீர் வேணும். நாச்சியார்மாரின் தூமைச்சீலைகள் வெள்ளாவியில் வைத்து வெளுப்பதற்கு தண்ணீருக்கு எங்கே போவது? நயினார்மார் என்ன காரியம் செய்தாலும் தங்களுக்குக் கிடைக்கக் கூடிய நன்மையைக் கணக்குப் போட்டுத்தான் செய்வார்கள்.

தனக்கும் இப்போது உடல்நிலை வரவர இயலாமல் போய்க் கொண்டிருக்கின்றது. மூத்தவள் வல்லிக்கு ஒரு கலியாணத்தைச் செய்துவைத்து, வருகிற மருமகள் கையில் எல்லாப் பாரத்தையும் ஒப்படைக்கலாம் என்றால்... அது இலகுவாக நடக்கின்ற ஒரு காரியமாகத் தெரியவில்லை.

வல்லிக்கு இந்தக் கந்தசஷ்டியுடன் இருபத்தேழு வயது முடிகிறது. கந்தசஷ்டி முடிந்து பிள்ளையார் கதை தொடங்கிவிட்டது. அதுவும் முடிய திருவெம்பாவைப்பூசை ஆரம்பித்துவிடும். அதோடு பிறகென்ன, இந்த வருடம் முடிந்து போய்விடும். மூன்று, நான்கு வருடமாக தனது அண்ணன் பெண்டில் வருவா வருவா என்று

எதிர்பார்த்து எதிர்பார்த்து, இதுவரை ஒன்றும் நடக்கவில்லை. அண்ணன் மகளுக்கு வல்லி தோதான முறைமாப்பிள்ளை. அண்ணன் மகள் முறைப்பெண் தவறிப்போனால், வல்லிக்குப் பெண் எடுக்கிறது கஷ்டந்தான். இங்கு வந்து போய்க்கொண்டு திரிந்த மச்சாள், தமையன் போனதுடன் அதையும் கைவிட்டு விட்டாள். அவள் கணவன் என்ற அப்பிராணி வெறும் பெயருக்கு இருக்கிறார். அவபோடும் தாளங்களுக்கு அவர் எழும்பி நின்று ஆடிக்கொண்டிருக்கின்றார். அவவை லோயர் முத்தி என்று ஊருலகம் சும்மாவே செல்லுகின்றது! சரி... சரி... என்ன நடக்கின்றது என்பதைப் பார்ப்போம்!

பொன்னியின் சிந்தனை அறுபடுகின்றது. அவள் கவனம் எரிந்துகொண்டிருக்கும் அடுப்பின் பக்கம் கவிகிறது. நீர் மலமலக்கக் கொதித்து, குடுவைக்குள் பொங்கிக் கலகலக்கிறது. குடுவை வாயில் இருந்து ஆவி பனிமூட்டம் போலக் கொஞ்சம் கொஞ்சமாக மேல் எழுந்து வந்துகொண்டிருக்கின்றது. அவள் சட்டி ஒன்றை எடுத்துக் கழுவி, தேயிலைத் தூளை அளவாக அதனுள்ளே போடுகின்றாள். தேநீர்க் குடுவையைச் சரித்து, வெந்நீரைச் சட்டிக்குள்ளே விடுகின்றாள். அகப்பையினால் வெந்நீரை அள்ளி அள்ளி விட்டு வெண்ணுரை எழும்ப ஆற்றுகின்றாள். தேயிலைச் சாயம் அளவாக இறங்கும் வரை ஆற்றிய பிறகு, பருகத் தகுந்த மெல்லிய சூட்டுடன் சிரட்டைகளுக்குள் ஊற்றுகின்றாள். நறுக்கி எடுத்த பனங்கட்டித் துண்டுகள் ஒருகையில், தேநீர்ச் சிரட்டை மறுகையில் தூக்கிக் கொண்டு, வளைந்து குனிந்த வண்ணம் வெளியேறி, மாலுக்குள் குந்திக்கொண்டிருக்கும் பிள்ளைகளை நோக்கி மெல்ல நடக்கின்றாள். மீண்டும் திரும்பி வந்து தேநீர்ச் சிரட்டையைத் தூக்கிக் கொண்டு போகின்றாள்.

“மணியன் எங்கே? அவன் எங்கே போயிருப்பான்? எந்த நேரமும் அவனுக்கு விளையாட்டு!” எண்ணிக்கொண்டு சிரட்டையில் சாயத் தண்ணியை ஊற்றி இளம் சூட்டுடன் ஊதி ஊதித் தானும் குடிக்கின்றாள்.

03

முத்தன் சில காலமாக மனம் அமைதி இல்லாது குழம்பிக்கொண்டிருக்கின்றான். தம்பி மணியன் பற்றியே எப்பொழுதும் அவன் சிந்தித்துக்கொண்டு திரிகின்றான். மணியனை நன்றாகப் படிக்க வைக்க வேண்டும். அவன் சாதித் தொழில் செய்யாது, 'ஒரு மனிதனாக' வாழத்தகுந்த வண்ணம் அவனை உருவாக்க வேண்டும் என்னும் எண்ணம் முத்தன் மனதில் எப்பொழுதும் இருந்து வந்தது. அந்த எண்ணத்தில் மண் அள்ளிப் போடுவதுபோல மணியன் படிப்புக் குழம்பிப் போனது. பள்ளிக்கூடம் போவதற்கு அவன் உறுதியாக மறுத்துவிட்டான். அவனை அடித்து ஆக்கினைபண்ணி அனுப்பி வைப்பதற்கும் முத்தனுக்கு மனம் வரவில்லை. விருப்பமில்லாத அவனைப் பலவந்தப்படுத்தி அனுப்பி வைத்தால் அவன் படிக்கவா போகிறான்? படிப்பைக் கைவிட்டு பிறகு அவன் தன் சாதித்தொழில்தானே செய்ய வேண்டும்? படிப்பறிவு இல்லாத அவன் வாழுவதற்கு வேறு என்ன வழி?

வேறு என்ன தொழில் செய்யப் போகின்றான்? ஆனால் அவன் குடிமைத் தொழில் பார்க்கக் கூடாது என்று முத்தன் திடமாக முடிவு செய்துகொண்டுவிட்டான். நயினார்மார் வீடுகளுக்குப் போய் கையேந்திப் பிழைக்கும் அந்தத் தொழில் அவனுக்கு வேண்டாம். நயினார்மாரும் நயினாத்திமாரும் அவனை அதிகாரம் பண்ண, அவன் போய்க் கைகட்டி நிற்க வேண்டாம். இந்தக் கிலிசகேடுகள் தன்னோடு முடிந்து போகட்டும்.

முத்தன் மனதில் எப்போதும் இதனையே எண்ணிக் கொண்டிருக்கின்றான். இரவென்ன, பகலென்ன நினைந்து நினைந்து குழம்புகின்றான். யாராவது ஒருவரோடு மனம் திறந்து பேசி, கலந்தாலோசித்தால் நல்லது போல அவன் மனதுக்குத் தோன்றுகின்றது. தாய் பொன்னியுடன் இது பற்றிப் பேச இயலாது.

இதைப்போய் இப்ப பொன்னியிடம் சொல்லக் கூடாது. வேறு யாருடன் ஆலோசிக்கலாம்? முத்தன் சிந்தித்த வண்ணம் தெருவில் போய்க் கொண்டிருக்கின்றான்.

"என்ன முத்தண்ணை பலத்த யோசினை?" குரல் கேட்டு நின்று நிமிர்ந்து பார்க்கின்றான். அவன் எதிரில் பொன்ராசன் வந்துகொண்டிருக்கின்றான்.

பொன்ராசன் கழுத்தைச் சுற்றி ஒரு துவாய், நெஞ்சுக்கு அணையாகத் தொங்குகிறது. பாளை சீவும் கத்தியைப் போட்டுவைத்திருக்கும் இயனக்கூடு அரையில் கட்டித் தொங்குகிறது. கையில் தூக்கிய கள்ளு முட்டியுடன் அவன் வந்துகொண்டிருக்கிறான்.

பொன்ராசன் சற்று வித்தியாசமான ஒரு இளைஞன், நாலு விஷயம் தெரிந்த ஒருவன் என்பது முத்தனின் கணிப்பு. அவன் தொழில் செய்து முடித்து வீட்டுக்குத் திரும்பிப் போனால், அவனை வீட்டில் சந்திப்பது இயலாத காரியம். அவன் எப்பொழுதும் கூட்டம் நாட்டம் என்று ஓடித் திரிந்துகொண்டிருப்பான். யாழ்ப்பாணம் நகரத்தில் நடைபெற்ற இரண்டு மூன்று பெரிய கூட்டங்களுக்கு முத்தனையும் தன்னோடு அழைத்துக்கொண்டு சென்றிருக்கின்றான். அங்கு சென்று பார்த்த பொழுதுதான் முத்தனுக்கொன்று விளங்கியது. அவன் தனித்த ஒருவனல்ல. அவனுடன் தோழர்கள் பலபேர் இருக்கின்றார்கள் என்பதை அறிந்து கொண்டான். அவன் எல்லோருக்கும் உதவிகள் செய்கின்ற குணமுள்ளவன். அவனுடைய எடுப்பான தோற்றமும், எப்பொழுதும் மலர்ந்திருக்கும் முகமும், கண்டவர் எவரையும் கவரக்கூடியன.

அவன் தெருவில் முத்தனை எப்போது சந்தித்தாலும் தரித்து நின்று இரண்டு வார்த்தைகள் பேசாமல் ஒரு நாளும் போனதில்லை. மணியன் பற்றி யோசிப்பதற்குப் பொருத்தமான ஆளென முத்தன் திடீரென மனதில் தீர்மானித்துக் கொள்ளுகின்றான்.

"தம்பிக்கு அவசரமோ...?"

"தொழிலை முடிச்சுக்கொண்டு யாழ்ப்பாணம் போகவேணும்."

"அப்ப பிறகு கதைப்பம்"

"சொல்லுங்கோ... அண்ணை, என்ன சங்கதி?"

"உங்களுக்கு இப்ப அவசரம் தம்பி"

"பரவாயில்லை"

"இவன் தம்பி மணியனைப் பற்றித்தான்…"

"படிப்பைக் குழப்பிறான் போல…"

"ஓம் தம்பி"

"ஏனாம்…?"

"அவனுக்கு அந்தப் பள்ளிக்கூடத்துக்குப் போக விருப்பமில்லை"

"காரணமில்லாமல் போகாது"

பொன்ராசனிடம் நடந்த சம்பவத்தைச் சொல்லப் போய், பிறகு பள்ளிக்கூடத்துக்கு விசாரணை வரைக்கும் போகவேண்டி வரும். அது கரைச்சலாக இருக்கும். அதனால் அதை மறைக்கவேண்டுமென மனதில் எண்ணுகிறான்.

"இவனுக்கு அங்கே போகிறது விருப்பமில்லை. அதுதான் மறுக்கிறான்"

"அப்ப… எங்கடை பள்ளிக்கூடத்துக்கு அனுப்புங்கோ!"

"சூரன்ரை பள்ளிக்கூடத்துக்கோ?"

"ஓமோம்… அங்கேதான் என்ரை தம்பி, தங்கை படிச்சு இப்ப உத்தியோகம் பார்க்கினம். நானும் அங்கேதான் படிச்சனான்"

"தங்கடை குடிமேன், பள்ளற்றை பள்ளிக்கூடத்துக்குப் படிக்கப் போகிறான் என்று நயினார்மார் நெருப்பெடுப்பங்கள்"

"பள்ளிக்கூடத்துக்கு… இந்தக் காலத்திலுமோ…?"

"எந்தக் காலத்திலும் மனதில் இருந்து அது போகாது"

"வாத்திமாருக்குச் சராசரி குறைஞ்சு போகும். மனேச்சர்மார் ஆளை நிப்பாட்டிப் போடுவினம். சராசரிக் கணக்குக் காட்டி உத்தியோகம் பார்த்துச் சம்பளம் எடுக்கிறதுக்குத்தானே சில வாத்திமாருக்கு மாணவர்கள் தேவையாக இருக்கு"

"அது சரி தம்பி… இவனை என்ன செய்வம்?"

"அண்ணை, மணியன் உலகம் அறியாத பிள்ளை. அவனுக்குப் படிப்பின்ரை முக்கியம் விளங்காது. பிறகு கவலைப்படுவான். அவனை எப்பிடியும் படிக்கவைக்க வேணும்."

"தம்பி, படிக்கிறது அவன். நான் வலோற்காரமாகப் பிடிச்சனுப்பினால், மனம் விரும்பிப் படிக்காதவனுக்குப் படிப்பு ஏறப்போகுதோ, சொல்லு?"

"அதுகும் சரிதான்... ஆனால் அவன் குடிமைத் தொழில் செய்யவேண்டாம். சுதந்திரமாகச் சீவிக்க வேணும்."

"எனக்கும் அதுதான் விருப்பம்."

"அவன் ஊரோடை இருந்தால் குடிமை பார்க்கக் போகவேண்டி வரும். அவனைக் கொழும்பு, கண்டி, எண்டு தூர இடத்துக்குச் சலூனுக்கு அனுப்புங்கோ. உலகம் அடிபட்டுத் திருந்தி விடுவான்."

"அது நல்லது அப்படித்தான் செய்வம் தம்பி"

"அப்ப... நான் வரட்டுமே அண்ணை"

"வா தம்பி... நான் பிறகு சந்திக்கிறன்"

பொன்ராசன் கள் இறக்குவதற்கு அவசரமாகப் போய்க் கொண்டிருக்கின்றான்.

முத்தன் மனக்குழப்பம் தீர்ந்து திடமான ஒரு தீர்மானத்துடன் நடக்கின்றான்.

முத்தன் ஒரு முடிவுக்கு வந்துவிட்டான். ஆனால் மணியனை இப்போது எங்கே அனுப்புவது? யாரோடு அனுப்புவது? என்று சிந்தித்துக் கொண்டு இருந்தவேளை... பதுளைக்கடை முதலாளி ஊருக்கு வந்து நிற்பதான நல்ல செய்தி அவன் காதில் வந்து விழுகிறது.

கரணவாயில் குடியிருக்கும் பதுளைச் சலூன் கடை முதலாளி, முத்தனுக்குத் தூரத்து மாமன். அவர் ஊருக்கு வந்தால் பல நாட்கள் இங்கு தங்கி நிற்பதில்லை. தனது மேற்பார்வை இல்லாது சலூனில் ஒழுங்காக வேலை நடக்காது என்பது அவர் அறியாததல்ல. அவருக்குக் கீழே அடங்கி இருந்து வேலை செய்கின்றவர்கள் கட்டுப்பாடில்லாமல் கூத்தும் கும்மாளமும் சினிமாவுமாகத் திரிபவர்கள். அதனால் பல நாட்கள் அவர் ஊரில் தங்கிநிற்க

விரும்புவதில்லை. இரவு பகல் கண் விழித்து நீண்ட தூரம் புகைவண்டிப் பிரயாணம் செய்து ஊருக்கு வந்தால், அவரின் கால் வீக்கம் வற்றுவதற்கு முன்னம், அடுத்த புகைவண்டியில் புறப்பட்டுவிடுவார். தனது வருகை பற்றி முன்கூட்டி எந்தத் தகவலும் கொடுக்கமாட்டார். யாருக்கும் சொல்லாமல் கொள்ளாமல் திடுதிப்பென அங்கு போய்க் குதிப்பார்.

'மணியனை அனுப்பி வைப்பதற்குப் பொருத்தமானவர் அவர்தான். அவரை விட்டால் இன்னொரு ஏற்ற ஆள் கிடைக்கப் போவதில்லை. மணியன் சின்னப் பிள்ளை. என்ன சொன்னாலும் அவர் உறவுக்காரர். அவனைக் கவனமாகப் பார்த்துக் கொள்ளுவார்' என எண்ணினான். தகவல் அறிந்த மறுதினம் காலையில் முத்தன் அவரைத் தேடிக்கொண்டு புறப்பட்டான்.

முத்தன் அதிகாலையில் வந்து நிற்பது கண்டு அவர் அதிசயித்துப் போனார். அவர் வீட்டுக்கு அடிக்கடி வந்து போய்க்கொண்டிருக்கும் ஒருவனல்ல. அவர் குடும்பத்தில் நிகழும் நன்மை தீமைகளுக்கு தவறாமல் வருகிறவன். அவன் முக்கியமான ஏதோ ஒரு தேவைக்காக இன்று வந்திருக்க வேண்டுமென எண்ணிக்கொண்டு... எதற்கும் தன்னைச் சுதாரித்துக் கொள்ளுகிறார்.

அவர் முகத்தில் திடீரென உண்டான அந்த மாற்றம் முத்தன் அவதானிக்காமல் இல்லை. ஆனால் அவர் உள்ளத்தில் என்ன எண்ணுகின்றார் என்பதை அவனால் எப்படி உணர்ந்து கொள்ளமுடியும்? அவருடன் நிதானமாகப் பேச வேண்டுமென அவன் தன்னைத் தயார்படுத்திக் கொள்ளுகின்றான்.

முதலாளி முத்தனை வரவேற்கின்றார்.

"வா... தம்பி வா... அப்படி இரு" தொடர்ந்து, "பொன்னி அக்காள் சுகமாக இருக்கிறாவே?" தனது அக்கறையை வெளிப்படுத்துகின்றவர் போல விசாரிக்கின்றார்.

"முட்டு வந்து இடைக்கிடை கஷ்டப்படுத்திது. மற்றும்படி சுகமா இருக்கிறா" என்றான் முத்தன் அடக்கமாக.

"அது நெடுகிலும் அவவுக்கு வாறதுதானே! அது சரி... இப்ப நீ வந்த விஷயத்தைச் சொல்லு!"

பொறுமையாகச் சற்றுநேரம் இருப்பதற்கு அவரால் இயலவில்லை. அவன் வருகையின் நோக்கம் அறிந்துவிட வேண்டுமென மனதில் ஒரே அந்தரம்.

"அம்மானிட்டை ஒரு உதவி..." அவன் சொல்லி முடிப்பதற்குள்ளே அவர் முந்திக் கொண்டு முன்னெச்சரிக்கையுடன் பேசுகின்றார்.

"கடை நட்டடத்திலேதான் ஓடுது. வேலை செய்கிறவங்களுக்குச் சம்பளம் குடுக்கேலாமல் கிடக்கு. கடையை மூடிப்போட்டு ஊருக்கு வந்து என்ன செய்கிறது? என்பாடு பெருங்கஷ்டமாகக் கிடக்கு... ஆ... வந்த காரியத்தைச் சொல்லு!"

அவரிடம் தான் பண உதவி கேட்டு வந்திருப்பதாகத் தவறாக அவர் எண்ணுகின்றார் என்பதை அவன் விளங்கிக் கொண்டு, "இவன் தம்பி மணியனைப் பற்றி..." என ஆரம்பிக்க,

"மணியன் எண்டு ஒரு தம்பி உனக்கு இருக்கிறானோ?" எனக் கேட்கிறார் முதலாளி.

"ஓமோம்... கடைசித் தம்பி"

"அவனுக்கென... ஏதும் நோய் நொடியோ?"

"இல்லை... இல்லை... படிப்பைக் குழப்பிப் போட்டான்"

"இந்தக் காலத்திலே படிச்சு என்ன செய்யப் போறான்! உத்தியோகமே பாக்கப்போகிறான்! 'அம்பட்டன் பிள்ளை அதிட்டத்தோட பிறந்தால், பத்து வீடு கூடச் சிரைப்பான்!' எண்டு அந்தக் காலத்திலேயே அவன்கள் சும்மாயே சொன்னவன்கள்! அதுசரி... அவன் கொப்புவைப்போல சப்பாணியாக இல்லையே!"

"அவன் அப்படி இல்லை..."

"அவன் படிப்பைக் குழப்பினால் நான் என்ன செய்கிறது?" முத்தன் வந்திருக்கும் உள்நோக்கத்தை ஓரளவு புரிந்து கொண்டு, விளங்காதவர் போல வினவுகின்றார்.

"ஆச்சி சொன்னவ... அம்மானோடை அனுப்பு. தொழில் பழக்கி... நல்ல பழக்கவழக்கமும் சொல்லிக் குடுக்கட்டுமெண்டு"

சலூனில் வேலை செய்கின்றவர்கள், அந்த வேலையோடு சமையல் வேலையும் செய்ய வேண்டி இருக்கிறது. அதனால் தனக்குத்தான் நட்டம். மணியனைக் கொண்டுபோனால் சமையல் வேலைக்கு உதவும். அது தனக்கு ஆதாயந்தான் எனக் கணக்கு போட்டுக் கொண்டு சொல்லுகிறார் -

"என்ரை கடையிலும் ஆள் கூடிப் போச்சு. சம்பளம் குடுக்கவே கஷ்டமாகக் கிடக்கு" என நாடியைத் தடவியவாறு சிந்திப்பது போல நிமிர்ந்து சில கணங்கள் வீட்டு முகட்டை நோக்கிய வண்ணம் மௌனமாக இருக்கின்றார்.

முத்தன் வைத்த கண் வாங்காமல் அவர் முகத்தை ஏக்கத்துடன் நோக்கிக் கொண்டிருக்கின்றான்.

சற்று நேரத்தின் பின்னர் சிந்தனை கலைந்தவர் போலத் தலையைத் தாழ்த்தி முத்தனைப் பார்த்து அவர் சொல்லுகின்றார், "கடையில இடமில்லை. சம்பளம் குடுக்கேலாது... ஆனால் அக்காத்தை கேட்டுப் போட்டா... அதுதான் யோசிக்கிறன்"

"முதல்ல அவன் தொழில் பழகட்டும்"

"சரி... அக்காத்தைக்கு இதை நான் செய்யத்தானே வேணும்"

முத்தன் முகம் மலருகின்றது.

சம்பளம் இல்லாத ஒரு சமையற்காரன் கிடைத்து விட்டதை எண்ணி, முதலாளி உள்ளம் மகிழுகின்றது.

மணியனை அவரோடு அனுப்பி வைப்பதற்கான சகல ஒழுங்குகளையும் பேசி முடித்துக்கொண்டு முத்தன் அங்கிருந்து மன நிறைவோடு புறப்படுவதற்கு தயாராகின்றான்.

அப்பொழுது முதலாளியின் மனைவி பூப்போட்ட ஒரு கிளாசில் தேநீர் ஊற்றி எடுத்துவந்து அவன் கையில் கொடுக்கின்றாள்.

முத்தன் தேநீரை வாங்கி, கொஞ்சம் கொஞ்சமாகப் பருகிக் கொண்டிருக்கின்றான்.

"எப்பிடித் தேத்தண்ணி..." முதலாளி வினாவுகின்றார்.

"நல்லா இருக்கு..."

"இனி, உன்ரை தம்பி இதுதான் குடிக்கப்போறான்... பதுளைத் தேயிலை" பெருமையாகச் சொல்லிக் கொள்ளுகின்றார்.

முத்தன் இதுவரை தன் நாவைக் கட்டுப்படுத்தி வைத்துக் கொண்டிருந்தான். தேநீர் பருகி முடிந்த பிறகு அவனால் அடக்கி வைத்திருப்பதற்கு முடியவில்லை. அவன் அருகில் கிடந்த வெற்றிலைத் தட்டத்தைக் கையில் எடுத்து அதில் இருந்து பாக்கைப் பொறுக்கி வாயில் போட்டு, வெற்றிலையைக் கிழித்து சுண்ணாம்பு தடவி வாயில் போட்டுக் கொள்ளுகின்றான். "அம்மான், போவிட்டு வாறன்" என குனிந்த தலை நிமிராமல் மரியாதையோடு அவருக்குக் கூறிக்கொண்டு அங்கிருந்து உற்சாகமாகக் கிளம்புகின்றான்.

முத்தன் வீடுவந்து மணியனுக்கு இது பற்றிச் சொல்லவில்லை. மணியன் இன்னும் அதை அறியவில்லை. அவன் விருத்தெரியாத சின்னப்பிள்ளை. அவனிடம் போய் விருப்பம் கேட்கக் கூடாது. அவன் என்னதான் அப்படிச் சொல்லப் போகின்றான்! கோழியைக் கேட்டே ஆணங் காய்ச்சுகிறது! அவன் பிடிவாதமாக மறுத்து நின்றால் ஊருக்குள்ளே 'குடிமேன் தொழில்' பார்த்துக்கொண்டு திரிய வேண்டி வரும். அவனை அப்படி விட்டுவிட இயலாது. மணியனைப் பதுளைக்கு அனுப்புவதற்குத் தாய் பொன்னி சுலபமாக சம்மதிப்பாள் என்னும் நம்பிக்கை முத்தனுக்கு இல்லை. தாய் பொன்னி பிள்ளைகள் எல்லோரிடமும் அன்பாகவே இருக்கின்றாள். ஆனால் மூத்த மகன் வல்லி மீதும் கடைக்குட்டி மணியன் மீதும் பட்சம் அதிகம். வல்லி குடும்பத்தில் மூத்த பிள்ளையாகப் பிறந்து ஆசை அருமை தீர்த்தவன். கடைக்குட்டி மணியன் குடும்பத்தில் அவர்கள் அனைவருக்கும் செல்லப்பிள்ளை. தாய் பொன்னி தன் செட்டைக்குள்ளேயே அவனை எப்பொழுதும் வைத்துக் கொள்ளுவாள். தனக்கு கடைசி நேரத்தில் கொள்ளி வைக்கப் போகின்றவன் அவன் என்ற எண்ணம் அவள் உள்ளத்தில் இருக்கிறது. "என்ரை கொள்ளிக்காரன்" என வாய்விட்டுச் சில சமயங்களில் சொல்லிக் கொள்ளுவாள். அவன்மீது அவளுக்கு நல்ல வாரப்பாடு. அவன் எது கேட்டாலும் அவள் மறுப்பதில்லை. அவள் மறுத்தாலும் அவன் விட்டுவிட மாட்டான். அவன் தான் விரும்பியது போல எப்படியும் காரியம் சாதித்துக் கொண்டு போய்விடுவான். அவனைப் பதுளைக்கு அனுப்பி வைப்பதற்கு அவள் உடன்படப் போவதில்லை. அவளைச் சமாதானப்படுத்திச் சம்மதிக்கச் செய்வது அவனுக்குப் பெரும்பாடாக இருக்கப் போகின்றது. ஆனால் எப்படியும் ஒத்து வரத்தானே வேண்டும்! முத்தன் தெளிவான முடிவுடன் தாய் பொன்னியை அணுகினான்.

“ஆச்சி, மணியனைப் படிக்க வைக்கவேணும் எண்டது என்ரை ஆசை. அவன் படிப்பைக் குழப்பிப்போட்டானே...!”

“என்ரை ராசா நல்ல கெட்டிக்காரன். ஆனால் பள்ளிக்குப் போகமாட்டேன் என்று நிக்கிறான்”

“படிப்பிக்கிற வாத்தியார் சிரைக்கப் போடா எண்டு ஏசினால்... அவனுக்கு அங்கே போகிறதுக்கு எப்படி மனம் வரும்?”

“நாலெழுத்து படிச்ச வாத்தியார் இந்தப் பாலனை இப்படியே பேசிறது! அவன் பொல்லாத ரோசக்காரன்”

“ஆச்சி... அவையளுக்கு சாதி சொல்லி... சாதித்தொழில் சொல்லி... பேசித்தான் பழக்கம். அம்பட்டன் படிச்சு வந்திட்டால் அவையளுக்குச் சிரைக்க ஆளில்லாமல் போகும்”

“அப்படியே சங்கதி! அதுக்காகவே என்ரை பாலனை பள்ளிக்குடத்தால கலைக்கினம்!”

“எல்லாத்துக்கும் ஒரு உள்நோக்கம் இருக்குது ஆச்சி. அவனைப் பற்றித்தான் நான் யோசிச்சுக் கொண்டு இருக்கிறேன்”

“என்ன மோனை யோசிக்கிறது? எல்லாம் தலையிலே எழுதினபடி தான் நடக்கும். எல்லாருக்கும் எழுத்தாணியால எழுதின கடவுள், எங்களுக்கு மட்டும் கொக்காரைக் காம்பாலே எழுதிப் போட்டான்.”

“அது சரி ஆச்சி, அவனை இப்படியே விளையாடிக்கொண்டு திரிய விட்டிட்டு என்ன செய்யப் போகிறம்?”

“நீ ஒருத்தன் தனி ஆளாகக் கையடிச்சு இந்தக் குடும்பத்தைக் கொண்டிழுக்க ஏலாது. நாங்கள் அரை வயிறு காவயிறோடை கிடந்து சாக வேண்டியதுதான். அவனைத் துணைக்குக் கூட்டிக் கொண்டு திரி. அவன் வேலை பழகினதுமாச்சு”

“ஆச்சி, இதென்ன கதை? அவனையும் குடிமை பாக்கச் சொல்லுறியே?”

“வேறை என்ன செய்கிறது? கோறணமேந்தில உத்தியோகம் பாக்கப் போகிறானே?”

“அவனை ஒரு கடைக்கு அனுப்புவம்”

“அது நல்லது தான், ஆரோடை விடப்போகிறாய்?”

“இஞ்சினை வசதியில்லை”

"அப்ப...?"

"பதுளைக்கு..."

"அது எங்கே மேனை... சிங்கள ஊரே? அது வேண்டாம்!"

"பதுளை தமிழருள்ள இடம்"

"கண்காணாத ஊருக்கு என்ரை ராசாவை அனுப்பிப் போட்டு நான் இஞ்சை இருக்கேலாது மேனை!"

"எல்லாம் அவன்ரை நன்மைக்காகத்தான்"

"அதென்னவோ... அவனை விட்டிட்டு நான் எப்பிடி இருக்கிறது?"

"அவன் ராசா மாதிரி உனக்கு முன்னாலை வந்து நிப்பான்... பாரணை ஆச்சி!"

"அதுக்கு இந்தப் பாலனையோ...?"

"தொழில் இந்த வயதிலேதான் பழகவேணும்"

"எனக்கு ஒண்டுமா விளங்கயில்லை, மேனை"

"நான் ஓமெண்டு சொல்லிப் போட்டேன்"

"ஆருக்கு...?"

"உன்ரை தம்பிக்கு"

"ஆரை மேனை சொல்லுகிறாய்?"

"சரவணை அம்மானை"

"அவன் ஒரு கசவாரமெடா"

"மணியன் தொழில் பழகி... திருந்தி வரட்டும். மற்றதுகளைப் பிறகு பாப்பம்"

"எனக்கென்ன தெரியும் மேனை! ஏதோ உன்ரை எண்ணப்படி செய்"

பொன்னியை ஒருவாறு சமாதானப்படுத்தி முத்தன் சம்மதிக்க வைத்துவிட்டான். இனி, அம்மான் சரவணை முதலாளியுடன் பதுளைக் கடைக்கு மணியனை அனுப்பி வைக்க வேண்டியதுதான்.

04

மகள் திருமணத்தை நடத்தி முடித்துவிட வேண்டும் என்னும் எண்ணத்தில் லோயர் முத்தி சில ஆண்டுகள் இரகசியமாகப் பல இடங்களில் மாப்பிள்ளை கேட்டு ஓடித்திரிந்தாள். ஒரு இடமும் அவள் மகளுக்குப் பொருந்தி வருவதாக இல்லை. இறுதியில் அவள் நன்றாகக் களைத்துப்போன நிலையில், துன்னாலைப் பகுதியில் இருந்து ஒரு மாப்பிள்ளை பொருந்தி வந்தது. பின்னர் யாரோ தருணம் பார்த்திருந்து அதற்கும் 'கல்லுக்குத்திப்' போட்டார்கள். அதுவும் ஒப்பேறாமல் குழம்பிப் போனது.

பொன்னியின் மகன்மார் முத்தி மகளுக்கு முறை மாப்பிள்ளைமார். பொன்னி, முத்தி இருவரும் 'மாத்துச் சம்பந்தம்' செய்து கொண்டவர்கள். முறை மாப்பிள்ளைமார் கைக்குள் இருக்க, வெளியில் மாப்பிள்ளை தேடி முத்தி அலைந்தாள். அதைப் பொன்னி அறிந்துவிடக்கூடாது என்று முத்தி எச்சரிக்கையாக நடந்துகொண்டாள். ஆனால் அவள் எண்ணம் கைகூடுவதாக இல்லை. மகள் சரசிக்கும் வரவர வயது ஏறிக்கொண்டு போகிறது. 'சூத்தைகுத்தினது, புழுக்குத்தினது பார்க்கப்போனால், கடைசியிலே குமர் முத்திக் குரங்காகப் போன கதையாக முடியும்!' என முத்தி உள்ளூர அஞ்ச ஆரம்பித்தாள்.

தனது வாய் வல்லமையில் அசைக்க முடியாத ஒரு நம்பிக்கை முத்தி மனதில் எப்போதும் உண்டு. எதையும் தன்னால் பேசி வெல்லமுடியுமென நம்பி இருந்தாள். அந்த நம்பிக்கை மகள் சரசி விஷயத்தில் பலிக்காதுபோனது அவளுக்குப் பெரிய ஏமாற்றந்தான்.

"மோளை நெடுக வைச்சிருக்கிறாய் முத்தி! நல்ல முறை மாப்பிள்ளை மாரெல்லே இருக்கினம்!" இடையிடையே சிலர் வினாவிக் கொண்டிருக்கின்றார்கள்.

அந்தச் சந்தர்ப்பங்களில் எல்லாம், "பேந்தும் ஒண்டுக்கை ஒண்டு செய்கிறதோ... எண்டு யோசிக்கிறேன்!" எனப் பட்டும் படாமலும் சொல்லி நழுவிக்கொண்டு வந்தாள்.

முத்தி வீட்டுப் பக்கம் வேறுதேவையாக முத்தன் செல்ல வேண்டி நேர்ந்தால், அவள் முற்றத்தில் ஒரு கால் வைக்காமல் திரும்பி வரமாட்டான். வருடத்தில் ஒரு தடவை அல்லது இரண்டு தடவை இப்படி அவனுக்குப் போகக் கிடைக்கும்.

அன்று முத்தி வீட்டில் முத்தனுக்கு அமோக வரவேற்பு அவன் எதிர்பார்க்காத விதமாக நடக்கும்.

"பிள்ளை கொத்தான் வந்திருக்கிது..." முத்தி மகளுக்குக் குரல் கொடுப்பாள்.

"கொத்தானுக்குத் தேத்தண்ணி கொண்டுவந்து குடு!"

"வெத்திலை எடுத்துவந்து கொத்தானுக்கு குடு!"

"அடுப்படிக்குள்ள போய் ஒளிக்காதே...! என்ன வெக்கம்...? உன்ரை கொத்தான்தானே!"

"பிள்ளை...! கொத்தானை மத்தியானம் இருந்து சாப்பிட்டு விட்டுப் போகச்சொல்லு!"

முத்தன் அங்கு போய்ச் சேர்ந்தால் போதும், அவனை மாய்ந்து மாய்ந்து உபசரிப்பாள். வலிந்து வலிந்து அவனிடம் போகும் வண்ணம் மகள் சரசியை ஏவிக்கொண்டிருப்பாள்.

சரசி முத்தனை வளைத்தெடுத்துப்போட வேண்டுமென்பது முத்தி மனதில் இருக்கும் அந்தரங்க ஆசை. ஆண் ஒருவனைத் தனது எண்ணம் போல வசப்படுத்தும் நளினம் கைவரப்பெறாத குமரிப்பெண் யாரும் இல்லை. அந்தத் திறமை, சாதுரியம் தனது மகள் சரசிக்கு இல்லையென முத்தி குறைபட்டுக் கொண்டாள். இதைப்போய்த் தான்பெற்ற பிள்ளையிடம் ஒரு தாயானவள் வாய்திறந்து சொல்ல முடியுமா? முத்தி மனம் பொறுக்க முடியாமல் சில சமயங்களில் சாடை மாடையாக மகளைக் கண்டித்தும் இருக்கிறாள்.

"நீ என்ன குமரி! அவன் ஆர்...? உன்ரை கொத்தான் தானே!" எனச் சரசியைத் தூண்டிக் கொண்டிருந்தாள்.

முத்தியின் தூண்டுதலால் முத்தன் பற்றிய சலனம் சரசி உள்ளத்தில் தோன்றாமலில்லை.

ஆனால் முத்தன் மனதில் என்னதான் நினைத்துக் கொண்டிருக்கின்றான்! முத்திக்கோ, மகள் சரசிக்கோ தெளிவாகத் தெரியாது. கைக்குள் பிடிபட்டால் நீருக்குள் நழுவி நழுவி ஓடும் மீன் போல அவன் பிடிகொடாமல் விலகி விலகி ஓடிக் கொண்டிருக்கின்றான்.

அவன் மனதை அளந்து பார்க்கும் நோக்கத்துடன், சிலசமயம் முத்தி சொல்லுவாள் -

"தம்பிக்கும் வயது வந்திட்டுது"

"பொன்னி மச்சாள் என்ன செய்வா... ஏலாவாளி!"

"உங்களுக்கு நல்லது நறியதை... நாக்குக்கு இதம்பதமாகச் செய்துதர... நேரகாலத்துக்கு ஒரு தண்ணி வெண்ணி எரிச்சுத்தர ஆளில்லை...!

அவள் சொல்வதையெல்லாம் மௌனமாகக் கேட்டுக்கொண்டு அவன் மெல்லச் சிரித்த வண்ணம் இருப்பான். இறுதியில் அவள் வீசும் வலையில் அகப்படாமல் தப்பித்து எழுந்து சென்றுவிடுவான்.

முத்தன் மகளுக்கு மாப்பிள்ளையாக வந்து வாய்க்க வேணுமே! முத்தனைத் தருவதற்குப் பொன்னி சம்மதிப்பாளோவென முத்தி மனம் ஏங்கினாள்.

வேறு மார்க்கம் எதுவும் இருப்பதாக முத்திக்கு மனதில் தோன்றவில்லை. பொன்னி வீட்டுக்குப் போகவேண்டும், மாப்பிள்ளை கேட்டு. பொன்னியிடம் மாப்பிள்ளை கேட்டு தான் போவதை அவள் மனம் விரும்பவில்லை. அதைத் தவிர்த்துக் கொள்வதே அவள் எண்ணம். அவள் கணவன் கட்டையனைப் பிடித்து, தந்திரமாகப் பொன்னியிடம் அனுப்பி வைப்பதற்குத் தீர்மானித்தாள்.

"ஒருக்கால் உன்ரை தங்கை வீட்டுக்குப் போவிட்டு வாவன்"

"ஏன் போகச் சொல்கிறாய்...?"

"ஏன் எண்டு கேட்கிறியோ? அதுதானே உன்னை மோட்டுக் கட்டையன் எண்டு சொல்லுகிறது! உன்னைக் கொண்டுவந்து என்ரை தலையிலே கட்டிவிட்டினம்"

"என்ன சொல்லுகிறாய்?"

"ஓமோம்... அப்பமெண்டால் உனக்குப் புட்டுக் காட்டத்தானே வேணும்"

"அப்படியெண்டால்...?"

"எட அறுவானே...! இப்பவும்... பிடிச்சு மூத்திரம் பெய்யத் தெரியாத பால்குடி நீ!... எனக்கு எங்கேயோ எல்லாம் பத்திக் கொண்டு வருகிது. ஒரு குமர்ப்பிள்ளையை வைச்சுக்கொண்டு உனக்கு ஒவ்வொண்டாக நான் சொல்லித்தரவேணும்!"

கட்டையன் இதற்குமேலும் வாய் திறப்பானா!

அவன் மௌனமாக இருந்துவிட்டான். முத்தியோடு பேசப் போனால், அவள் வாயில் வந்தவாறு கொஞ்சமும் மதிப்புக் கொடுக்காமல் தன்னை ஏசுவாள். தங்கைச்சி பொன்னி எல்லாம் அறிந்திருப்பாள். அவள் சொல்லுவாள். அதைக்கேட்டு வந்து இவளுக்குச் சொல்லுவம் என கட்டையன் மனதில் தீர்மானித்துக்கொண்டான்.

கட்டையன் அன்றே புறப்பட்டு, தங்கை பொன்னி வீடு போனான்.

கட்டையன் நீண்ட காலத்துக்குப் பிறகு தங்கை பொன்னியைத் தேடிக்கொண்டு வந்திருக்கின்றான். நல்ல காரியமாகத் தனது தங்கையிடம் உரிமையுடன் அவனை அனுப்பி வைத்திருக்கின்றாள், முத்தி. காலையில் வீட்டில் இருந்து புறப்பட்டுச் சென்றவன், தங்கை வீட்டில் தங்கி நின்று, மதிய உணவு முடிந்து ஆறி அமர்ந்து வருவானென முத்தி எதிர்பார்த்திருந்தாள்.

ஆனால் அவன் போன வேகத்தில், காலாறாமல் உடனே வீட்டுக்குத் திரும்பிவந்து சேர்ந்தான். அவன் சற்றுநேரம் தரித்திருக்காமல் உடனே வந்துவிட்டது கண்டு முத்திக்கு ஒரே வியப்பு!

"இஞ்சை என்ன களவு போகுதெண்டு கால் தரிக்காமல் ஓடி வந்து விட்டாய்?"

"போன இடத்தில் சும்மா குந்திக்கொண்டு இருக்கிறதே!"

"பொன் காத்த பூதம் போல எப்பவும் வீட்டுக்குள்ளே கிட... அது சரி... போன காரியம் என்ன?"

"என்ன காரியம்...?"

"எட அறுவானே... மோடா... மோடா... உன்னை என்னத்துக்கு அங்கே நான் அனுப்பினனான்?" முத்திக்குச் சினம் சிரசு முட்ட ஏறிக்கொண்டு வருகிறது. அவனை அடிக்க வேண்டிய கைகளால் தனது தலையில் போட்டு அடிக்கிறாள்.

"நீ எனக்கென்ன சொல்லி விட்டனி...?" கட்டையன் மெல்ல நசிகிறான்.

"ஓமோம்... சொல்லாமல் உனக்கென்ன தெரியும்! எல்லாம் நான் சொல்லித் தரவேணும்! நீயும் ஒரு ஆம்பிளை எண்டு இருக்கிறாய்!"

"ஹி... ஹி... ஹி... ஹி..."

"என்ன ஹி... ஹி... பேய்ச்சிரிப்புச் சிரியாதே! எனக்கு வாயிலே வருகிது... நான் ஒரு பேச்சி. உன்னையும் ஒரு ஆம்பிளை எண்டு அனுப்பி வைச்சன் பார்! என்ரை புத்தியைச் செருப்பாலை அடிக்க வேணும்" லோயர் முத்தி மனம் சலித்துக் கணவனை ஏசுகின்றாள்.

மகளுக்கு மாப்பிள்ளை வெளியில் தேடி அலைந்த சங்கதி பொன்னி அறியாமல் இருக்கமாட்டாள். ஊர்க்கதை கதைப்பதற்கென்று சிலபேர் இருக்கின்றார்கள். பொன்னி காதில் எவளாவது ஒருத்தி கதையைச் சுமந்து போய் இறக்காமல் இருக்கமாட்டாள். அதனால் தான், கட்டையனைத் தந்திரமாக முதலில் அனுப்பி வைத்தாள், நிலைமையை அறிந்து வருவதற்கு. அது சரிவராது போனது. ஆனாலும் தான் யாரையும் வாயாலே வெட்டியாளக் கூடியவள் என்ற நம்பிக்கை அவளுக்கு இருக்கிறது. லோயர் முத்தியை யாரும் அசைக்கேலாது. மகள் சரசிக்கு முத்தன் தான் மாப்பிள்ளை. பொன்னியுடன் சாதுரியமாகப் பேசி, சுளுவாகக் காரியம் முடித்துப்போடவேண்டுமென முடிவுசெய்து கொண்டாள்.

முத்தி தான் நேரில் போய்ப் பேசுவதற்கு முடிவு செய்தாள்.

குடிமைகள் | 45

ஒரு நல்ல காரியத்துக்குப் போகும்பொழுது வீசின கையும் வெறுங் கையுமாகப் போகலாமா! வாழைப்பழம் ஒரு சீப்பு, ஒரு தேசிக்காய், வெற்றிலை பாக்கு, சீனி தேயிலை எல்லாம் வாங்கி வந்து, ஒரு பன்பையில் வைத்து, கையில் தூக்கிக் கொண்டு ஒரு நல்லநாள் பார்த்து வீட்டிலிருந்து புறப்பட்டுப் போனாள்.

பொன்னிக்குத் தன் கண்களை நம்ப முடியவில்லை. முத்தி, வீடு தேடி தன்னிடம் வரவேண்டுமென அவள் விரும்பி இருந்தது உண்மை. என்றைக்கோ ஒருநாள் முத்தி வரத்தான் போகின்றாளென அவள் உள்மனம் சொல்லிக் கொண்டிருந்தது. ஆனால் இருந்தாற்போல அவள் வந்து நிற்பது கண்டு பொன்னியால் நம்பவும் முடியவில்லை. நடக்க முடியாத அதிசயம் ஒன்று நடப்பதாகப் பொன்னி தனக்குள்ளே நினைத்துக் கொள்ளுகின்றாள். அண்ணன் கட்டையன் நீண்ட காலத்துக்குப் பிறகு வந்தார். மகள் சம்பந்தம் பேசுவதற்கு அவர் வந்திருப்பதாகப் பொன்னி எதிர்பார்த்தாள். வந்தவர் வாய் திறக்கவில்லை. அது ஒரு அப்பிராணி. வாயில்லாப் பூச்சி. 'ஆனை வரும் பின்னே, மணியோசை வரும் முன்னே' என்பார்கள். கட்டையன் மணியோசையாகவுமில்லை. ஆனால் இப்பொழுது வந்திருக்கின்றது... முத்தி என்ற ஆனைதான்.

அடுக்களைக் குடிசைக்குள்ளே அடுப்புக்கு முன் அமர்ந்திருக்கின்றாள், பொன்னி.

"மச்சாள்..." நெஞ்சுக்கு நெருக்கமாக முத்தியின் குரல் எழுகிறது.

பொன்னி திரும்பி பார்த்து வியப்போடு "வா மச்சாள்..." என வரவேற்கிறாள்.

முத்தி மெல்லக் குனிந்து அடுக்களைக்குள்ளே நுழைகின்றாள்.

"மச்சாளுக்கு இப்பதான் வாறதுக்கு வழி தெரிஞ்சதோ... அல்லது வழி தவறி வந்திட்டியளோ...!" எனக் கேட்க வேண்டுமெனப் பொன்னி மனம் அவளைப் போட்டு உந்துகிறது. நுனிநாவரை வந்துவிட்ட வார்த்தைகளைச் சிரமப்பட்டு அடக்கிக் கொள்கிறாள். அருகில் கிடக்கும் மரப் பலகையை இழுத்து முத்திக்கு முன்னே தள்ளி, "இதிலெ இரு மச்சாள்" என உபசரிக்கின்றாள்.

வெற்றிலை எச்சில் தெறிச்சுச் சிதறி விழ வாயெல்லாம் பல்லாகச் சிரித்தவாறு கையோடு கொண்டுவந்திருக்கும் பையை முத்தி தூக்கிப் பொன்னியிடம் நீட்டுகின்றாள்.

பொன்னி கையில் அதை வாங்கி ஒரு புறம் வைத்துவிட்டு, வெற்றிலைத் தட்டத்தை எடுத்து அவள் முன் வைக்கின்றாள்.

முத்தி அமர்ந்து ஒரு கணத்தில் தனது கண்களைச் சுழற்றி அந்தக் குடும்பத்து நிலைமையை அளந்து கணக்கிட்டு விடுகின்றாள். 'தரித்திரம் பிடிச்ச இந்தக் குடும்பத்துக்குள்ளே என்ரை பிள்ளையைக் கொண்டு வந்து விடப்போகிறேனே!' என அவள் மனம் அந்தக் கணமே குழம்புகிறது. அடுத்த கணம், மனதை தேற்றித் தன்னை ஒருவாறு சுதாரித்துக்கொண்டு, "கொண்ணை வந்து சொன்னார்... மச்சாளுக்குச் சுகமில்லையெண்டு... அதுதான்..." பொன்னியைச் சுகம் விசாரிக்க வந்தவள் போலப் பேச்சை ஆரம்பிக்கின்றாள்.

அவள் தந்திரமான பேச்சுக் கேட்டுப் பொன்னிக்குச் சிரிப்பு வருகிறது. உதட்டுக்குள் மெல்லச் சிரித்துக்கொண்டு, "ஒரு நாளைக்குப் படுப்பன்... மற்ற நாளைக்கு எழும்புவன்... இது வழக்கமாப் போச்சு" என்கின்றாள்.

"முட்டு நோய் வந்தால் அதொரு சனியன். வேரற மாத்தேலாதாம்."

"ஓமோம்... அந்த நேரம் மருந்து திண்டிட்டு இருக்க வேண்டியதுதான்"

"பிறகு வந்திடும்... சொல்லுக்கேளாது..." சொல்லிக் கொண்டு வெற்றிலைத் தட்டத்திலிருந்து ஒரு பாக்கைக் கையிலெடுத்து, பாக்குவெட்டியில் அதனை வைத்து வெட்டுவதற்கு ஆரம்பிக்கின்றாள்.

"முதல் தேத்தண்ணியைக் குடிச்சுப்போட்டு வெத்திலையைப் போடு மச்சாள்" சொல்லிக்கொண்டு, அடுப்பில் கொதித்துக் கொண்டிருக்கும் வெந்நீரில் தேநீர் தயாரிப்பதற்கு முன்னர், பொன்னி சீனிப் பேணியை நோட்டமிடுகின்றாள். இரண்டு பேணி தேநீர் தயாரிப்பதற்குப் போதுமான சீனி அதனுள் இருக்கிறது. அவளுக்கு மனம் ஆறுதல் அடைகின்றது. தொடர்ந்து தேநீர் தயாரிக்கத் தொடங்குகின்றாள்.

முத்தி மெல்ல மெல்லப் பாக்கைச் சீவிக்கொண்டு, “மச்சாள் இந்த வருத்தத்தோடை வீட்டு வேலையளை எப்படிச் செய்கிறாய்?” தந்திரமாகத் தனது பேச்சை ஆரம்பிக்கின்றாள்.

“ஏலாதெண்டு நான் படுத்தால் பிள்ளை குட்டி என்ன செய்யும்?”

“அதுக்கு மச்சாள்... நெடுகிலும் இப்பிடி கசித்திப்பட ஏலுமோ?”

“ஏலும் வரை இசங்குவம்... ஏலாக் கையில் நான் என்ன செய்யிறது?”

பொன்னி பேசிக்கொண்டே தேநீர் தயாரித்து முடித்துவிட்டாள். வீட்டுக்கு வருகின்றவர்களை உபசரிப்பதற்கென்று வைத்துக் கொண்டிருக்கும் இரண்டு தகர மூக்குப் பேணிகளில் ஒன்றை எடுத்து நன்றாகக் கழுவி, அதில் தேநீரை ஊற்றி முத்திக்கு முன் வைக்கின்றாள்.

“பானடியிலெ விட்டுக் குடிக்கிற தேத்தண்ணி நல்ல ருசி” சொல்லிக் கொண்டு, கையில் வைத்துக் கொண்டிருக்கும் பாக்குச் சீவலை வெற்றிலைத் தட்டத்துக்குள் போடுகின்றாள் முத்தி. பின்னர் பொன்னி முகத்தைக் குறிப்பாக நோக்கி, “மச்சாள், தேத்தண்ணியைக் குடிக்கட்டோ?” என நெஞ்சுக்கு மிக நெருக்கமாக வினாவுகின்றாள்.

முத்தியின் அந்தரங்கமான உள்நோக்கத்தைப் பொன்னி சட்டென்று விளங்கிக் கொண்டு விடுகின்றாள். தந்திரமான அவள் பேச்சுக் கேட்டு உள்ளம் வியந்து கொண்டு, அதனை வெளியில் காட்டிக் கொள்ளாது, “என்ன மச்சாள் புதுக்கதை கதைக்கிறாய்! உன்ரை அண்ணண் வீட்டுத் தேத்தண்ணி... குடிக்கிறதுக்கு...!” பட்டும் படாமல் சொல்லுகிறாள்.

முத்தி அதற்கு மேல் பூடகமாக ஒன்றும் பேசவில்லை. “நீயும் கொஞ்சம் குடியன் மச்சாள்...!” என்று மாத்திரம் சொல்லிக் கொண்டு தேநீர் பேணியைக் கையிலெடுத்து அதன் மூக்கில் பிடித்து உறிஞ்சி உறிஞ்சிக் குடிக்கின்றாள்.

முத்தியைக் கண்டது முதல் மூத்தவன் வல்லி மனதுக்குள் ஒரே குதூகலம். வீட்டு மாலுக்குள் வல்லி, சின்னான், குட்டியன் மூவரும் மூலைக்கு மூலை உட்காந்திருக்கின்றார்கள். அவர்கள் மூவர் கவனமும் அடுக்களைப் பக்கமே திரும்பி இருக்கின்றது. பொன்னியும் முத்தியும் பேசிக்கொண்டிருப்பதைக் கூர்ந்து

அவதானித்துக் கேட்கின்றார்கள். முத்தியின் வரவை எதிர்பார்த்து வல்லி தனக்குள்ளே தினமும் ஏங்கிக் கொண்டிருந்தான். மாமன் கட்டையன் வந்து போனது அவன் மனதுக்கு நல்ல சகுனமாகத் தோன்றியது. மாமன் வருகையைத் தொடர்ந்து காரியங்கள் நடக்குமென நம்பிக்கையுடன் இருந்தான். எதிர்பார்த்தது போல எதுவும் நடக்கவில்லை. அவனுக்குப் பெரும் ஏமாற்றம். 'அம்மான் கட்டையன் பேருக்குத் தான் இருக்கிறார். அவர் ஒரு பெண்ணையன். எல்லாம் முத்தி மாமிதான். அவதான் தீர்மானிக்கிறதும், நடத்துகிறதும். இனிக் காரியம் கைகூடப்போகுது' என எண்ணி வல்லிக்கு மனதில் ஒரே ஆனந்தம்.

வல்லிக்கு இளையவன் முத்தன். முத்தனுக்கு நேரே இளையவன் சின்னான். சின்னானை அடுத்து குட்டியன். கடைக்குட்டி மணியன்.

சின்னான் எப்பொழுதும் வல்லியோடு வேடிக்கை பண்ணிக் கொண்டிருப்பான். இன்று அவனுக்கு வெறும் வாய்க்குப் பாக்குச்சப்பின மாதிரி. வல்லிக்குத் திடீரெனப் பிறந்திருக்கும் புதுக் குதூகலம் கண்டு சின்னான் வேடிக்கையாக நகைக்கிறான். அவன் குட்டியன் பக்கம் திரும்பி உதட்டை நெளித்து, கண்களைச் சிமிட்டி வல்லியைக் காட்டி நையாண்டி பண்ணுகிறான். குட்டியன் யாவையும் அவதானித்து விளங்கினவனாக மௌனமாக அமர்ந்திருக்கிறான்.

இனிப்பு உருண்டையைக் கண்டு கொண்ட சின்னஞ் சிறு குழந்தையாக வல்லி, கூர்ந்து கூர்ந்து அடுக்களையைப் பார்ப்பதும், காதைக் கவனமாகக் கொடுத்து கேட்பதும், தம்பிமாரைப் பார்த்து அப்பாவித்தனமாகச் சிரிப்பதுமாக, இருப்புக் கொள்ளாது அந்தரப்படுகின்றான்.

"ஆச்சி...!"

அவர்கள் இருவர் கவனம் திரும்புகிறது.

அண்ணனும் தம்பிமாரும் திரும்பிப் பார்க்கின்றார்கள்.

விளைந்து கொழுத்த மரவள்ளிக் கிழங்குகள் இரண்டைக் கையில் தூக்கிய வண்ணம் முற்றத்தில் முத்தன் நிற்கின்றான்.

மலர்ந்து கிடக்கும் வல்லி முகம், முத்தன் வந்து நிற்பது கண்டு சட்டென்று கறுக்கிறது.

"வாருங்கோ தம்பி வாருங்கோ... உங்களைக் கண்டுகொண்டு போகவேணுமெண்டு... நான் காத்துக் கொண்டிருக்கிறன்" என்கிறாள் ஆதரவாக முத்தி.

முத்தி பேச்சுக் கேட்டு, வல்லி வாய்க்குள் எதனையோ சொல்லிப் புறுபுறுக்கிறான்.

"இருங்கோ மாமி..." முத்தன் சொல்லிக் கொண்டு, அடுக்களை வாசலில் குனிந்து, கிழங்கு இரண்டினையும் பொன்னி கையில் கொடுக்கின்றான். பொருமிக் கிடக்கும் மடியை அவிழ்த்து, அதனுள் உள்ள பச்சை மிளகாய்களைக் கையில் எடுத்து, அவைகளையும் அவளிடம் கொடுக்கின்றான்.

மரவள்ளிக் கிழங்கை கண்டபோது, "இண்டைக்குச் சாப்பாடு இதுதான்" என பொன்னி மனசு சொல்லுகின்றது.

"மாமி இருந்து போங்கோ... நான் அவசர வேலையாக ஒருடத்துக்குப் போய் வரவேண்டி இருக்கு..." என முத்தியிடம் சொல்லிக்கொண்டு அவள் வாய் திறப்பதற்கு முன்னர் அங்கிருந்து நழுவிப் போய்விடுகின்றான்.

முத்தன் தன்னைக் கண்டுதான் இப்படி ஓடுகிறான் என, முத்தி விளங்கிக் கொள்ளுகின்றாள். அவன் விலகிப் போவது அவள் மனதுக்குப் பெரிய ஏமாற்றமாகத் தோன்றுகிறது. தனது மனச்சங்கடம் வெளியில் தெரியாதவாறு மறைத்துக்கொண்டு, தேநீரைப் பருகுகின்றாள்.

வல்லி முகத்தில் மீண்டும் ஆனந்தம் துளிர்க்கிறது.

சின்னான் உதட்டைக் கடித்துக் கொண்டு நமட்டுச் சிரிப்புச் சிரிக்கின்றான்.

முத்தி தேநீர் பருகி முடிகிறது. உடனே வெற்றிலை எடுத்துப் போடுகின்றாள். பின்னர் வாசலுக்கூடாக எட்டி எட்டி வெளியே துப்பிவிட்டு, நாக்கு நன்றாகச் சிவந்து கிடக்கிறதா என நாக்கை நீட்டிப் பார்க்கின்றாள். பிறகு ஒரு துண்டுப் புகையிலையை கையிலெடுத்து வெற்றிலையோடு காரமாக வாய்க்குள் அதக்கிக்கொண்டு வெற்றிலைத் தட்டத்தைப் பொன்னி பக்கம் நகர்த்துகின்றாள். அதன் பிறகு "கொண்ணர் எல்லாம் சொல்லி இருப்பார்... அப்ப... நான் போவிட்டு வாறன் மச்சாள்" என்கிறாள்.

பொன்னி பட்டென்று நிமிர்ந்து அதிசயமாக அவள் முகத்தை நோக்குகின்றாள்.

"என்ன மச்சாள் பாக்கிறாய்?"

"என்ன சொல்லுகிறியள் மச்சாள்?"

"கொண்ணர் ஒண்டும் சொல்லயில்லையே?"

"இல்லையே...!"

"தங்கச்சி நல்லாக் கசித்திப்படுகிறாள். அவளுக்குகொரு துணை வேணுமெண்டு அங்கெ வந்து கவலையோடை சொல்லுகிறார்..."

"சொல்லி இருப்பார்... சொல்லி இருப்பார்..." என லேசான நையாண்டியாகக் கூறிவிட்டு, "அதுக்கென்ன செய்கிறது!" என்கிறாள் பொன்னி.

"என்ன செய்கிறதோ...! இது நல்ல கதை. எள்ளை வைச்சுக் கொண்டு எண்ணெய்க்குத் திரிஞ்ச சங்கதியாகக் கிடக்கு."

முத்தி தலையை நீட்டிப் பளிச்சென்று அடுக்களை வாசலில் துப்புகின்றாள்.

"எள்ளுக்கு நான் எங்கே போகிறது?" என்கின்றாள் பொன்னி.

"கனக்க ஏன் கதைப்பான். உன்ரை மருமோள்தானே இருக்கிறாள். கூட்டிவந்து வைச்சிரன், ஆர் மறுக்கிறது! நீயும் உன்ரை மருமோளும்... ஏதோ பட்டதுபாடு"

"நான் அதுக்கு மறுப்பில்லை மச்சாள்!"

"என்ரை மச்சாளை எனக்குத் தெரியாதோ! உன்ரை மருமோளை நீ புறக்கணிக்க மாட்டாய்! எதுக்கும் தம்பியை ஒரு சொல்லுக் கேட்கத்தானே வேணும்!"

"அவன் மறுக்கமாட்டான்..."

"எண்டாலும் தம்பியை ஒரு சொல்லுக் கேக்கலாமெண்டால்... அவர் அவசரமாகப் போகிறார்"

"மச்சாள்! ஆரைச் சொல்லுறியள்?"

"வேறை ஆர்! முத்துவைத்தான்"

பொன்னி உள்ளத்தில் சூடு கிளம்புகிறது. அவள் விழிகளை அகலத்திறந்து முத்தி முகத்தை வெறுப்புடன் பார்த்த வண்ணம் மௌனமாக இருக்கின்றாள்.

"மச்சாள் என்ன பேசாமல் இருக்கிறியள்?" கேட்கின்றாள் முத்தி.

"இந்தக் கதைக்கு என்ன சொல்லுகிறது?"

"ஏன்?"

"பஞ்சபாண்டவர்கள் போல எனக்கு அஞ்சு பிள்ளையள். மூத்தவன் தருமன் போல வல்லி இருக்க, முத்தனுக்குச் சோறு குடுக்க நான் சம்மதிக்கமாட்டேன்"

"மச்சாள், உன்ரை மருமோளும் சம்மதிக்க வேணும்"

"மருமோளை ஏன் கேட்கவேணும்?"

"மச்சாள் என்ன சொல்லுகிறாய்?"

"புதிசாக என்ன சொல்லுகிறது! என்ரை விருப்பம் கேட்டே, உன்ரை அண்ணணை எனக்குக் கட்டி வைச்சவை! நீ என்னைப் போல ஒரு பொம்பிளை, அது சரியில்லை எண்டு தடுத்தனியே? அந்த மனிசனை ஒரு நாள் பார்த்து நான் சீறிச் சினந்திருப்பனே! எல்லாத்தையும் ஒக்கலிச்சு வாழ்ந்து, அஞ்சு பிள்ளையள் பெத்துப் போட்டன். மூண்டு பிள்ளையள் அவரைப் போல, சப்பாணியாகப் பிறந்திட்டுதுகள். அதுக்கென்ன செய்கிறது?" பொன்னி சற்றுச் சூடாகவே அழுத்தமாகப் பேசுகின்றாள்.

முத்தி எதிர்பார்க்கவில்லை. இப்படிக் காட்டமாகப் பொன்னி பேசுவாள் என்று அவள் நம்பவில்லை. பொன்னி பேசிய வார்த்தைகள் உண்மை. அவை மனதைப் போட்டு நெருடுகின்றன. ஆனால் பொன்னி வார்த்தைகளால் தன்னை மடக்குவதா...? என்ற ஆங்காரம் லோயர் முத்தி மனதில் மெல்லத் தலை தூக்குகிறது. அந்த எண்ணத்தை உள்ளத்தில் மறைத்து வைத்துக்கொண்டு, சற்றுக் கேலி போலக் கேட்கின்றாள், "உன்ரை பாண்டவர்கள் அஞ்சு பேருக்கும் ஒரு திரௌபதி அம்மனைத் தேடுகிறாய் போல..." என.

பொன்னி இடைமறித்து "உண்மைதான், அஞ்சு பேருக்கும் தாய் போல இருக்கிற ஒரு பெம்பளை இந்த வீட்டுக்கு வேணும்" என்கிறாள்.

கதையை மேலும் வளர்க்க முத்தி விரும்பவில்லை. வார்த்தைகள் தடித்துக்கொண்டு போனால் எல்லாம் முறிந்து போய்விடும். தனது நோக்கம் பிழைத்துப் போய்விடும். முத்தி சற்று நேரம் வாய் மூடி மௌனம் காக்கிறாள். பிறகு "முடிவாக என்ன சொல்லுகிறாய் மச்சாள்?" எனத் தாழ்ந்த குரலில் மெல்லக் கேட்கிறாள்.

முத்தியின் திடீர்ப் பணிவு பொன்னி நெஞ்சைத் தொட்டு விடுகிறது.

"மச்சாள் நான் சொல்லுகிறதுக்கு ஒண்டுமில்லை! தமையன் இருக்க... தம்பி முத்தன் ஒரு போதும் சம்மதிக்க மாட்டான்" என்கிறாள் ஆதரவான வார்த்தைகளில்.

லோயர் முத்தி முகம் சுண்டிப் போகிறது. வாயடைத்துத் தலை குனிந்து இருக்கின்றாள்.

அதிருப்தியான அமைதி அங்கு வந்து கவிந்து கிடக்கிறது. முத்தி வெற்றிலைத் தட்டத்தில் அநிச்சையாகக் கை வைத்து வெற்றிலையைக் கிள்ளிக் கிள்ளிப் போட்டுக் கொண்டிருக்கின்றாள். பாக்குச் சீவலை உடைத்து உடைத்து உதிர்த்துகின்றாள்.

மனங்கள் குழம்பி இருக்கும் போது உறைந்து கிடக்கும் மௌனம் போலக் கொடியது வேறொன்றுமில்லை.

இந்தக் கொடுமையைச் சிறிது நேரம் அவர்கள் அனுபவித்துக் கொண்டிருக்கின்றார்கள்.

பின்னர் ஆழமான ஒரு பெருமூச்சு முத்தி நெஞ்சைச் சுட்டுக்கொண்டு வெளியேறுகின்றது. 'எல்லாம் தலை விதிப்படிதான் நடக்கும்' என மனதைத் தேற்றித் தன்னை ஆசுவாசப்படுத்திக்கொண்டு, "சரி, ஒரு நல்ல நாள் பார்த்துச் சடங்கை முடிப்பம்" என்கிறாள் அடித்தொண்டையால்.

"சரி... அப்பிடிச் செய்வம்"

"இனி என்ன... மச்சாள் நான் வரப்போகிறன்" முத்தி முகவாட்டத்துடன் அங்கிருந்து மெல்லக் கிளம்புகின்றாள்.

பொன்னி மனம் திடீரென மலர்கிறது.

முத்தன் கொண்டுவந்திருக்கும் மரவள்ளிக் கிழங்குகளில் ஒன்றை எடுத்து முத்தியின் பைக்குள் வைத்து, அவள் கையில் பொன்னி கொடுக்கின்றாள்.

முத்தி மெல்ல எழுந்து அடுக்களைக்குள்ளே இருந்து தலை குனிந்து வெளியேறி முற்றத்துக்கு வருகின்றாள். அவளைத் தொடர்ந்து பொன்னி வெளியில் வருகின்றாள்.

வல்லியும் மற்ற இருவரும் மாலுக்குள் இருக்கின்றார்கள்.

வல்லி ஆவலுடன் முத்தி முகத்தை நோக்குகின்றான்.

சின்னான் முத்தியையும் வல்லியையும் பார்த்துப் பார்த்து உதட்டுக்குள் நகைக்கின்றான்.

குட்டியன் நடக்கின்றவைகளை அவதானித்துக் கொண்டிருக்கின்றான்.

முத்தி அவர்களைப் பார்த்தும் பாராமல், "போவிட்டு வாறன்" எனச் சொல்லிக் கொண்டு சோர்வுடன் வெளியே நடக்கின்றாள்.

வல்லி உற்சாகமாகக் குடுமியை ஒரு தடவை குலைத்து உதறி, மீண்டும் அதனை முடிந்து கொள்ளுகின்றான்.

05

மணியன் பதுளைக்குப் புறப்படுகின்றான். இதற்கு முன்னர் வீடுதான் அவன் உலகம். வேறு உலகம் என்பது அவனுக்குக் கற்பனையிலும் தெரியாது. ஒரு கற்பனை தோன்றுவதற்கு மிகச் சிறிய புள்ளி அளவிலாவது ஒரு ஆதாரம் வேண்டும். புகைவண்டி இதுவரை கண்களால் காணாதவன் மணியன். யாழ்ப்பாணக் குடாநாட்டில் வடமராட்சிப் பகுதி, ஒரு வகையில் ஒரு தீவுதான். வடமராட்சியார் புகைவண்டி பார்ப்பதற்குத் தென்மராட்சியிலுள்ள கொடிகாமம் போக வேண்டும். அல்லது வலிகாமம் காங்கேசன்துறைக்கோ, யாழ்ப்பாணத்துக்கோதான் போயாக வேண்டும். மணியன் வடமராட்சிப் பகுதியே நன்றாக அறியாதவன். தான் பிறந்த கிராமத்துக்குள்ளே அரையில் கட்டிய கோவணத்துடன், சில சமயம் ஒரு துண்டுத் துணியுடன், கையில் ஒரு சுண்டு வில்லுடன் சுற்றி அலைந்துகொண்டு திரிந்தவன்.

பதுளைக் கடை முதலாளி விபரம் தெரிந்த மனிதர். மணியனைத் தன்னுடன் அழைத்துக்கொண்டு செல்வதற்கு முன்னர், அவனுக்குத் தான் என்ன செய்யவேண்டுமென்று உணர்ந்திருந்தார். கட்டின கோவணத்துடன் ஊர் சுற்றித் திரிந்தவனை அப்படியே ரயிலில் ஏற்றிக்கொண்டு போவதற்கு முடியுமா? இரண்டு சோடி சாரம், ரீ சேட் வாங்கி வீட்டுக்கு அனுப்பி வைத்தார். அவைகள் தனக்குத்தான் உரியவைகள் என்பதை மணியனால் நம்புவதற்கு இயலவில்லை. ஒரே நேரத்தில் இரண்டு சோடியா...? அந்த அதிசயத்தில் அகலத்திறந்த வாய் மூடாமல், விழிகளை நன்றாக விரித்துப் பார்க்கின்றான். ‘சரவணை முதலாளி நல்லவர் தான்...’ என மனதில் தீர்மானித்துக் கொள்ளுகின்றான்.

ஆச்சி, அண்ணன்மாரை பிரிந்து போவதை நினைத்து அவன் மனம் கலங்குகின்றான். ஊரை விட்டுப் போகின்றேனே... என எண்ணிக் கவலைப்படுகின்றான். வீட்டுக்கு அண்மையில் அவன்

பொழுதுபோக்கும் அந்தப் புளியமரச் சோலை. அவன் வீட்டில் இல்லையானால், அந்தப் புளியமரங்களுக்கு மத்தியில் அவனைப் பார்க்கலாம். ஒன்றா, இரண்டா, ஏழு மரங்கள் வளர்ந்து நிற்கும் பெரிய சோலை. கோடையிலும் குளு குளுவென இளங்காற்று வீசிக் கொண்டிருக்கும் அடர்ந்த குளிர்நிழல் தரும் சோலை. அந்த முதிய மரங்களின் வேர்களில் அமர்ந்திருந்து அவன் அனுபவிக்கும் இனிய சுகம் ஒன்று தான், அவன் வாழ்வில் அனுபவித்த ஒரேயொரு இன்பம். பிறர் இன்பம் என்று சொல்ல அவன் கேட்டிருக்கின்றான். ஆனால் அவன் வீட்டுப்பக்கம் அது எட்டிப் பார்த்ததில்லை.

அவன் கல் எடுத்து சுண்டு விரலில் வைத்து, புளிய மரத்தை நோக்கி அடிப்பான். பழமும் காயும் பொல பொல என்று நிலத்தில் வந்து விழும். பொறுக்கி எடுத்துப் புளிக்கப் புளிக்க, கண்களைக் கூசி முகத்தைச் சுழித்துக் கடித்துச் சுவைப்பான். புளிய மரக்கொப்புகளில் தாவி ஓடும் அணில்களைக் கண்டுவிட்டால் இலக்கு வைத்து அடிப்பான். அவன் இலக்கு என்றுமே தப்பினதில்லை. அணில் தொப்பென்று கீழே வந்து விழும். துடிக்கத் துடிக்க அதைக் கையில் தூக்கிக்கொண்டு பொன்னியிடம் ஓடிப்போவான். “ஆச்சி இதைச் சுட்டுத்தாணை... சுட்டுத்தாணை... தின்னுகிறதுக்கு...” என பொன்னியைப் போட்டு அலட்டிக்கொண்டு நிற்பான். கால் பெருவிரல்களில் ஊன்றி மெல்ல மெல்ல அவதானமாக முள்ளுப் பற்றைக்குள் அடியெடுத்து வைத்து நடந்துசென்று, தங்கமாகத் துலங்கும் காரைப் பழங்களைப் பிடுங்கிச் சுவைப்பான். கொத்துக் கொத்தாகக் காய்த்துத் தொங்கும் பவளம் போன்ற ஈச்சங் குலைகளை வெட்டி எடுத்து வீட்டுக்குக் கொண்டுவருவான். ஒரு முட்டிக்குள் உப்புநீரை ஊற்றி அந்த நீரில் ஈச்சங் குலையை அமுக்கிப் பழுக்க வைப்பான். இரண்டு நாட்களின் பின்னர் பார்த்தால், தடித்த கருநீல நாவற் பழமாகப் பழுத்துக் கிடக்கும். அந்த ஈச்சம் பழங்களை எடுத்து இனிக்க இனிக்கச் சுவைப்பான்.

சுதந்திரமாகத் தான் அனுபவித்திருந்த இந்த இன்பங்கள் எல்லாம் இனித் தனக்கில்லை என்று எண்ணி மனம் ஏங்குகின்றான். என்னவென்று வெளியில் எடுத்துச் சொல்வதற்கு இயலாத பீதியினால் உள்ளம் உளைகின்றது. ‘சரவணை முதலாளியுடன் போகமாட்டேன்’ என மறுத்துச் சொல்லுவோமா... என்று அவன் மனம் குழம்புகிறது. அண்ணன் முத்தன் தன்னை இஷ்டம் போல நடப்பதற்கு விட்டுவிடப் போவதில்லை. அண்ணன் ஒரு முடிவு செய்தால், அது நல்லதுக்காகவே இருக்கும். பதுளைக் கடை

முதலாளி புதிய உடுப்புகள் வாங்கித் தருகின்றார். பதுளைக்குப் போவதற்கு மறுத்தால் அவர் சும்மா விட்டுவிடுவாரா? புதுமணம் மணக்கும் அந்தப் புத்தம்புது உடுப்புகளை பதுளை முதலாளி நிச்சயம் பறித்தெடுத்துக்கொண்டு போய்விடுவார். அதை இழந்து போகக் கூடாதென மனம் ஏம்பலிக்கிறது. குழம்பிக் கொண்டிருக்கும் மனதை மிகச்சிரமப்பட்டு அவன் கட்டுப்படுத்த முயற்சிக்கின்றான். குடும்பத்தில் எல்லோரையும் பிரிந்து, ஊரை விட்டுப் போகவேண்டும் என்பதே உள்ளத்தில் அவனை ஏங்க வைக்கிறது.

மணியன் தன்னைப் பிரிந்து செல்ல இருப்பது அறிந்த நாள் முதல், பொன்னி முகம் களை இழந்து இருண்டுபோனது. அவன் வீட்டிலிருந்து புறப்படும் சமயம், அவள் அதுவரை உள்ளே அடக்கி வைத்துக் கொண்டிருந்த உணர்வுகள் வெடித்துப் பீரிடுகின்றன. அவள் கண்ணீராகக் கொட்டி, அழ ஆரம்பிக்கின்றாள். மணியனைப் பிடித்துத் தனது மடிமீது அமர்த்துகின்றாள். அவன் தலையை மெல்லத் தடவித் தடவி மோந்து விடுகின்றாள். விழிகள் வற்றாது பெருக்கெடுத்து ஆறாகப் பொங்கி வழிந்து கொண்டிருக்கின்றன.

துன்பமான அந்தக் காட்சியைக் கண்டு சகிக்க முத்தனால் முடியவில்லை. உள்ளம் ஏங்கித் தவித்துக் கொண்டிருக்கிறது. ஆனால் அவனால் வெளியில் அதைக் காட்டிக்கொள்ள முடியவில்லை. உள்ளே அடக்கி நெஞ்சம் பொருமுகின்றான். மாலுக்குள் அமர்ந்திருக்கும் வல்லி, சின்னான், குட்டியன் மனங்களைக் கட்டுப்படுத்துவதற்கு இயலாது கலங்குகின்றார்கள். மணியனை அணைத்து அவர்கள் கண்கள் பனிக்கின்றார்கள்.

அவர்கள் எல்லோரும் தாங்கள் குழம்புவதுடன், மணியனையும் குழப்பி விடுவார்களோ... என முத்தன் உள்ளூர அஞ்சுகின்றான். அதனால் அவன் பயணம் தடைப்பட்டுப் போனாலும் போகலாம். அப்படி ஒரு நிலைமை உருவாகக் கூடாது எனத் தீர்மானித்துக் கொள்ளுகின்றான். பிரிவு என்பது எப்பொழுதோ நிகழப்போகும் ஒன்று. அதனால் பிரிவை எண்ணிக் காலத்தை வீணே தாமதம் செய்ய வேண்டியதில்லையென முத்தன் நினைத்துக் கொள்கின்றான். அங்கிருந்து விரைவாகப் புறப்படுமாறு மணியனைத் துரிதப்படுத்துகின்றான்.

மணியன் அவர்கள் ஒவ்வொருவர் அருகிலும் கலங்கும் விழிகளுடன் தயங்கித் தயங்கிச் சென்று விடைபெறுகின்றான்.

அவனுக்கு அடிவயிற்றை அப்போது கலக்கிக் கொண்டு வருகின்றது. வீட்டு வளவுக்கு வெளியில் தெருவைத் தாண்டி பனங்காணிக்கு ஒரு தடவை ஓடிப்போகின்றான். சற்று நேரத்தின் பின்னர் திரும்பி வந்து, தன்னைச் சுத்தப்படுத்திக்கொண்டு மீண்டும் தயாராகின்றான்.

அவன் உடைகளை ஒரு காகிதத்தில் பொதிந்து எடுத்துக்கொண்டு முத்தன் வீட்டில் இருந்து புறப்பட்டு வெளியே நடக்கின்றான்.

மணியன் தாயை, சகோதரர்களைப் பின்னே திரும்பித் திரும்பிப் பார்த்து, பேந்தப் பேந்த விழித்துக் கொண்டு, முத்தனைத் தொடர்ந்து போகின்றான்.

மணியனுக்குப் பல புத்திமதிகள் சொல்லி வைக்க வேண்டுமென, முத்தன் மனதில் எண்ணியிருந்தவைகள் அவன் உள்ளத்தில் நிறைந்து கிடக்கின்றன. ஆனால் அவைகளை எடுத்துச் சொல்வதற்கு இப்பொழுது அவனுக்கு இயலவில்லை. அவனால் வாய் திறந்து மணியனோடு பேசுவதற்கு முடியவில்லை. அவனுக்குத் தன்மீது நம்பிக்கை இல்லாத நிலை. பேசுவதற்கு ஆரம்பித்தால் இதுவரை தன்னை இறுகக் கட்டிப்போட்டுக் கொண்டிருக்கும் மன இறுக்கம் சிதைந்து அழுதுவிடுவேனோ... என்னும் அச்சம். தனது சின்னத்தம்பியை விட்டுப் பிரிவதில் வெளியே சொல்லுவதற்கு இயலாத அப்படி ஒரு மனக் குமுறல். அவன் வாய் திறக்காது விரைந்து விறுவிறுவென்று வேகமாக நடக்கின்றான்.

மணியன் ஓட்டமும் நடையுமாக அவன் பின்னே தொடர்ந்து வந்து கொண்டிருக்கின்றான்.

பதுளைக் கடை முதலாளி வீட்டுக்கு இருவரும் வந்து சேருகின்றார்கள்.

"வா... தம்பி... வா...! உங்களைத்தான் எதிர்பார்த்துக் கொண்டு நிற்கிறன்"

முதலாளி பிரயாணத்திற்கு தயாராகிவிட்டார். "அம்மான்..." அவன் குரல் ஆழக் கிணற்றிலிருந்து எழுவது போலக் கனத்தொலிக்கின்றது. அவன் விழிகளில் கண்ணீர் மெல்ல அரும்புகின்றது. தேங்கி நிற்கும் அந்தக் கண்ணீருக்கூடாக, பதுளை முதலாளி சரவணையை நோக்குகின்றான்.

முத்தனின் மனநிலையை முதலாளி விளங்கிக் கொள்ளுகின்றார்.

"நீ ஒண்டுக்கும் கவலைப்படாதே மருமேன்! அவனை நான் மனிஷனாக்கித் தாறன். அக்காளிட்டைச் சொல்லு விசாரிச்சதாக..." நிமிர்ந்து பெரிய மனிதத் தோரணையில் சொல்லிக் கொண்டு மெல்லச் சிரிக்கின்றார்.

"தம்பி, கவனமாகப் போவிட்டுவா..." மணியனுக்குச் சொல்லிக்கொண்டு, "அம்மான், போவிட்டு வாறன்..." என முதலாளியிடம் விடைபெற்றுக் கொள்கின்றான் முத்தன். முதலாளி, வீட்டைவிட்டு வெளியே வருகின்றான். தம்பி மணியனை ஒரு தடவை பார்க்கவேண்டுமென மனம் உந்துகின்றது. மன்தைக் கட்டுப்படுத்திக்கொண்டு கண்களைத் துடைத்த வண்ணம் திரும்பிப் பார்க்காது வீடு நோக்கித் தளர்ந்து தளர்ந்து நடக்கின்றான்.

முதலாளி தனது உடைகள் அடங்கிய சிறிய சூட்கேஸைக் கையில் தூக்கிக் கொள்ளுகின்றார். அவர் தன்னோடு கொண்டுசெல்வதற்கு இன்னும் இரண்டு பெரிய பொதிகள் கட்டித் தயாராக விறாந்தையில் வைத்திருக்கின்றார். ஒரு பொதியில் பனங்கிழங்குகளை ஒழுங்காக அடுக்கி, மாட்டுத் தாளினால் சுற்றி வைத்திருக்கின்றார். இன்னொன்று நீண்ட முருங்கைக்காய்ப் பொதி. மாம்பழக் காலமாக இருந்திருந்தால் யாழ்ப்பாணத்து மாம்பழங்களையும் ஒரு பெட்டியில் போட்டுக் கட்டி எடுத்துச் சென்றிருப்பார். தெற்கில் வாழுகின்றவர்களை குளிர்விக்கும் யாழ்ப்பாணத்து விசேடங்கள் இவைகள்.

முதலாளி மணியனைப் பார்த்து, "தூக்கிக் கொண்டு வா" எனப் பணிக்கின்றார். மணியன் இதை எதிர்பார்க்கவில்லை. முதலாளியின் அதிகாரக் குரல் கேட்டு அவன் திகைத்துப் போனான். பொதிகள் இரண்டும் பெரும் பாரமாக இருக்கும் போல அவனுக்குத் தோன்றுகின்றது. பொதிகளைப் பார்ப்பதும், அவரைப் பார்ப்பதுமாகத் திருதிருவென்று அவன் விழித்துக்கொண்டு நிற்கின்றான். "என்னடா, திகைப்பூச்சியிலே மிதிச்சவன் மாதிரி முழிக்கிறாய்...! தூக்கு... தூக்கு... நேரம் போச்சு..." கண்டிப்பாகச் சொல்லுகின்றார்.

மணியன் முதன் முதலாக இப்பொழுதுதான் முதலாளியை நன்றாகப் பார்க்கின்றான். மிடுக்கான அவர் தோற்றம், பேசும் அதிகாரத் தொனி எல்லாம் அவனை வலுவாக அச்சுறுத்துகின்றன. "இவரோடை போய் இருக்கிறது கரைச்சல்" என அந்தக் கணமே அவன் நினைத்துக் கொள்ளுகின்றான்.

அவனுக்கு இப்போது செய்வதென்ன என்று புரியவில்லை. உடல் மெல்ல நடுங்குகிறது. அவன் அஞ்சி அஞ்சி காகிதத்தில் பொதிந்து கட்டியிருக்கும் தனது உடைகளை முதலில் கையில் எடுக்கின்றான்.

"என்னடா பேயன் மாதிரி முழிச்சுக்கொண்டு நிற்கிறாய்!" சினந்தபடி அவன் கையிலுள்ள பொதியை வெடுக்கென பறித்து, முருங்கைக்காய்ப் பொதியுடன் சேர்த்து இன்னொரு கயிற்றினால் கட்டுகின்றார். "சரி, இப்ப தூக்கிக்கொண்டு வா!" எனக் கூறிவிட்டு, தனது சிறிய சூட்கேசை கையில் தூக்கிய வண்ணம், அவரை வழியனுப்புவதற்கு வந்து நிற்கும் மனைவி மக்களிடம், "போவிட்டு வாறன்" எனக் கூறி விடைபெற்றுக்கொண்டு விறுவிறென வெளியே நடக்கின்றார்.

மணியன் கைக்கொரு பொதியாகத் தூக்கிச் சுமந்த வண்ணம் முதலாளிக்குப் பின்னே மெல்ல மெல்ல வந்து கொண்டிருக்கிறான். சிறிது தூரம் வந்திருப்பான். பொதிகள் இரண்டையும் கீழே வைக்க வேண்டும் போலத் தோன்றுகின்றது. கைகள் இரண்டும் தோள் மூட்டுகளுடன் கழன்று போகுமாற் போல வலிக்கின்றது. அவனால் வலியைத் தாங்கிக்கொள்ள இயலவில்லை. விழிகள் கலங்குகின்றன. தாய் பொன்னியை நினைத்து மனம் அழுகிறது. முதலாளி ஏசுவார் என எண்ணி அஞ்சியஞ்சி, முக்கி முனகி மூச்சிழுத்து நடந்து வருகின்றான்.

முதலாளிக்கும் அவனுக்கும் இடைவெளி அதிகரித்துக் கொண்டு போகிறது.

முதலாளி ஒரு தடவை பின்புறம் திரும்பி அவனைப் பார்க்கின்றார்.

"டேய்... என்னடா...! தேர் இழுக்கிறியா? வாடா கெதியாக!" எச்சரிக்கின்றார்.

நெல்லியடிச் சந்தியை ஒருவாறு இருவரும் வந்து அடைகின்றார்கள். மணியன் பொதிகளைக் கீழே வைத்துவிட்டு ஆசுவாசப்படுத்திக் கொள்ளுகின்றான்.

சற்று நேரத்தின் பின்னர் தட்டி வான் ஒன்று 'பாம்பாம்' எனக் கோண் அடித்துப் பெரிதாகச் சத்தம் எழுப்பிய வண்ணம்

பருத்தித்துறை வீதியில் வந்து, சந்தியில் தெற்கே கொடிகாமம் வீதியில் திரும்பி இலக்சுமித் தியேட்டருக்கு முன் தரித்து நிற்கிறது.

“தூக்கடா... தூக்கடா...” என மணியனைப் பணித்தவண்ணம் விரைந்து வானுக்குப் பின்பக்கம் முதலாளி ஓடுகிறார். மணியன் மூச்சுப் பிடித்து இரண்டு பொதிகளையும் தூக்கிச் சுமந்தவாறு வேகமாக ஓடி வருகின்றான். முதலாளி பொதிகளை ஒவ்வொன்றாக வாங்கி, முக்கோணமாக மடித்து இரண்டு பக்கங்களிலும் சங்கிலிகளில் கொளுவித் தொங்கும் மரப்பலகைக்குள்ளே பக்குவமாக அடுக்கி வைக்கின்றார். பின்னர் அவசரமாக முன் பக்கம் ஓடி வந்து வானுள் நுழைந்து ஏறுகின்றார். அவரைத் தொடர்ந்து மணியன் அவர் பின்னால் ஏறிக்கொள்ளுகின்றான்.

இன்னும் பலர் அவசர அவசரமாக ஓடிவந்து ஏறுகின்றார்கள். அவர்களில் பலர் கொடிகாமத்தில் புகைவண்டியைப் பிடிப்பதற்குச் சென்றுகொண்டிருக்கும் பயணிகள்.

வான் மெல்ல நகர்ந்து பின்னர் வேகமெடுத்து, தடதடத்துக் கொண்டு ஓடுவதற்கு ஆரம்பிக்கிறது. சுற்றிவர ‘ஓ’வெனத் திறந்து கிடக்கும் தட்டி வானுக்குள் குளுகுளுவெனக் காற்று வீசத் தொடங்குகின்றது. பொதி சுமந்து வியர்த்துக் களைத்துப் போய் இருக்கும் மணியனை அந்தக் காற்று வந்து மெல்லத் தழுவி இதமான சுகமளிக்கிறது.

வீதியோரமாகக் குடிமனைகளைத் தாண்டிச்சென்று பரந்து கிடக்கும் முள்ளி வெளிக்குள் வான் பிரவேசிக்கிறது. வீதியின் இரு பக்கங்களிலும் வளர்ந்து நிற்கும் கண்டல் காடுகள். அந்தக் காடுகளுக்கிடையே ஆங்காங்கே தேங்கி நிற்கும் கருநீல நீர்க்குட்டைகள். அந்தப் பற்றைக் காடுகளுக்குள் இருந்து மேலெழுந்து எழுந்து பறந்து, மீள கீழே வந்து அமர்ந்து விளையாடுவது போலச் சிறகடித்துக் கொண்டிருக்கும் புள்ளினங்கள். மணியன் அந்த காட்சிகளைக் கண்டு வியக்கின்றான். அவன் விழிகளுக்கு எல்லாமே புதுமையாகத் தோன்றுகின்றன. அவன் மனதை அழுத்திக் கொண்டிருக்கும் மனப் பாரங்களை மறந்து இயற்கையின் எழில் மலர்ந்த கோலங்களை விளையாட்டு உணர்வோடு அனுபவித்துக் கொண்டிருக்கின்றான்.

அவன் மனதில் முதலாளி பற்றிய நினைவு திடீரென எழுகின்றது. அவன் கண்டுகொண்டிருக்கும் இனிய கனவொன்று இடையில் அறுந்து போனது போல முதலாளியைத் திரும்பிப் பார்க்கின்றான்.

முதலாளிக்கு அந்தப் பயண அனுபவம் ஏதும் புதிதல்ல. அவர் விரைவாக வானில் ஏறி தனக்கென ஒரு 'மூலைச்சீற்' பிடித்து அதில் உட்கார்ந்துவிட்டார். அவர் அடக்க ஒடுக்கமாக அதில் அமர்ந்திருந்து பார்வையை வெளியே செலுத்துகின்றார். யார் முகமும் திரும்பிப் பார்ப்பதற்கு விரும்பாதவர் போல, முகத்தை உம்மென்று வைத்துக்கொண்டு உட்கார்ந்திருக்கின்றார்.

அவரைப் பார்க்க மணியனுக்கு ஆச்சரியமாக இருக்கிறது. 'அவர் ஏனப்படி இருக்கின்றார்?' என்பதும் அவனுக்கு விளங்கவில்லை.

சற்று நேரத்திற்கு முன்னர் தன்னிடம் அதிகாரமும் திமிருமாக நடந்துகொண்ட அவரா, இவர்?

அவனுக்கு நம்பமுடியவில்லை!

முதலாளிக்கு பின்புறமுள்ள ஆசனத்தில் வீற்றிருக்கும் ஒரு பெண், இடையிடையே அவரை நோட்டமிட்டுக் கொண்டிருக்கின்றாள்.

அவள் நெல்லியடிச் சந்தையில் வியாபரஞ் செய்யும் வள்ளியம்மை நாச்சியார். அவளும் இன்னும் இரண்டு நாச்சிமாருந்தான் நெல்லியடிச் சந்தையை ஆட்சி செய்து கொண்டிருக்கின்றார்கள். அவர்கள் போட்டதுதான் சந்தைக்குள் அழியாத சட்டம். அவர்கள் விதித்த விதிமுறைகளை மீறி, அங்கு எவரும் அதிகாரம் பண்ண இயலாது. ஆனானப்பட்ட ஆம்பிளையும் அடங்கி ஒடுங்கி நடந்தாக வேண்டும். சந்தையில் வைத்து எந்த பெரிய மனிதனையும் "எடே" என விளிக்கும் வல்லமை படைத்தவர்கள். அவர்கள் மூவருக்குள்ளும் வள்ளியம்மை நாச்சியாரின் குரல் சற்று உயர்ந்தால், மற்ற எல்லோரும் மெல்ல அடங்கிப் போய் விடுவார்கள். அவள் சந்தையைக் கட்டி ஆளுகிறவள். அவளை மீறி அங்கு எவரும் வாலாட்ட இயலாது.

வள்ளியம்மை நாச்சியார் விலை உயர்ந்த தியாகபூமி சேலை அணிந்து முந்தானையை எடுத்து மார்புக்கு மேல் குறுக்காக் கட்டி இருக்கின்றாள். பனையோலையில் இழைத்த பெரிய கொட்டைப் பெட்டி ஒன்றினுள்ளே வெற்றிலை, பாக்கு, காசு என்பவற்றைப் போட்டு, குறுக்காகக் கட்டிய சேலைக்குள் பெருத்த மார்புகளுக்கிடையில் வெளியில் தெரியத் தகுந்தவிதமாகச் சொருகி வைத்திருக்கின்றாள். கரங்கள் இரண்டிலும் தடித்த பட்டைத் தங்கக் காப்புகள், கழுத்தில் இரண்டுபட்டு வடச்சங்கிலி. அள்ளிச் சொருகிய பெரிய கொண்டை, வெற்றிலைச் சாயம் எப்பொழுதும்

ஊறி நிற்கும் தடித்த பெரிய உதடுகள், மூக்குத்தி மின்னும் கொழுத்த மூக்கு. விலை உயர்ந்த வெள்ளை, சிவப்புக் கற்கள் சுற்றிவரப் பதித்து, நட்ட நடுவே பச்சைக் கல் வைத்த பெரிய தோடுகள், காதுச் சோணைகளைக் கீழே இழுத்தவண்ணம் காதுகளில் தொங்கிக் கொண்டிருக்கின்றன.

நாச்சியாரை எல்லோருக்கும் நன்றாகத் தெரியும்.

வானுக்குள் அமர்ந்து பிரயாணம் பண்ணிக் கொண்டிருக் கின்றவர்கள் நாச்சியாரைப் பார்த்து சுமுகமான மெல்லிய சிரிப்பொன்றை உதிர்ப்பதற்குத் தவறவில்லை.

சரவணை முதலாளி பார்வையை வெளியே செலுத்திக் கொண்டிருக்கின்றார்.

வெள்ளையாக அரைக்கை நஷனல் அணிந்த முதலாளியின் இருப்பும் பார்வையும் நாச்சியார் மனதில் தன்னை அலட்சியம் செய்வதாகத் தோன்றுகின்றது. அவள் உள்ளத்தில் எரிச்சலை மூட்டுகின்றது.

"இவன் யாராக இருக்கும்?" அவரை அறிந்து விடவேண்டுமென அவள் மனம் அலைந்து கொண்டிருக்கின்றது. சற்று நேரத்தின் பின்னர் முதலாளியைச் சட்டென அவள் இனம் கண்டு விடுகின்றாள்!

அவள் தனது ஆசனத்தில் அமர்ந்திருந்தவாறு, முன்பக்கமாகச் சிறிது குனிந்து, "நீ சரவணை தானே?" என முதலாளியிடம் வினவுகின்றாள்.

அவள் விசாரணை முதலாளிக்குப் பிடிக்கவில்லை. ஆனால் மனதிலுள்ள அதிருப்தியை அவரால் வெளியில் காட்டிக்கொள்ள இயலுமா! உள்ளக் குறுகுறுப்புடன் அரைகுறையாக அவள் பக்கம் திரும்பி, "ஓம்" என்கின்றார் சுருக்கமாக ஒரு வார்த்தையில்.

"அட... அம்பட்ட வேலன்ரை மேன்" பலமாகக் கூறி, வெற்றிலை தெறிக்க வாயைத் திறந்து சிரிக்கின்றாள்.

முதலாளி கூனிக்குறுகிப் போகின்றார்.

சக பிரயாணிகள் அனைவர் பார்வையும் முதலாளி மீது வந்து மொய்க்கிறது. வான் சாரதி ஒரு தடவை பின்புறம்

திரும்பி முதலாளியைப் பார்த்துவிட்டு, வாகனத்தை ஓட்டிக் கொண்டிருக்கின்றான்.

"நீ எங்கே சலூன் வைச்சிருக்கிறாய்? கண்டியோ...! காலியோ...!" நாச்சியார் அடுத்த கேள்விக் கணையைத் தொடுக்கின்றாள்.

"பதுளை..." முதலாளிக்கு முகம் விழுந்து விட்டது. குரல் நைந்து மெல்ல ஒலிக்கிறது.

"ஓ... நீங்கள் இப்ப சிங்களவன்ரை ஊருக்குப்போய்... சலூனும் கிலூனுமாக... ஆக்களைக் கண்ணுக்குத் தெரியயில்லை. இப்ப எங்களுக்குக் குடிமைத் தொழில் செய்யத்தான் ஆக்களில்லை" நாச்சியார் மன அதிருப்தியை ஏகத்தாளமாக வெளியே கொட்டித் தீர்க்கின்றாள்.

அவளது இளக்காரமான பேச்சினால் முதலாளி தலை கவிழ்ந்து, உள்ளே சாம்பிக்கொண்டு கல்லாகக் குந்தி இருக்கின்றார்.

மணியன் முதலாளியை மெல்லத் திரும்பிப் பார்க்கின்றான். முதலாளி முகம் வாடிக் கறுத்து, குறாவி இருப்பதுகாண அவன் மனம் வருந்துகிறது.

தட்டி வான் ஓடிவந்து கொடிகாமம் சந்தைக்கருகில் வீதியோரமாகத் தரித்து நிற்கின்றது. சந்தைக்கு வந்திருக்கும் வள்ளியம்மை நாச்சியாரும் இன்னும் சிலரும் வானில் இருந்து கீழே இறங்குகின்றார்கள். புகைவண்டியைப் பிடிக்கச் செல்லும் பிரயாணிகளைச் சுமந்துகொண்டு வான் மீண்டும் சில மீற்றர் தூரம் ஓடிச் சென்று, புகையிரத நிலையத்துக்கு வெளியே வீதியில் தரிக்கிறது. எல்லோரும் கீழே இறங்குகின்றார்கள்.

முதலாளி பொதிகள் இரண்டையும் கீழே இறக்கி மணியன் கையில் கொடுக்கிறார்.

முதலாளி முன்னே நடக்க, மணியன் பொதிகளைத் தூக்கிச் சுமந்துகொண்டு அவர் பின்னே புகையிரத நிலையத்துக்குள்ளே நுழைகின்றான்.

மணியனுக்கு எல்லாமே வியப்பாக இருக்கிறது.

முன்பக்கம் நீண்டு சரிவாகத் நிற்கும் கூரை, சமாந்தரமாக நீண்டு செல்லும் தண்டவாளங்கள், சமிக்கை செய்யும் வண்ண விளக்கு,

பொதிகளை ஏற்றி இழுத்துச் செல்லும் தள்ளு வண்டிகள், பயணம் பண்ணக் காத்து நிற்கும் சனக்கூட்டம்... ஒவ்வொன்றாக ஆவலுடன் விடுப்புப் பார்க்கின்றான்.

புகையிரதம் குறித்த நேரத்துக்கு வந்து சேரவில்லை. அரைமணி நேரம் தாமதமாகிப் போனது. பின்னர் புகையிரதம் வந்துகொண்டிருப்பதை அறிவிக்கும் மணி ஒலிக்கிறது. பிரயாணிகள் பரபரப்புடன் எழுந்து தாங்கள் கொண்டுவந்திருக்கும் பொதிகளைக் கையில் தூக்கியவண்ணம் புகையிரதத்தை எதிர்பார்த்துக்கொண்டு நிற்கின்றார்கள்.

முதலாளி மணியனை நோக்கி "பாசலைத் தூக்கடா" எனக் கட்டளை இடுகின்றார்.

புகையிரதம் வேகமாக வந்து நிலையத்தில் தரிக்கிறது.

பயணிகள் தரதர என்று ஓடிச்சென்று, பொதிகளைச் சுமந்தவாறு புகையிரதத்தில் தாவி ஏறுகின்றார்கள்.

முதலாளி வண்டியை நோக்கி வேகமாக ஓடுகின்றார். மணியன் சுமைகளைத் தூக்கிக்கொண்டு அவர் பின்னே இழுபடுகின்றான்.

ஓடிவந்து தரித்து நிற்கும் வண்டியின் ஆட்டம் இன்னும் முற்றாக அடங்கவில்லை.

முதலாளி வண்டிக்குள் ஒருவாறு நுழைந்து வாசலில் நின்று கையை நீட்டுகின்றார்.

மணியன் மூச்சைப் பிடித்து முக்கிமுனகி ஒரு பொதியைத் தூக்கி அவர் கையில் கொடுக்கின்றான்.

முதலாளி அந்தப் பொதியை உள்ளே வைத்துவிட்டு மீண்டும் மணியனை நோக்கிக் கையை நீட்டுகின்றார்.

மணியன் அடுத்த பொதியையும் ஒருவாறு தூக்கி அவர் கையில் கொடுக்கின்றான்.

முதலாளி அதனையும் உள்ளே வைத்துவிட்டு மணியனைப் பார்க்கின்றார்.

மணியன் தாவி உள்ளே ஏறுவதற்கு இயலாது தவிக்கின்றான்.

முதலாளி அவன் கையைப் பிடித்து, அவனை மேலே தூக்கி விடுகின்றார்.

மணியன் மனம் குளிர்ந்து விடுகின்றது. அவன் கையைப் பற்றிப் பிடித்து அவனைப் புகையிரதத்தில் முதலாளி ஏற்றிவிட்டாரல்லவா! அவனுக்கு அது ஒன்றே போதும்! அவன் பட்ட கஷ்டங்கள் யாவும் பனிபோல மறைந்து போயின.

06

வல்லி, சரசி திருமணம் முறைப்படி நடந்து முடிந்தது.

அவர்கள் திருமணச் சடங்குகள் சமயாசாரப்படி நடந்தேறியதல்ல. சட்டப்படி நடைபெற்று முடிந்த பதிவுத் திருமணமுமல்ல. மரபுப்படி நடந்துமுடிந்த திருமணம்.

மணமகனை நெருங்கிய உறவினர்கள் சிலர் மணமகள் வீட்டுக்கு அழைத்துச் சென்று, அன்று அங்கு ஆக்கிய சோற்றை மணமகள் கையினால் மணமகனுக்குப் பரிமாறச் செய்வதுடன் இருவரும் தம்பதிகளாக இணைக்கப்பட்டு விடுகிறார்கள். ஏழை, எளிய மக்களின் திருமண முறையான சமூகச் சடங்கு 'சோறு குடுத்தல்' என்பதுடன் நிறைவேறுகிறது. இதுவே ஆயிரம் காலத்துப் பயிர்கள் என்று சொல்லப்படும் அந்தத் தம்பதிகளை இணைத்து வைக்கிறது. எளிமையான இந்தச் சடங்குமுறை சாதாரண ஏழை மக்களை வாழுங்காலம் முழுவதும் கட்டிப் போட்டுவிடுகிறது.

முத்தி மனதில் நீண்ட காலமாக ஒரு ஆசை. சரசி திருமணம் நாலுபேருக்குச் சொல்லி விரலுக்குத் தக்க வீக்கமாகச் செய்துமுடிக்க வேண்டுமென்பது அந்த விருப்பம். அவள் எண்ணம் போல எதுவும் நடக்கவில்லை.

மணமகனை மணப்பெண் வீட்டுக்கு அழைத்து வந்து திருமணம் செய்து வைப்பது வழக்கம். முத்தி அந்த வழக்கத்தைத் தலை கீழாக மாற்றிவிட்டாள். மணமகன் வல்லியைத் தனது வீட்டுக்கு அழைத்து வந்து திருமணத்தை எவ்வாறு செய்துவைப்பது? மகள் சரசிக்குத் திருமணம் நடைபெறப் போவது பற்றி அவள் யாருக்கும் வாய் திறக்கவில்லை. மணப்பெண் சரசியிடம்கூட ஒரு வார்த்தை கேட்கவில்லை. ஒரு தினம் மகள் சரசியையும் கணவன் கட்டையனையும் அழைத்துக்கொண்டு பொன்னி வீட்டுக்கு வந்தாள். அன்றைக்கே பொன்னி வீட்டில், சரசிக்கும் வல்லிக்கும்

சோறுகுடுத்து முடித்துவிட்டு, கட்டையனை அழைத்துக்கொண்டு அவள் தனது வீட்டுக்குத் திரும்பிவிட்டாள்.

வல்லிக்குச் சுலபமாக இப்படி ஒரு கலியாணம் வந்து கைகூடுமென்று பொன்னி எண்ணி இருக்கவில்லை. அவனுக்கொரு மனைவி வந்து வாய்க்குமோ... என மனதில் ஏங்கிக் கொண்டிருந்தாள். தனது அண்ணன் மகள் வீடுவந்து சேர்ந்ததில் அவளுக்கு மனம் நிறைந்து போனது. சரசி வீட்டுக்குவந்த மூத்த மருமகள், தனக்கு அன்ணன் மகள், அவள் கணவனின் தங்கை மகள். வீட்டுக் காரியங்கள் அனைத்தும் இனி எந்தவிதக் குறைவுமில்லாது ஒழுங்காக நடந்து ஒப்பேறும் என்று நம்பினாள். பொன்னி வீட்டில் சரசிக்குள்ள உரிமையும் உறவும் வேறு யாருக்கு இருக்கிறது? வீட்டுக் காரியங்கள் எல்லாம் அவள் எண்ணப்படி நடக்கட்டும். தான் கொஞ்சம் ஓய்வாக ஒதுங்கி இருக்க பொன்னி முடிவு செய்கிறாள்.

புதுமாப்பிள்ளை வல்லி உள்ளத்தில் அளவுகடந்த உற்சாகம் கரைபுரண்டு ஓடுகிறது. சிறுபராயம் முதல் சரசி தனக்குத்தான் என்னும் எண்ணத்தை மனதில் அவன் வளர்த்து வந்திருக்கின்றான். ஆனால் அவன் உள்ளத்தில் ஒரு அச்சம். அதை வெளியில் சொல்ல இயலாது உள்ளே குமைந்து கொண்டிருந்தான். சரசியை முத்தனுக்கு மணம் முடித்து வைத்து விடுவார்களோ என உள்ளூரப் பயந்து கொண்டிருந்தான். ஆனால் முத்தனை அவன் தெளிவாக விளங்கி வைத்திருக்கின்றான். முத்தன் மனப்போக்கு அவன் அறியாதவனல்ல. தம்பி முத்தன் நல்லவன். தனக்குத் துரோகம் செய்வதற்கு அவன் உடன்பட்டு வரமாட்டான் என நம்பினான். வல்லி மனம்போலக் காரியம் கைகூடிவிட்டது. இப்போது தனக்கென்றொரு குடும்பம் வந்துவிட்டது. இனி, தானும் உழைத்து, தன் குடும்பத்தை நடத்தவேண்டுமென வல்லி எண்ணுகின்றான்.

“முத்தன்...” அழைத்த வண்ணம் பொன்னம்பலம் நயினார் முற்றத்துக்கு வருகின்றார்.

அதிகாலை நேரம். நயினார் கையில் நீர் நிறைந்த ஒரு தண்ணீர் செம்பு. அவசரம் அந்தரத்துக்கு வீடு தேடி நயினார்மார் இங்கு வந்துவிடுவார்கள். அப்படி வரும்போது சவரம் செய்வதற்குத் தேவைப்படும் தண்ணீரை செம்பில் ஊற்றி, தங்கள் வீட்டிலிருந்து கொண்டுவருவது தான் அவர்கள் வழக்கம். இந்த நயினார்மாரைப் பார்க்க முத்தனுக்குச் சிரிப்பு வரும். ஆனால் வாய் திறந்து ஒன்றும் கேட்பதில்லை. அவன் தனக்குள்ளே நகைத்துக்கொள்வான்.

அதிகாரத்துடன் வந்தமர்ந்து முடிதிருத்தி, சவரம்செய்துகொண்டு செல்லும் நயினார்மார், இதற்குரிய கூலியைப் பணமாகக் கொடுப்பதில்லை. இந்த உழைப்புக்குரிய கூலிகள் எல்லாம், குடிமகனுக்குக் காயும் பிஞ்சும் தானியமுமாக கொடுப்பதற்குள் அடங்கிவிடும்.

இப்பொழுது வல்லிக்குத் தொழில் செய்வதில் பிறந்திருக்கும் ஆர்வத்தை முத்தன் அவதானித்து வைத்திருக்கிறான். வீடு தேடி நயினார்மார் யாரும் வந்தால் முத்தன் மெல்ல விலகிப் போய்விடுகின்றான்.

"முத்தன்..." மீண்டும் நயினார் குரல் கொடுக்கின்றார்.

"அவனில்லை..." சொல்லிக்கொண்டு கைகளை நிலத்தில் ஊன்றி, மெல்ல மெல்ல அரக்கிக்கொண்டு வல்லி வருகின்றான்.

"அதுக்குள்ளே எங்கே போனவன்?" நயினார் அதிருப்திப் பட்டுக் கொள்ளுகின்றார்.

"தெரியாது நயினார்." வல்லி முற்றத்துக்கு வந்து சேருகின்றான்.

"நீ என்னத்தைச் சிரைக்கப் போகிறாய்...! எனக்கோ அவசரம். சரி... சரி... வா" எரிச்சல் பட்டுக்கொண்டு அனுமதிக்கின்றார்.

வீட்டு முற்றத்தில் வளர்ந்த அடிபெருத்துப் பரந்து நிற்கும் புளிய மரத்தின் வேரில் நயினார் அவசரமாகக் குந்துகின்றார். செம்பை ஒரு கரத்தினால் தூக்கி, மறுகரத்தில் நீரை ஊற்றி முகத்தையும் பிடரியையும் கழுவி விட்டுக்கொள்வது போல ஈரப்படுத்துகின்றார். "இருக்கிறவன் செவ்வையாக இருந்தால், சிரைக்கிறவன் செவ்வையாகச் சிரைப்பான்' என்பார்கள். நான் எப்படி இருந்துமென்ன... உனக்கு வழமாகத் திரும்பித் திரும்பித்தான் நான் சிரைக்கத் தர வேணும். சரி... சரி... கெதியா முடி" அவர் அவசரப்படுத்துகின்றார்.

வல்லி கத்தியைக் கல்லில் தீட்டித் தனது விரலில் கூர்பார்த்துவிட்டுச் சவரம் செய்யத் தொடங்குகிறான். சவர்க்காரம் பூசாமல் செய்யும் சவரம் சொரசொரவென்று சத்தம் எழுப்புகின்றது.

நயினார் முகத்தைத் திருப்பித் திருப்பிக் கொடுக்கின்றார். கன்னங்கள் மழித்து முடிந்ததும், முன் தலையில் நயினார் தண்ணீர் தடவுகின்றார்.

இரு செவிகளையும் இரண்டு புள்ளிகளாகக் கொண்டு வளைகோடு இழுத்தது போல முன் தலையைப் பழிச்செனை வழித்து முடிக்கிறான் வல்லி.

நயினார் மெல்ல எழுந்து, குடுமியை ஒரு தடவை குலைத்து முடிந்த வண்ணம் வல்லிக்கு முதுகு காட்டி உட்காருகின்றார்.

வளர்ந்து தொங்கும் பிடரிமயிரைக் கத்தரிக்கோலினால் நறுக்கிவிட்டுப் பிடரியைச் சவரக்கத்தியால் வழிக்கின்றான்.

நயினார் மீண்டும் எழுந்து முன் போல அமருகின்றார். தண்ணீரை எடுத்து நெஞ்சு நரைமயிரில் தடவிக்கொண்டு " வல்லி... இப்ப நீ வலு உசார்தான்ரா..." என்கிறார்.

வல்லி பதில் எதுவும் பேசாது "ஹி... ஹி... ஹி..." எனச் சிரித்துக் கொண்டு தனது வேலையில் முழுக்கவனமாக இருக்கின்றான்.

"புதுமாப்பிள்ளையெல்லே..." நயினார் தொடர்ந்து நக்கலாகச் சொல்லுகிறார்.

மார்புக் காம்புகள் இரண்டையும் எல்லையாகக் கொண்டு அதற்கு மேலேயுள்ள மயிர்க் கற்றையைச் சிரைத்து விடுகின்றான்.

நயினார் வலது கரத்தை மேலே உயர்த்துகிறார். பின்னர் இடது கரம். இரண்டு அக்குள் மயிர்களும் வழித்து முடிகின்றது.

நயினார் முகத்தை வல்லி குறிப்பாகப் பார்க்கின்றான். மூக்கு மயிர் வளர்ந்து வெளியே நீட்டிக்கொண்டு நிற்கின்றது. கத்தரிக்கோலைத் திரும்பக் கையில் எடுக்கின்றான்.

நயினார் சற்றுத் தலையைப் தாழ்த்துகின்றார்.

மூக்கு மயிர் நறுக்கி முடிகின்றது.

நயினார் நிறைவாக மூச்சுவிட்டுக் கொண்டு எழுந்து, அரையில் கட்டிய நான்கு முழ வேட்டியை அவிழ்த்து உதறுகின்றார்.

பூந்தோட்டத்தில் அழகு பட நறுக்கிவிடப்பட்ட பூச்செடி போல, நயினார் இப்பொழுது கண்களுக்கு நேர்த்தியாகத் தோன்றுகின்றார்.

தான் முதலில் எண்ணியது போல அல்ல, வல்லி ஒழுங்காகச் சவரம் செய்து விட்டிருக்கின்றான் என அவர் மனம் திருப்திப்

பட்டுக்கொள்ளுகிறது. புதுமாப்பிள்ளை வல்லிக்கு இன்று கையில் ஏதும் கொடுக்க வேண்டுமென விரும்புகின்றார்.

வேட்டித் தலைப்பில் தொங்கும் முடிச்சை அவிழ்த்து இருபத்தைந்து சத நாணயம் ஒன்றைக் கையில் எடுத்து, வல்லியிடம் கொடுத்துவிட்டு செம்பைக் கையில் தூக்கிக் கொண்டு நயினார் வேகமாக வெளியே நடக்கின்றார்.

காசு கையில் கிடைத்ததும் வல்லியின் விழிகள் மகிழ்ச்சியில் அகலத் திறக்கின்றன.

கலியாணத்தின் பிறகு வல்லியின் முதல் உழைப்பு. வல்லி உள்ளம் பூரித்துப் போகிறது.

முத்தன் காலையில் எழுந்து கிராமத்துக்குள்ளே போய் பல வீடுகளிற்குச் சென்று திரும்பி வந்து, தாய் பொன்னி கையில் கொடுப்பதில் தான் அவர்கள் கால்வயிறு நிரம்புகிறது.

வல்லி தான் உழைத்துத் தனது குடும்பம் நடத்த அவனுக்கு முடியவில்லை.

இன்று வல்லியும் உழைத்திருக்கின்றான்.

வல்லி அந்தக்காசைக் கையில் வைத்துக் கொண்டு மனைவி சரசியை வாஞ்சையோடு அழைக்கின்றான்.

“மச்சாள்... மச்சாள்...”

சரசி வாய் திறக்கவில்லை. அடுக்களை மட்டை வரிச்சுக்கூடாக அவனை முறைத்துப் பார்த்துக் கொண்டு உட்கார்ந்திருக்கின்றாள்.

“மச்சாள்... மச்சாள்...” வல்லி மீண்டும் குரல் கொடுக்கின்றான்.

அவள் இருந்த இடத்தில் இருந்து அசையவே இல்லை. வீட்டு மாலுக்குள் இருக்கும் குட்டியன் அனுதாபத்துடன் வல்லியைப் பார்க்கின்றான்.

சின்னானுக்கு ஒரே வேடிக்கை. வல்லியைப் பார்ப்பதும், சரசி உள்ளே அமர்ந்திருக்கும் அடுக்களையைப் பார்ப்பதுமாக நகைத்துக் கொண்டிருக்கிறான்.

"மச்சாள்... மச்சாள்... ஒருக்கால் வந்திட்டுப் போ மச்சாள்..." வல்லி வாஞ்சையோடு குழைந்துகொண்டு திரும்பவும் அழைக்கின்றான்.

அவள் செவியில் விழுவதாக இல்லை.

வெளித் திண்ணையில் சுருண்டு கிடக்கும் பொன்னி, மெல்லத் தலையைத் தூக்கி, "என்னெண்டு கேளன் பிள்ளை... அவன் கூப்பிட்டுக்கொண்டு கிடக்கின்றான்" என்கிறாள் அதிருப்தியுடன்.

சரசி அடுக்களைப் படலையை இழுத்தடித்துக்கொண்டு வெளியே வருகின்றாள்.

நிலம் அதிர அடியெடுத்து வைத்து, கைகளை வீசிக்கொண்டு வேகமாக நடந்து வந்து, வல்லி முன் நின்று, "என்ன?" என முறைக்கின்றாள்.

"இந்தா மச்சாள்..." வல்லி கனிவாகச் சிரித்த வண்ணம் தனது உழைப்பு இருபத்தைந்து சதத்தை அவள் கையை லேசாகப் பற்றிக்கொண்டு அதற்குள் வைக்கின்றான்.

"இதுக்குத்தானே அந்தரப்பட்டனீ...?" அவள் அலட்சியமாகக் கேட்டுக் கொண்டு திரும்பவும் வந்து அடுக்களைக்குள் நுழைகின்றாள்.

முத்தன் வீட்டில் வந்து தங்கி இருக்கும் சமயங்களில், சரசி முற்றாக மாறிப்போகிறாள். சாதாரணமாக எப்பொழுதும் புயலாக வீசிக்கொண்டிருப்பவள் தென்றலாகத் தழுவுகின்றாள். அந்தக் குடும்பத்து நல்ல ஒரு பெண்ணாக மாறிவிடுகின்றாள். குடும்பக் காரியங்கள் அனைத்தும் ஓடியாடிச் செய்து கொண்டிருக்கிறாள். முத்தன் கொண்டுவந்து தாய் பொன்னியிடம் கொடுப்பதை வாங்கி, நேரந்தவறாமல் சமைக்கிறாள். 'அத்தான்... அத்தான்...' என அடிக்கடி அழைத்துக்கொண்டு முத்தனை நெருங்கி வருகின்றாள்.

முத்தன் வீட்டுக்கு வந்துவிட்டால் வல்லி முகம், சட்டென்று விழுந்து போகிறது. அவன் மனம் உள்ளே வேதனையில் குமைகிறது. அவன் நிலைகொள்ளாது எப்பொழுதும் தவித்துக் கொண்டிருக்கின்றான்.

முத்தனாலும் அமைதியாக இருப்பதற்கு இயலவில்லை. ஒரே மனக் குமைச்சல். யாருக்கும் வெளியில் சொல்லிக்கொள்ள இயலாத

வேதனையில் மனதில் ஒரே குழப்பம். அவன் இப்பொழுது வீட்டில் தங்கி இருக்கும் நேரம் வரவரச் சுருங்கிக்கொண்டு வந்துவிட்டது. பகல் வேளைகளில் அவன் வீட்டுக்கு வந்து ஓய்வாகச் சரிந்து படுப்பதில்லை. அவ்வப்போது வருவான். கிடைத்ததை வாயில் போட்டுக்கொண்டு திரும்பிப் போய்விடுகின்றான். இரவு நேரம் வீட்டுக்கு வந்து அந்த மாலுக்குள் படுத்துக் கொள்ளுகின்றான்.

பொன்னியின் கவலைகள் எல்லாம் இப்பொழுது தனது குடும்பத்திற்காக உழைத்துக்கொண்டிருக்கும் மகன் முத்தனை எண்ணித்தான். முத்தன் இப்படி அலைந்துகொண்டிருப்பதை அவளால் சகித்துக்கொள்ள இயலவில்லை. அங்கு நடக்கின்றவை எல்லாவற்றையும் அவள் அவதானித்துக்கொண்டு இருக்கின்றாள். அவதானித்தும் என்ன? அவளால் என்னதான் செய்யமுடியும்? ஆனால் அவளும் ஒரு பெண்தானே! மருமகள் சரசியை அவளால் விளங்கிக்கொள்ள இயலாமல் இல்லை. அவள் வாய்திறந்து ஒரு வார்த்தை மருமகளோடு பேசுவதற்கு விரும்பவில்லை. அப்படி அவளோடு பேசப்போய், அது விபரீதமாகவே இறுதியில் வந்து முடியலாம்.

ஒரு பெண்ணைப் பார்த்து விரைவில் முத்தனுக்குக் கட்டிவைக்க வேண்டுமென அவள் விரும்புகின்றாள்.

முத்தன் இப்பொழுது வீட்டுக்கு எப்போது வருகின்றான், காலையில் எப்போது எழுந்து வெளியே போகின்றான் என்பது தாய் பொன்னியைத் தவிர அந்த வீட்டில் யாருக்கும் தெரியாது. யாரும் அறிய மாட்டார்கள். மாலுக்கு எதிரில் உள்ள தென்னங்கிடுகினால் மூடிக் கட்டிய குடிசை வீட்டுக்குள் வல்லியும் சரசியும் போய்ப் படுத்துக்கொள்கின்றார்கள். பனையோலை மட்டையினால் சுற்றிவர வரிந்து அறுக்கைப்படுத்தின அடுக்களைக்குள்ளே பொன்னி படுக்கின்றாள். பச்சைத் தென்னையோலையில் பின்னியெடுத்த பன்னாங்குகளால் தெற்கும் மேற்கும் மறைத்துக் கட்டின மாலுக்குள் சின்னானும் குட்டியனும் எப்பொழுதும் போலத் தங்கி இருக்கிறார்கள். முத்தன் அந்த மால் வாசலோடு ஒட்டின வடக்குப்புறத் திண்ணையில் வந்து படுத்துக்கொள்வான்.

இன்று இரவு காலங்கடந்துதான் முத்தன் வீடு வந்து சேருகின்றான். அவன் வரும்போது வீட்டில் இரவுச் சாப்பாடு இருக்கமாட்டாது என்று நினைத்துக் கொண்டு வந்து சேர்ந்தான். இன்று அவனுக்கு வருமானம் ஒன்றும் இல்லை. மாணிக்கனிடம்

போய் ஒரு போத்தல் கள்ளு, கடன் சொல்லிக் குடித்தான். அதுதான் அவன் வயிற்றில் நிற்கிறது.

அவன் வீட்டுக்குத் திரும்பி வரும்வேளையில் படலையில் நின்று மூன்று தடவைகள் காறித்துப்பி விட்டே உள்ளே வருகின்றான். அவன் வரவைத் தொடர்ந்து தெருச் சொறிநாய் குரைத்துக் கொண்டு வெளியே ஓடிப்போகின்றது. அங்கும் இங்கும் பாய்ந்து பாய்ந்து நீண்ட நேரம் அது குரைத்துக்கொண்டு நிற்கின்றது.

"நாயின் கண்களுக்குப் பேய்பிசாசு தெரியுமாம். முத்தனைப் பின்தொடர்து ஏதோவொரு கெட்ட பிசாசு வந்திருக்குது." பொன்னி நினைத்துக்கொள்ளுகின்றாள்.

"தம்பி, முகம் கைகால் கழுவி விபூதி பூசு மேனை" என்கிறாள் பொன்னி. தாய் பொன்னி அவன் வீடு வந்து சேரும்வரை உறங்குவதில்லை. அது முத்தனுக்குத் தெரியும். நோயாளித் தாயை இனி இப்படி விழித்திருக்க வைக்கக் கூடாது என்று அவன் நினைத்துக்கொள்வான்.

மாணிக்கன் தந்த கள்ளு வயிற்றில் வற்றிக்கொண்டு வருகிறது. முத்தனுக்கு பசி லேசாக வயிற்றைக் கிள்ளுகிறது. ஒரு நம்பிக்கை, தாய் பொன்னி கொஞ்சம் தீன் ஏதாவது அவனுக்கென்று வைத்திருப்பாள்.

முத்தன் தண்ணீர் எடுத்து முகம் கைகால் கழுவி முடித்துக் கொண்டு, திருநீற்றுக் குடுவைக்குள் விரலைவிட்டு நெற்றியில் பூசுகின்றான். மால் மூலையில் சுருட்டி வைத்த பனையோலைப் பாயை எடுத்து, நிலத்தில் தட்டி, பின்னர் திண்ணையில் விரித்துப் படுக்கப்போகும் சமயம், "தம்பி சாப்பிட்டுவிட்டுப் படு" எனப் பொன்னி அழைக்கிறாள்.

தாய்க்குத் தன் மீதுள்ள அன்பை எண்ணி முத்தன் உள்ளம் உருகுகின்றது. அவனுக்கு 'இல்லை' என்று சொல்லும் வழக்கம் அந்தத்தாய் உள்ளத்துக்கு இல்லை. அவன் அதைப் பெருமையோடு நினைத்துக் கொண்டு, தனது கலக்கத்தை மறைத்த வண்ணம் அடுக்களைக்குள் நுழைகின்றான்.

"வாமேனை... ஒல்லுப்போல புட்டுக்கிடக்கு சாப்பிட்டுவிட்டுப் படு"

"ஆச்சி சாப்பிட்டனியோ?"

"ஒரு சிறங்கை திண்டனான்"

பொன்னி சொன்னது போல, சிறிதளவான ஒடியல்பிட்டு நெத்தலி மீன் போட்டு அவித்தது. மணம் குணமான, வெகு சுவையான பிட்டு. ஒவ்வொரு கவளமாக அள்ளி வாயில் வைக்க, முத்தனுக்கு வாயில் நீர் ஊறிக்கொண்டு வருகின்றது. மெதுவாகச் சுவைத்துச் சுவைத்து உண்டு முடிக்கின்றான்.

புட்டு போதுமோ எனப் பொன்னி கேட்கவில்லை. அவள் தனது பங்கையும் சேர்த்து முத்தனுக்குக் கொடுத்தாள் என்பது அவனுக்குத் தெரியாது.

அவன் வயிறு நிறையத் தண்ணீரைக் குடித்துவிட்டுப் போய்ப் படுத்துக்கொள்ளுகின்றான்.

பொன்னி வெறும் வயிற்றில் தானும் கொஞ்சம் தண்ணீர் குடித்துவிட்டு அடுக்களைக்குள்ளே படுத்துக்கொண்டாள்.

07

மணியன் முன்னே புதிய உலகம் ஒன்று விரிந்து கிடக்கிறது. பச்சை வண்ணம் பூசிக்கிடக்கும் பசுமையான தேயிலை மலைக் குன்றுகள். கறுத்தப் பிராமணன் மேனியில் துவளும் வெள்ளைப் பூணூலாகக் கரும்பாசி படர்ந்த குன்றிலிருந்து கீழே இறங்கிவரும் நீருற்றுக்கள். பசும்பாலை ஆகாய வெளி எங்கும் தடவி விட்டது போன்ற பனிமூட்டம். காலை நேரம் மலர்ந்தும் வெளியில் முகம் காட்டாத காலைக் கதிரவன். உடல் சிலிர்க்க வைத்துக் குத்தும் குளிர்.

கடை வாசலில் தள்ளிக்கொண்டு உள்ளே நுழையும்போது சுழன்றாடும் அரைக் கதவு. கடைக்கு உள்ளும் புறமும் பளிச்சென்று மனம் கவரும் ஒரு சுத்தம். இருள் கலையாத அதிகாலை வேளையில் கடையைச் கூட்டிச் சுத்தப்படுத்தி மஞ்சள் நீர் தெளித்துவிடுகிறார்கள். சுவரில் பொருத்தி இருக்கும் பீடத்தில் வரிசையாக வைக்கப்பட்டிருக்கிறது முருகன், பிள்ளையார், இலக்குமி, யேசு, புத்தன் படங்கள். முதலாளி நீராடி முடித்துவந்து அரையில் கட்டிய ஈரத்துணியுடன் தெய்வங்களுக்கு மலர் சார்த்தி, விளக்கேற்றி, சாம்பிராணிப் புகை காட்டி, ஊதுபத்தி கொளுத்தி வைத்துப் பக்தி சிரத்தையுடன் வணங்குவார். அவர் வணக்கத்துடன் கடை எங்கும் நறுமணம் கமழ்ந்து கொண்டிருக்கும். நீளப்பாட்டிலுள்ள சுவர்களுடன் முழுநீள மேசைகளை நெருக்கமாக வைத்து அவற்றைப் பூப்போட்ட அழகிய மெழுகு சீலையினால் மூடிவிட்டிருக்கிறார்கள். அந்த மேசைகளின் மீது இருபக்கச் சுவர்களிலும் இணைக்கப்பட்டிருக்கும் முழுநீளக் கண்ணாடிகள். கண்ணாடிகளுக்கு எதிரில் மேசையின் முன்னே வசதியான கதிரைகளைப் போட்டு வைத்திருக்கின்றார்கள்.

மணியன் அந்தக் கண்ணாடிகளின் முன்வந்து தரித்து நிற்கின்றான். கண்ணாடியில் அவனது முழு உருவமும் முன்னும் பின்னும் தெரிகின்றது. இப்படித் தனது உருவம் முழுவதையும் அவன் இதற்கு

முன்னர் கண்டதில்லை. அதனால் கண்ணாடியை விட்டு அப்பால் அவனால் நகர முடியவில்லை. அவன் கண்ணாடி முன்னே நின்று விழித்து விழித்துப் பார்ப்பதை உள்ளே போய்வந்த முதலாளி கண்டுவிடுகின்றார்.

"டேய், பனங்காட்டுக்குள்ளே இருந்து இப்பதான் வெளியிலே வந்திருக்கிறாய். சும்மா பேந்திக்கொண்டு நில்லாமல் போடா உள்ளுக்கு." முதலாளி அவனை விரட்டுகின்றார்.

மணியன் தொழில் நடைபெறும் அந்த இடம்விட்டு உள்ளே வருகின்றான். உள்ளே புகைப்பிடித்து கரிமண்டிக் கிடக்கும் ஒடுக்கமான ஒரு அடுக்களை. அதன் ஒரு மூலையில் மண் அடுப்பு, விறகு, பாத்திரங்கள், பண்டங்கள் நிறைந்து கிடக்கின்றன.

அவைகளைக் கண்டு மணியன் கண்கள் கலங்குகின்றன. முதல் நாளிலேயே முதலாளி அவனுக்குக் கட்டளை இட்டு விட்டார். "டேய்... நீதான் சமையல் வேலைகளைப் பாக்கவேணும்." மணியன் அது கேட்டுத் திகைத்துப்போனான். ஆச்சி அடுப்பில் வைத்து எரிப்பதற்கு ஒரு விறகு எடுத்துக் கொடுத்து பழக்கமில்லாத செல்லப்பிள்ளை அவன். அவனை அப்படி அவனது ஆச்சி பொத்திப் பொத்தி வளர்த்திருக்கின்றாள். இங்கே தொழில் பழகுவதற்கென்று நம்பி வந்த அவனை முதலாளி சமையல் வேலை செய்யச் சொல்லுகின்றாரே! அவன் அதை நினைத்துத் தயங்குகின்றான்.

"என்னடா யோசிக்கிறாய்! முதல் சமையல் பழகு, பிறகு வேலை பழகலாம். சமையல் வேலை பழகிவிட்டால் வேலை பழகுறது வலுசுகம். ஒண்டுக்கும் நீ யோசிக்காதே. எல்லாம் நான் சொல்லித் தருவன். போடா போ... முதல் சட்டி பானையைக் கழுவு." முதலாளி அவனை வற்புறுத்தி அனுப்புகின்றார்.

மணியன் தான் செய்வது என்னவென்று அவனுக்கு விளங்கவில்லை. அவன் கண்களில் நீர் முட்ட, சோற்றுப் பானையைக் கையில் எடுக்கின்றான்.

முதலாளி தினமும் காலையில் அரைப் போத்தல் பால் தரவேண்டுமென முனிதாசவிடம் சொல்லி வைத்திருக்கின்றார். அதனை அளவாகச் சூடாக்கித் தேநீருடன் கலந்து முதலாளிக்கும், வேலைசெய்யும் நால்வருக்கும் பகிர்ந்து ஒவ்வொரு 'கப்' தேநீர் ஆவிபறக்கப் பரிமாற வேண்டும். மிகுதி ஒரு 'கப்' தேநீர் மணியன் குடிக்கலாம்.

இந்த அளவு, கணக்கு, அனுமானம் அணுவும் பிசகக்கூடாது. இனிப்புக் கூடினால் தண்டனை. குறைந்தாலும் தண்டனை. சூடும் அப்படித்தான். முதலாளிக்கு எல்லாம் நிறுதிட்டமாக இருக்கவேண்டும்.

காலையில் பருகும் பால் தேநீருடன் காலை நேர உணவு நிறைவு பெற்றுவிடும். 'பால் குடித்தால் வயிறு பசிக்காது' என திவ்வியமான ஒரு கருத்தைச் சொல்லிக்கொண்டிருப்பார். நடுப்பகல் அனைவருக்கும் மதிய உணவு.

ஒவ்வொருவருக்கும் அரை இறாத்தல் பாண். மணியன் சின்னப் பையன். அவன் அதிகம் சாப்பிடமாட்டானாம். அவனுக்கு கால் இறாத்தலுடன் முதலாளி கணக்கை முடிப்பார்.

பாணோடு சேர்ந்து உண்பதற்குப் பருப்புக் கறி எல்லோருக்கும் பரிமாறப்படும். ஒரு தடவைக்கு மேல் இரண்டாவது தடவை யாரும் கறி கேட்கக் கூடாது.

"எங்கடை சோறும் கறியும் கிட்ட நிக்கேலாது...! சிங்களவன்ரை பாணும் பருப்பும் வலுதிறம்" என்பார் முதலாளி ஒரு தினம்.

"ச்ச... இந்தப் பாண், கறி இல்லாமலே சாப்பிடலாம்" என்பார், வேறொரு தினம்.

பாணோடு உண்பதற்குத் தேவையான பருப்புக் கறி தினமும் மணியன் ஆக்கவேண்டும்.

கறி ஆக்கிக் கொடுப்பது மட்டும் அவன் பொறுப்பு. அதை எல்லோருக்கும் அளவாகப் பங்கிட்டுப் பகிர்ந்து கொடுக்கும் பணியை முதலாளி தான் பொறுப்பெடுத்துக்கொள்ளுகிறார்.

பிற்பகல் நேரம் மீண்டும் அரைப் போத்தல் பாலைக் காய்ச்சி தேநீர் தயாரித்து எல்லோருக்கும் பகிர்ந்தளிக்கச் செய்கிறார்.

இரவு ஏழு மணியானதும் கடை பூட்டுவதற்குத் தயாராகி விடுவார்கள். பூட்டின கடையை நன்றாகக் கூட்டிச் சுத்தம் செய்வார்கள். பின்னர் வெளியில் சென்று குழாயில் நீர் ஏந்தி, உடலை நன்றாகக் கழுவிச் சுத்தப்படுத்திக்கொண்டு திரும்புவார்கள். இதற்கிடையில் முதலாளி மேல்கால் கழுவி முடித்து வந்து, நெற்றியில் விபூதி பூசி, சாமி படங்களிற்கு விளக்கேற்றி வைத்து,

ஒரு சாம்பிராணிக் குச்சியும் கொளுத்தி, சாமி கும்பிட்டு முடித்திருப்பார்.

இந்தக் காரியங்கள் யாவும் செய்து முடிக்க, இரவு நேரம் எட்டு மணி ஆகிவிடும்.

முதலாளி உணவுக் கோப்பைகளை எடுத்து, மணியன் ஆக்கிவைத்திருக்கும் சோற்றைப் பகிர்ந்து, அவரவர் கோப்பைகளில் போடுவார்.

மணியன் கோப்பையில் கொஞ்சம் குறைவான அளவில் தான் சோறு விழும். மதிய வேளை பாணுக்கு ஆக்கிய பருப்புக்கறி சற்றுச் சூடாக்கி வைக்கப்பட்டிருக்கும். தினமும் அந்தக்கறி ஆக்குவதற்குத் தவறுவதில்லை. கோவா, போஞ்சி, ஈரப்பலாக்காய், பூசணிக்கொழுந்து என அன்று சந்தையில் மலிவாக வாங்கக் கிடைத்ததில் ஆக்கிய இன்னொரு கறி.

உணவு உண்ணும் சமயங்களில் முதலாளி கண்ணபிரானாகத் திருவவதாரம் செய்து கீதா உபதேசம் செய்வதற்கு ஆரம்பித்து விடுவார். மாலை வேளை ஒருதடவை அவர் வெளியே போய் வந்தாரானால் நிச்சயம் அவருக்கு ஞானம் உதயமாகிவிடும்.

"ஊணன் கருமம் இழந்தான், அம்பலத்தான் பெண்ணை இழந்தான் எண்டு ஒரு பழமொழி இருக்கு. வயித்துக்குத்தான் சாப்பாடு, சாப்பாட்டுக்கு வயிறில்லை. நாங்கள் என்ன கவுண்மேந்து உத்தியோகம் பாக்கவே இஞ்சை வந்தனாங்கள்! மத்தியானம் சாப்பிட்டு ஓய்வெடுக்கிறதுக்கு ஏலுமே! நாங்கள் வயித்தை வாயைக் கட்டி உழைச்சு, எங்களை நம்பி ஊரில் இருக்கிற சீவன்கள் பசிபட்டினி கிடவாமல் பாக்க வேணும்."

முதலாளி சொல்லச் சொல்ல அவர்கள் கேட்டுக்கொண்டு சாப்பிடுவார்கள். சோறு தின்று முடிந்ததும் வயிறு நிறையத் தண்ணீர் குடிப்பார்கள். முதலாளி கடைப்பிடிக்கும் உணவு முறை அவர்களுக்கு இப்போது பழக்கத்துக்கு வந்துவிட்டது. அவர்களுக்கு அந்த உணவைவிட மேலதிக உணவு தேவைப்படுவதில்லை. வெளியில் சென்று ஹோட்டலில் சாப்பிடுவதற்கு அவர்கள் விரும்பினால் முதலாளி தடையாக இருப்பதில்லை. அவர்கள் கேட்கும் பணத்தை எடுத்துத் தாராளமாகக் கையில் கொடுப்பார். உடனே கணக்கில் பற்றுத்தொகை இவ்வளவெனக் கொப்பியில் குறித்துவைத்து விடுவார்.

தமிழ் நாட்டில் தயாரான புதிய சினிமாப்படம் தியேட்டருக்கு வந்துவிட்டால், அதைச் சென்று பார்த்துவிட வேண்டுமென வேலை செய்கின்றவர்கள் துடிப்பார்கள். கடை மூடுவதற்கு முன்னர் தியேட்டருக்குச் சென்று முதற்காட்சி பார்ப்பதற்கு முதலாளி ஒருநாளும் அவர்களை அனுமதித்ததில்லை. இரண்டாவது காட்சி பார்ப்பதற்கு எல்லோரும் ஒன்றாகச் சேர்ந்து செல்ல முடியாது. மறுநாள் வேலை நேரத்தில் அவர்கள் தூங்கிவழிந்து கொண்டு நிற்பார்கள். அதனால் இருவர் இருவராகச் சென்று வருவதற்கு அனுமதிப்பார். அன்றும் கொப்பியில் கணக்கைக் குறித்துக் கொள்ளத் தவறமாட்டார்.

அவர்களில் யாராவது ஒருவர் கொஞ்சம் 'பூசிப்போட்டு' வந்து நின்றால் முதலாளிக்கு அடியோடு பிடிக்காது. அதனால், தான் 'பூசி இருக்கும்' நேரங்களில் சொல்லுவார் -

"எடே, குடிச்சுக் கெட்ட சாதியெடா நாங்கள். எவனாது குடிச்சுப்போட்டு வந்தால் கடைக்குள்ளே கால் வைக்க விடமாட்டேன். சலூனை இழுத்து மூடிப்போட்டு ஊருக்கு போவனே ஒழிய, குடிக்கிறவனை வேலைக்கு வைச்சிருக்க மாட்டேன்."

முதலாளி தான் கொஞ்சம் போட்டுக் கொள்ளுகிறது பற்றி அந்த நேரம் யாரும் வாய் திறப்பதில்லை.

காலை நேரம் கடை திறப்பதற்கு முன்பு எல்லோரும் சென்று அருவியாகக் கொட்டும் பீலி நீரில் குளித்து முடித்து விடவேண்டும். 'காலைக் குளிப்பு உடல் ஆரோக்கியத்திற்கு நல்லது' என்று கூறுவார்கள். வெப்ப வலயத்தில் வாழ்ந்த யாரோ ஒருவர் அப்படிச்சொல்லி இருக்க வேண்டும். அவர் வந்து மலையகத்துக் கொடுங்குளிரில் நீராடிப்பார்க்க வேண்டும். உடலை உறைய வைக்கும் இந்தக் குளிரில் ஆரம்பத்தில் காலை நேரம் குளிப்பது யாராக இருந்தாலும், அவரைக் கொல்லாமல் கொல்லும்.

மணியன் பதுளை வந்து சேர்ந்த மறுநாள் காலை, முதலாளி அவனைப் படுக்கையில் இருந்து தட்டி எழுப்பிவிட்டார். கடையில் வேலைசெய்த இன்னொருவருடன் சேர்த்து அவனைக் குளிப்பதற்கு அனுப்பி வைத்தார். அவன் படுக்கைவிட்டு எழுந்திருக்க முடியவில்லை. குளிரில் கிடுகிடுத்து அவனுக்கு உடல் நடுங்கிக் கொண்டிருந்தது. அவனைப் பீலிக்கு அழைத்துச் சென்றவர் உதட்டுக்குள் நமட்டுச் சிரிப்புடன் அவனைக் கூட்டிப் போனார்.

பீலி நீர் அருகில் அவன் தயங்கிக்கொண்டு நின்றான். நீரைத் தொட்டு உடல் முழுவதும் பூசி குளிரைப் போக்கிய பிறகு, நீரில் இறங்கிக் குளிக்குமாறு அவர் ஆலோசனை கூறினார்.

அவன் குளிப்பதற்கு ஆரம்பித்தான். அவனை அழைத்துச் சென்றவர் அவன் குளிப்பை அவதானிக்கின்றார். நீரை அள்ளித் திடீரென அவன் தலையில் ஊற்றுகின்றார். மணியன் அதை எதிர்பார்க்கவில்லை. அவன் திகைத்துத் திணறுகின்றான்.

"காகக் குளிப்பு குளியாதே! உப்பிடிக் குளிச்சால் இஞ்சை சிரிப்பினம். உடம்பு கழுவுகிறது எண்டு சொல்லுவினம். இஞ்சை குளிப்பெண்டால் தலையிலே வாக்கவேணும்."

"தோச்சல் அல்லது முழுக்கு என்றுதானே இதைச் சொல்லுகிறது?"

"அது யாழ்ப்பாணத்திலே..."

இப்பொழுது காலைக் குளிரில் பனிநீரில் இறங்கி நீராடுவதற்கு அவன் பழகிப் போய்விட்டான். அந்த நீராடல் அவனுக்கு நல்ல சுகானுபவமாகத் தோன்றுகிறது. நித்தம் நீராடுவதனால் சில தினங்களில் அவனுக்கொரு சங்கடம். முதல்நாள் நீரில் நனைந்த ஈர உடுப்பு மறுநாள் சிலசமயம் முற்றாக உலர்ந்து போகாது. உலராத அந்தத் துணியைக் குளித்து முடித்துவிட்டு எடுத்து உடுத்திக்கொள்ளுவான். 'உடம்புச் சூட்டில் காஞ்சுபோம்' என தனக்குத்தானே சமாதானம் சொல்லிக் கொள்வான். ஈரத்துணியை அரையில் கட்டிக்கொள்வதால் அரைநாண் கொடியில் சீலைப்பேன் பிடித்து விடுகிறது. அந்தப் பேன்கள் காலப்போக்கில் அரையில் கடிக்க ஆரம்பிக்கிறது. அவன் கட்டின சாரத்துக்குள் கையைவிட்டுக் கயிற்றைத் தடவித் தடவிச் சீலைப் பேன்களை ஒவ்வொன்றாகப் பிடுங்கி எடுப்பான். துருவு பலகையில் போட்டு அவைகளைக் கைப்பெருவிரல் நகத்தினால் நசுக்குவான். பேன்கள் நசுங்கி உடையும் போது எழும் ஓசை கேட்கக் கேட்க அவனுக்கு நல்ல இன்பமாக இருக்கும்.

சமையல் வேலையுடன் இன்னொரு வேலையையும் அவன் கவனிக்க வேண்டியிருந்தது. கடையைக் கூட்டி, வெட்டின மயிரை ஒரு மூலையில் ஒதுக்கிச் சுத்தப்படுத்தும் வேலை அவனுக்கென்றுள்ள இன்னொரு கடமை.

குடிமைகள் | 81

முதலாளி அடிக்கடி தாராளமாக வெற்றிலை போட்டுக்கொள்வது அவர் பழக்கம். ஆனால் வேலை செய்கின்றவர்கள் வெற்றிலை போடுவதை அவர் விரும்புவதில்லை. 'தொழிலுக்கு அது இடைஞ்சல்' என்பார். 'அடுத்தவர் மேல் தெறிச்சுப் பறக்கும்' என்பார். தொழில் செய்கின்றவர்களை உற்சாகமாக வைத்திருப்பதற்கு அவர்கள் தாராளமாக பீடி புகைக்க அவர் அனுமதித்திருக்கின்றார்.

மணியன் கடையைக் கூட்டிச் சுத்தம் செய்யும் வேளைகளில் குறைபீடிகளை இரகசியமாகப் பொறுக்கி எடுத்து வைத்துக் கொள்ளுகிறான்.

அவன் இரவு நேரம் படுத்து உறங்குவதற்கு, தடித்த கடுதாசிப் பெட்டிகளைக் கிழித்தெடுத்து, நிலத்தில் பரப்பி அதன் மீது சரிந்து படுத்துக்கொள்ளுவான்.

காலையில் எழுந்து மலசலகூடம் போய்வருவது தினமும் அவனுக்குப் பெரிய ஒரு பிரச்சினை. அந்தச் சலூன் கடைக்கென்று பிரத்தியேகமான மலசலகூடம் ஒன்றில்லை. நகரத்துப் பொது மலசலகூடத்துக்கே அவர்கள் எல்லோரும் போய்வர வேண்டியிருந்தது. அந்த மலசலகூடத்தை நினைத்தாலே அவனுக்குக் குடலைப் புரட்டிக்கொண்டு வரும். அந்தக் குமட்டலைப் போக்குவதற்குப் பீடிப்புகை தேவைப்படுகிறது.

பீடி வாங்கிப் புகைப்பதற்கு அவனிடம் பணம் ஏது? முதலாளியிடம் போய் பீடி வாங்குவதற்குக் காசு கேட்க முடியுமா? அவன் பீடி புகைப்பது முதலாளி அறிந்தால் நிச்சயம் அவனைக் கொன்று போட்டு விடுவார்.

அவன் யாரும் அறியாத வண்ணம் தான் சேகரித்து வைத்திருக்கும் குறைபீடியைக் கொண்டு சென்று புகைப்பிடிப்பதற்கு ஆரம்பித்தான். அந்தப் பழக்கம் பின்னர் பீடி புகைக்கும் சோட்டையை இடையிடையே அவன் மனதில் எழச்செய்கிறது. அந்தச் சமயங்களில் பிறர் அறியாத வண்ணம் அவன் கடைக்குப் பின்புறம் சென்று பீடி புகைக்கலானான்.

முதலாளியின் கழுகுக் கண்களுக்கு அவன் மீது ஐயுறவு வந்துவிட்டது.

"எடேய்... மணியா, இஞ்சை வா!" முதலாளி அழைக்கின்றார்.

அவன் அவர் முன்போய் கூனிக்குறுகிக் கைகட்டி நிற்கின்றான்.

"காசு எங்கேயெடா எடுத்தனீ?"

அவர் கேள்வியின் பொருள் அவனுக்கு விளங்கவில்லை.

"என்னடா முழிக்கிறாய்... சொல்லு" உறுக்குகின்றார்.

அவர் வலது கையில் பிரம்பை வைத்துக்கொண்டு மறுகையால் பிடித்து அதனை வளைத்து நிமிர்த்துகின்றார்.

"நான் எடுக்கையில்லை முதலாளி"

அவர் பிரம்பினால் ஓங்கி அடிப்பதற்கு வீசுகின்றார். அவன் ஓர் அடி பின்னுக்கு எடுத்து வைத்துத் தன் மீது அடி விழாதவாறு விலகுகின்றான். உண்மையில் அவனைப்போட்டு அடிப்பதற்கு அவர் நினைத்திருந்தால் இழுத்துப்போட்டு பல அடிகள் அடித்திருப்பார். எத்தனையோ நாட்கள் அவரிடம் அப்படி அவன் அடி வாங்கி இருக்கின்றான்.

சில சமயங்களில் நீதி நியாயம் இல்லாது கேட்டுக் கேள்வி இன்றி, அவனைப்போட்டு அடித்துத் தள்ளுவார்.

ஒரு நாள் தேநீருக்காக அவன் காய்ச்சின பால் திரைந்து போய்விட்டது. அதற்கு அவனுக்குச் செம்மையாக அடி கொடுத்தார். இப்படி இடையிடையே அவன் பட்ட அடிகளின் தளும்புகள் அவனது உடலில் நெடுங்கோடுகளாகக் கறுத்து கிடக்கின்றன.

இன்று வழமையான ஆக்கிரோஷம் அவரிடம் இல்லை. அது ஏனென்று விளங்கிக்கொள்ளவும் அவனுக்கு இயலவில்லை.

"டேய், பீடி வாங்கக் காசு எங்கே களவெடுக்கிறாய்?" அவன் பீடி புகைக்கிறான் என்பதில் அவருக்குக் கோபமில்லை. அதற்காக விசாரணை செய்யவில்லை. பீடிக்கான காசு எப்படி கிடைக்கிறது? என்பதை அறிவதே அவர் உள்நோக்கம்.

"லாச்சிக்குள்ளதானே காசு எடுத்தனீ?

"இல்லை"

அவருடைய காசு மேசையில் யாரும் கை வைப்பது என்பது நடக்ககூடிய ஒரு காரியமல்ல. அவர் கணக்கில் காசு

குறையவுமில்லை. ஆனால் பீடி வாங்குவதற்கு பணம் அவனுக்குக் கிடைக்கிறதே! அது எப்படி?

"என்னடா இல்லை! பீடி பத்திரியோ... இல்லையோ?"

"இல்லை"

"டேய்... நீ பொய் சொல்லுகிறாய். பொய் சொன்ன வாய்க்குப் பொரியும் கிடையாது. போ... இன்டைக்கு விடுகிறன். பிடிபட்டால் தோல் உரிச்சுப் போடுவன்." அவனை எச்சரிக்கை செய்து அனுப்புகின்றார்.

பிரம்புக்குச் செலவு செய்து வாங்கின பணம் இன்று பயனற்றுப் போனதில் அவருக்கு லேசான மனக்குறைதான்.

மணியன் அந்தச் சமயங்களில் மாண்டு பின்னர் மீண்டும் உயிர்பெற்று எழுகின்றான்.

'இனி, பீடி புகைப்பதில்லையென' மனதில் தீர்மானித்துக் கொண்டு அங்கிருந்து மெல்ல நகருகின்றான்.

08

அன்று முழுநேரமும் அலைந்து திரிந்ததில் முத்தன் உடல் மிகக் களைத்துப் போனான். பாய் மீது சரிந்து படுத்ததும் ஆழ்ந்து உறங்கிவிட்டான். முத்தன் படுத்து உறங்கினால் இடையே விழிப்புத் தட்டினாலும் படுக்கையைவிட்டு எழுந்திருப்பதில்லை. இன்று உறக்கம் கலைந்து எழுந்து போகவேண்டும் போல உணருகின்றான். கண்களைக் கசக்கி விட்டுக்கொண்டு எழுந்து படுக்கையில் உட்காருகின்றான். நேரம் என்னவாக இருக்கும்...? நடு இரவு தாண்டி ஒருமணி நேரம் கழிந்திருக்கலாம். வீட்டில் உறங்கிக் கொண்டிருக்கின்றவர்களின் மூச்சுக்காற்று தவிர வேறு சத்தம் எதுவுமில்லாத அமைதியான இரவு.

முத்தன் மெல்ல எழுந்து வீட்டுக்கோடிக்கு அப்பால் சிறிது தூரம் சென்று, ஆற அமர நின்று சிறுநீர் கழிக்கின்றான். அவனுக்கு முன்னே வளர்ந்து நிற்கும் செடிகொடிகளுக்கிடையே மின்மினிப் பூச்சிகள் ஒளிப் பொருட்களை ஏற்றிக்கொண்டு பறந்து திரிவதும், பின்னர் ஒளியை அணைப்பதும், பிறகு ஒளியை ஏற்றுவதுமாகச் சாகாசம் செய்கின்றன. சிறுபிள்ளைகள் போல அந்த மின்மினிகளை எண்ணிக் கணக்கிட வேண்டுமென ஒருகணம் அவன் மனம் நினைக்கின்றது. அது முடியக்கூடிய காரியமா? ஒரு மின்மினி எத்தனை தடவைகள் பறந்து கொண்டு வரும்? தனது மனதில் எழுந்த விபரீத ஆசையைக் கைவிட்டு, அந்த மின்மினிக் கூட்டத்தைப் பார்த்து இரசித்துக்கொண்டு நிற்கின்றான்.

அவன் நாசியில் திடீரென ஒரு வாசனை வந்து அடிக்கிறது. அது குரக்கன் பிட்டு வாசனை. புடையன் பாம்பு நடமாட்டம் இருக்கும் இடங்களில் அந்த வாசனை அடிக்கும் என்று கூறுவார்கள். ‘எந்த இடத்தில், எந்தப் பாம்பு இருக்கிறதோ? யார் கண்டார்?’ என நினைத்துக் கொண்டு அங்கிருந்து போவதற்கு முத்தன் திரும்புகின்றான்.

திரும்பின முத்தன் திகைக்கின்றான்.

அவன் எதிரில் ஒரு உருவம் நிற்கிறது.

இரவு நேரம்... அடர்ந்த இருளில்... யாருமற்ற தனிமையில்... இப்படி உருவம் வந்து எதிரில் நிற்பதென்றால் யார்தான் அஞ்சமாட்டார்கள்?

முத்தன் ஒருகணத்தில் தன்னைச் சுதாகரித்து மனதைத் திடப்படுத்திக் கொண்டு, "ஆரது...?" என உரத்துக் கேட்கின்றான்.

"அத்தான், அது நான்..." சரசி இன்னும் கிட்ட நெருங்கி வருகின்றாள்.

முத்தன் மனதில் எழுந்த பீதியும் கலக்கமும் தீர்ந்து, இன்னொரு புதிய குழப்பம் எழுகிறது.

"மச்சாள், ஏன் வந்தனீ?"

"....................."

"இந்த நேரத்தில் இப்பிடி நீ வரக்கூடாது"

"................"

"நீ என்ரை அண்ணன் பெண்டில்"

"அத்தான், உங்களைத்தான் நான் மனதில் நினைச்சுக் கொண்டிருக்கிறேன்."

"அந்தக் கதையெல்லாம் வேண்டாம்." அவன் சொல்லிக் கொண்டு அவளைக் கடந்து செல்ல முற்படுகின்றான்.

அவள் இரண்டு கரங்களையும் விரித்துப் பிடித்துக் குறுக்கே நின்று அவனைத் தடுக்கின்றாள்.

அவன் விறைத்துப்போய் அசையாது மௌனமாக நிற்கின்றான்.

அவன் மௌனமும் அமைதியும் அவள் உள்ளத்தைக் கிளறி மேலும் தூண்டுகின்றன.

அவள் மிக நெருக்கமாக வந்து "அத்தான்" என மிருதுவாகக் குழைந்த வண்ணம் அவன் கரத்தை மெல்லப்பற்றிப் பிடிக்கின்றாள்.

"சீ... விடு!" அவள் கரத்தை அவன் தட்டிவிட்டு, வேகமாக வந்து படுக்கையில் விழுகின்றான்.

அந்த வீட்டில் இனம் புரியாத ஒரு சோகம் இழையோடிக் கொண்டிருக்கிறது. குடும்பத்தில் யார் முகத்திலும் மகிழ்ச்சி இல்லை. சரசி எதையோ பறிகொடுத்தவள் போல வாடிப் போய் இருக்கின்றாள். அவள் யாரோடும் வாய் திறந்து பேசுவதில்லை. வல்லியை அவள் ஏறெடுத்துப் பார்ப்பதுமில்லை.

சின்னான் "மச்சாள்... மச்சாள்..." என்று அவளை எப்பொழுதும் சீண்டிக் கொண்டிருக்கின்றான்.

"மச்சாளுக்கென்ன...?" எனக்கோபமாகக் கேட்டு அவனைக் கண்டிப்பாள்.

பின்னர் அவன் அழைப்பதை அவள் செவிகளில் போட்டுக்கொள்ளாது விட்டுவிட்டாள்.

சரசி தன் வீட்டுக்கு அடிக்கடி போய் வருவதற்கு ஆரம்பித்தாள். ஆரம்பத்தில் நடுப்பகல் போய் மாலையில் திரும்பி வந்தாள். பின்னர் காலையில் போய் மாலையில் வந்து சேர்ந்தாள். அதன் பிறகு ஒரு தினம் தங்கிநின்று மறுதினம் வந்தாள். பின்னர் இரண்டு மூன்று தினங்கள் கழிந்த பிற்பாடே, வேண்டா வெறுப்புடன் அவள் அங்கு வந்து சேருவாள்.

அவள் இப்படியே போய்க்கொண்டிருந்தால், ஒரு நாள் திரும்பி வராமல் தாய் வீட்டில் தங்கிவிடக்கூடும் என பொன்னி உள்ளத்துள் அஞ்சுகிறாள்.

வல்லி சரசியை நினைத்துத் தவித்துக் கொண்டிருக்கின்றான். அவள் தன்னை கைவிட்டுப் பிரிந்து சென்றுவிடுவாளோ...? என்ற பயம் அவனுக்கு. கணவன் எனும் உரிமையுடன் அவளைக் கண்டித்து வைப்பதற்கும் அவனுக்கு இயலவில்லை. அவன் வாய் திறந்து ஒரு வார்த்தை அவளிடம் சொல்வதற்கு அஞ்சி மௌனமாகவே இருக்கின்றான்.

சரசி ஒரு தினம் தாய் வீட்டுக்குப் போய்க்கொண்டிருக்கின்றாள். இடையில் சந்தித்த விடுப்புக்கார நாச்சியார் ஒருத்தி அவளோடு கதை கொடுக்கின்றாள்.

"சரசி... நீ சடங்கு செய்திட்டியாம்"

“ஓம், நாச்சியார்”

“எடி... நீ சோடியாகப் போகக் காணன்ரி?”

“...................”

“எடி அவன் சொத்தியன் எண்டு கேள்விப்பட்டனான்... உண்மையே?”

“என்னடி ஒண்டும் சொல்லுறாயில்லை. அவன் சொத்தியெண்டிட்டு... நீ அங்காலை இஞ்சாலை பாக்கிறதில்லை. கல்லெண்டாலும் கணவன் புல்லெண்டாலும் புரியனெடி... கண்டியோ! சொத்தியனெண்டால்போல... உன்ரை மாமி பொன்னியைப்போல நீ பொடி பெறாமல் விடவே போறாய்?”

நாச்சியார் கிண்டலாகச் சொன்ன வார்த்தைகள் சரசி நெஞ்சைச் சுடுகிறது.

அவள் வெளியில் நடமாடித் திரிவதற்கும் இப்போது விரும்பவில்லை. வேதனையுடன் உள்ளே குமைந்து கொண்டிருக்கிறாள்.

வல்லிக்கு கலியாணம் நடந்து முடிந்த கையோடு முத்தனை மாப்பிள்ளை கேட்டுப் பலர் பொன்னியிடம் வரத் தொடங்கிவிட்டார்கள். முத்தன் இப்போது சம்மதிக்கமாட்டான் என்பது பொன்னிக்குத் தெளிவாகத் தெரியும். அதனால் சிறிது காலம் போகட்டுமென அவள் காலம் கடத்திக்கொண்டு இருந்தாள்.

இப்பொழுது பொன்னி மனதில் உறுதியான ஒரு முடிவுக்கு வந்துவிட்டாள். ஒரு நல்ல பெண்ணாகப் பார்த்து முத்தனுக்குத் திருமணம் செய்து வைத்துவிட வேண்டும். இனிமேலும் தாடாத்தக் கூடாது. அது எல்லாத்துக்கும் நல்லது.

ஒருதினம் இரவுவேளை முத்தனுக்கு உணவு பரிமாறிவிட்டு, பொன்னி மெல்லக் கதை எடுக்கின்றாள்.

“மேனை, பல இடங்களில் இருந்து வந்து உன்னைக் கேக்கினம்...”

“கலியாணம் செய்ய எனக்கு விருப்பமில்லை.”

“நெடுகிலும் தட்டிக்கழிச்சுக்கொண்டு இருக்கிறாய் மேனை!”

“ஆச்சி, கலியாணத்துக்கு இப்பென்ன அவசரம்?”

“ஏன் மேனை உப்படிச் சொல்லுறாய்?”

“ஆச்சி நான் ஒரு நிமிசம் ஆறி இருக்காமல் குடிமைத் தொழில் பாக்க அலைஞ்சு திரிகிறன். அப்பிடித் திரிஞ்சும் நாங்கள் திண்ட நாள் பாதி, தின்னாத நாள் பாதியாகத்தானே காலந் தள்ளுகிறம். அரையில் கட்டியிருக்கிற துணியை மாத்திக்கட்ட வழியில்லை. படுத்தெழும்ப ஒரு வீடில்லை. இது எங்கடை மண்ணெண்டு உரிமையோடு குடியிருக்க ஒரு குளி நிலம் சொந்தமாக இல்லை. ஏன் கனக்கச் சொல்லுவான்? குடிக்கிறதுக்குத் தண்ணிகூட இரந்து வாங்க வேண்டி இருக்கு. இந்த நிலைவரத்திலே இன்னொரு பெம்பிளையையும் கொண்டுவந்து நாங்கள் கரைச்சல்பட ஏலாது”

“மேனை நீ சொல்லுகிறது சரி... ஆனால் நெடுகிலும் எங்கடை ஆக்கள் இப்படித்தானே இருந்தவை! இதொண்டும் எங்களுக்கு புதிசில்லை. இதுக்காக நீ கலியாணம் கட்டாமல் இருக்கிறதே?”

“எல்லாம் செய்வம்... என்னை ஆய்க்கினைப் படுத்தாதை ஆச்சி!” சொல்லிக் கொண்டு முத்தன் எழுந்து போய்விட்டான்.

முத்தன் வழமைபோல மால் திண்ணையில் பாய் விரித்து அதில் படுத்துக் கொள்ளுகிறான். வீட்டில் எல்லோரும் படுத்து உறங்கிய பின்னர், சிலகாலமாக அவன் படுக்கை விட்டெழுந்து வெளியே போய்விடுவது யாருக்கும் தெரியாது.

அவன் நேரே அம்பட்ட வயிரவர் கோயிலுக்கு வந்து சேருவான். அந்த வயிரவர் ஒரு மூலஸ்தானமும் சிறிய ஒரு மண்டபமும் உள்ள ஒரு கோயில். வயிரவருக்கென்று ஒரு கிணறு தோண்டி விட்டிருக்கின்றார்கள். அண்மையில் வாழும் நயினார் ஒருவர் தூக்குத் தண்டனையில் இருந்து தன்னை வயிரவர் காப்பாற்றினார் என்ற நம்பிக்கையில், அவர் வைத்த நேர்த்திக் கடனாகத் தோண்டிவிட்ட கிணறு. சற்று சவர்த்தன்மையான நீர்.

வயிரவர் கோயிலுக்கு அருகில் மயிலன் வீடு. மயிலன் தினமும் கண்ணாடி விளக்கைக் கொளுத்தி, கம்பி ஒன்றில் தொங்கவிடுவார். விளக்கு அதிக நேரம் எரிவதில்லை. போதுமான எண்ணெய் இல்லாமல் அணைந்து போகும்.

மயிலன் குடும்பத்துக்கும் முத்தன் குடும்பத்துக்கும் இந்த வயிரவர் கும்பிடுதெய்வம்.

அம்பட்ட வயிரவர் ஆலயத்தில் வழிபாடு செய்வதற்கு வேறு யாரும் வருவதில்லை. மயிலன் விளக்கேற்றி வைத்துவிட்டுப் போனபின்னர் ஆலயத்தில் யாரையும் காண இயலாது. மினுக்கு மினுக்கென எரிந்து கொண்டிருக்கும் விளக்கு சிறிது நேரத்தில் அணைந்து போகும். பெரிய யானை ஒன்று படுத்துக்கிடப்பது போல இருளில் இந்த ஆலயம் தோன்றும்.

முத்தன் இருளைக் குடைந்துகொண்டு ஆலயத்துக்கு வந்து சேருகின்றான். வழமைபோல முழங்காலுக்கு மேல் மடித்துக் கட்டிக்கொண்டிருக்கும் நாலுமுழ வேட்டியை அவிழ்த்துக் கீழே விடுகின்றான். வேட்டிக்கு மேல் அரையில் சுருக்கிச் சுற்றிக்கட்டிக்கொள்ளும் சால்வைத் துண்டை அவிழ்த்தெடுத்து, ஆலயத்தின் சீமேந்துத் தரையில் படிந்த தூசியைத் தட்டிவிடுகின்றான். பின்னர் அந்தச் சால்வைத் துண்டை விரித்து விட்டுக்கொண்டு, “அப்பனே வயிரவா” என அதன்மீது சரிந்து படுக்கின்றான்.

முத்தனுக்கு உறக்கம் வருவதாக இல்லை. இரண்டு புறமும் புரண்டு புரண்டு படுக்கின்றான். இன்று அவன் மனம் குழம்பிக் கொண்டிருக்கிறது. இந்தக் குழப்பம் என்னவென்று அவனுக்குப் புலனாகவில்லை. நீட்டி நிமிர்ந்து இருளில் வெறித்துப் பார்த்தபடி கிடக்கின்றான்.

எவ்வளவு நேரம் கிடந்திருப்பான் என்று அவனுக்குத் தெரியாது. இருந்தால் போல ஒரு வாசனை அவன் மூக்கை வந்து தொடுகிறது. இது என்ன வாசனை? கிணற்றுக்கருகில் நிற்கும் செவ்வரலிச் செடிகளில் மலர்ந்த மலர்களுக்கு இப்படி ஒரு வாசனை இல்லையே! இது மல்லிகை வாசம். அவன் முன்னர் கேள்விப்பட்ட கதை, நடு இரவில் நடமாடித்திரியும் மோகினிப் பிசாசுகளின் நினைவுகள் நெஞ்சில் எழுகின்றன.

அவன் மனக்குழப்பம் தீரமுன்னர் “அத்தான்” என அழைத்தவாறு சரசி அவன் கால்களைப் பிடிக்கின்றாள்.

அவன் திடுக்கிட்டுக் கால்களைச் சட்டென்று இழுத்துக்கொண்டு எழுந்து உட்கார்ந்த வண்ணம், “இஞ்சை ஏன் வந்தனீ?” எனச் சினக்கின்றான்.

அவள் நெருக்கமாக வந்து அவனருகில் உட்காருகின்றாள். மல்லிகை வாசம் அவன் மனதைத் தொடுகிறது.

"பேய் பிசாசு அலைந்து திரியும் ஏமம் சாமத்தில் நீ துணிஞ்சு வந்திருக்கிறாய்?"

"................"

"ஒண்டும் பேசுகிறாயில்லை?"

"உங்களை நினைச்சு நான் பேயாக அலைஞ்சு திரிகிறன்"

"அப்படியேன் திரியவேணும்?"

"அதுதான் எனக்குத் தெரியவில்லை"

"எது தெரியவில்லை"

"உங்களை மறக்கத் தெரியவில்லை"

"இதென்ன கதை?"

"அத்தான், சின்ன வயசு முதல் உங்களையே மனதில் நினைச்சிருந்தனான். ஆச்சியும் அப்படித்தான் சொல்லிச் சொல்லி வளத்தவ..."

"அண்ணனைக் கட்டியிருக்கிறாய்!"

"என்ரை விருப்பம் கேட்டோ எனக்கு கலியாணம் செய்து வைச்சவை!"

"நீ என்ரை தமையன்ரை பெண்டில்"

"உதைத்தான் நெடுகிலும் நீங்கள் சொல்லிக் கொண்டிருக்கிறியள்"

"ஒழுக்கக் கேடாக நடக்கக் கூடாது மச்சாள்"

"உள்ளத்தில் உங்களை வைச்சுக்கொண்டு அவரோடை நான் குடும்பம் நடத்த ஏலாது"

"உலகத்தில் பலர் உப்பிடி வாழுகினம்"

"அதுக்கு நான் என்ன செய்கிறது...?"

"எனக்கத்தான் நீங்கள் ஒரு உதவி செய்தால் போதும்"

"என்ன சொல்லு?"

"முதல் செய்கிறன் எண்டு சொல்லுங்கோ!"

"சொல்லு...!"

"சொன்னால் தான்..."

"உதவிதானே... அது நிச்சயமாகச் செய்வன்"

"அத்தான், எனக்கு மனதில் இரண்டு ஆசைகள். ஒண்டு உங்களுக்குச் சமைத்துத் தந்து..."

"அதுதானே... தினமும் சமைச்சுத் தந்துகொண்டிருக்கிறாய்...?"

அவள் மௌனமாகிறாள்.

"மற்றதென்ன சொல்லன்...!"

"அத்தான்..." அவள் மெல்ல அரக்கி மேலும் நெருங்கி வருகின்றாள். அவள் மூச்சுக்காற்று அவன் நெஞ்சைச் சுடுகின்றது.

"சொல்லனப்பா...!"

"ஒரு நாளாவது உங்களோடை வாழவேணும் அத்தான்..." சொல்லிக்கொண்டு சுடுமூச்செறிந்த வண்ணம் அவனைப்பட்டென்று அணைத்து நிலத்தில் சரித்து இறுகக் கட்டிக்கொண்டு அவள் படுத்துக் கொள்ளுகிறாள்.

மறுநாள் காலைப் பொழுது விடிந்தது. முத்தன் படுக்கைவிட்டு இருளோடு எழுந்து வழமைபோல வெளியில் சென்றுவிட்டான்.

சரசி தாமதமாக எழுந்து குடிசைக்குள்ளே இருந்து வெளியே வருகின்றாள்.

அந்தக் குடும்பத்தில் யார் முகத்தையும் அவள் நிமிர்ந்து பார்க்கவில்லை.

காலை நேரம் புறப்பட்டுத் தாய்வீட்டுக்கு அவள் என்றும் போலச் சென்றுவிட்டாள்.

ஐந்து தினங்கள் மெல்லக் கழிந்து விட்டன.

அவள் கணவன்வீடு திரும்பி வரவில்லை.

முத்தன் மன அமைதியின்றி மௌனமாகத் திரிந்து கொண்டிருக்கின்றான்.

நாட்கள் ஊர்ந்தூர்ந்து போய்க்கொண்டிருக்கின்றன.

வல்லியால் பொறுமையாக இருப்பதற்கு இயலவில்லை.

அவன், தாய் பொன்னிக்கு ஆக்கினை கொடுத்து அரித்துக் கொண்டிருக்கின்றான்.

அவன் கொடுக்கும் தொல்லை தாங்க இயலாது அவள் முத்தனிடம் கூறுகிறாள்.

"அம்மான் வீட்டுக்குப் போய் மச்சாளைக் கூட்டிக் கொண்டுவாவன்."

அவளைத் தேடிக்கொண்டு போவதில் முத்தனுக்கு மனதில் விருப்பமில்லை. பொன்னிக்கு நொண்டி நியாயங்கள் சொல்லிச் சொல்லி அவன் காலங் கடத்திக் கொண்டிருக்கின்றான்.

முத்தன் இப்பொழுது நன்றாக வாடிச் சோர்ந்து போனான். அவனிடம் முன்னர் போல உற்சாகமில்லை. மனநிம்மதி தேடி மாணிக்கனின் கள்ளுக் கொட்டிலுக்கு இடையிடையே போய் வந்து கொண்டிருக்கின்றான்.

கள்ளுக் கொட்டிலில் குப்பையர் அவனைக் கண்டு கொள்ளுகின்றார். அவர் ஓர் ஊர் அப்புக்காத்து. ஊர் துளவாரங்கள் எல்லாம் வாய்க்கு வந்தவாறு பேசுவார். மனதில் கற்பனையாகக் கதைகளைக் கட்டி ஊரெல்லாம் பரவவிடுவார்.

முத்தன் வருவது கண்டு வெகு உற்சாகமாக அவனை வரவேற்கின்றார்.

"முத்தன்... வா... வா... உன்னைக் காணவேணுமெண்டு நினைச்சனான்"

"சொல்லுங்கோ... நயினார்!"

"இஞ்சை இண்டைக்கு ஒருதருமில்லை. உன்னோடை கதைக்கிறதுக்குச் சரியான தருணம்"

"நயினார் என்ன கதைக்கவேணும்!".

“நானும் கொஞ்ச நாளாக் கவனிக்கிறன்… நீ முகம் வாடிப்போய்த் திரிகிறாய்”

“குடும்பக்கஷ்டம் கூடிப்போச்சு… ஒரே அலைச்சல்”

“ச்ச… என்ன சொன்னாலும் மனச்சாட்சி குத்துந்தானே!”

“நயினார் என்ன சொல்லுகிறியள்?” முத்தன் உள்ளே அதிர்ந்து போகின்றான்.

“முத்தன், நீ ஒரு இரகசியக் கள்ளனெடா! இந்தப் பூனையும் பால்குடிக்குமோ எண்டு மற்றவை நினைச்சுக்கொண்டு இருக்க… நீ பாலும் குடிச்சு சட்டியும் நக்கிப்போட்டுப் போகிற கள்ளனெடா”

“நயினார் சொல்லுகிறதை விளக்கமாகச் சொல்லுங்கோ!”

“ஏன்ரா அந்தரப்படுகிறாய்…? இந்த விஷயத்திலே எல்லாரும் கள்ளர் தான்ரா… நீ என்ன விதிவிலக்கே?”

“நயினார் என்ன சொல்லுது?”

“உனக்கு எப்பிடி விளங்கும்?”

“நயினாரானை எனக்குத் துண்டற விளங்கவில்லை”

“என்ரை தலையிலே பொய்ச்சத்தியம் பண்ணாதே!”

“நான் ஒண்டும் பொய் சொல்லயில்லை”

“திரும்பவும் பார்… அது உங்கடை சாதிக்குணமடா… ஆ… சொல்லுறதைக் கேட்டு நட. நீ அவன் சொத்தியனுக்குத் துரோகஞ் செய்யாதே!

“ஐயோ நயினார்!”

“என்னடா ஐயோ…! நான் வந்தென்ன விளக்குப் பிடிச்சனானே! கேள்விப்பட்டதைச் சொன்னேன்.”

“இப்படி ஒரு வீண் பழி ஆர் சொன்னது?”

“உன்ரை மாமி முத்தி சொல்லித் திரிகிறாள்”

“இப்பிடி அநியாயக்கதை கதைக்கக் கூடாது. நயினார் சொல்லுங்கோ… நான் அப்பிடி நடக்கக் கூடிய ஆளோ!”

“நீ நல்லவன்தான்ரா... இந்தக் காரியத்திலே ஆரையும் நம்பேலாது”

“நயினார், என்ரை மனமறிய நான் அப்பிடி நடக்கவில்லை... நயினார்”

“நான் சொல்ல வேண்டியதைச் சொல்லிப்போட்டேன். சரி... இனி அந்தக்கதையை விடு”

குப்பையர் உரையாடலுக்கு முற்றுப்புள்ளி வைக்கின்றார்.

அன்று முத்தன் வீட்டுக்கு வந்து எந்த உணவும் உண்ணவில்லை.

வல்லியின் நெருக்குவாரம் தாய் பொன்னியால் சகித்துக் கொள்ள முடியவில்லை.

அவள் பாவம்! என்ன செய்வாள்? முத்தனுக்குக் கரைச்சல் கொடுத்துக்கொண்டிருக்கின்றாள்.

“ஏன் மேனை சாப்பிடன்...” முத்தனை அழைக்கிறாள்.

“வேண்டாம் ஆச்சி...”

“போலும் சாப்பாடு வேண்டாமெண்டிட்டாய்... இப்பவாவது ஒரு பிடி சாப்பிட்டுவிட்டுப் படன் மேனை...!”

“எத்தினை தரம் ஆச்சி சொல்லுகிறது?”

“ஏன் மேனை, நீ ஒரு மாதிரித் திரிகிறாய்!”

“ஒண்டுமில்லை”

பொன்னி இதற்கு மேல் ஒன்றுமே கேட்கவில்லை. ‘நல்லவனுக்குக் கோபம் வந்தால் நாடு தாங்காது’ என மௌனமாக இருந்துவிட்டாள்.

முத்தன் வழமையான இடத்தில் பாயை விரித்துப் படுத்துக் கொள்ளுகின்றான். அவனுக்கு உறக்கம் வருவதாக இல்லை. குப்பையர் சொன்ன செய்தி அவன் மனதைப் போட்டுக் குடைந்து கொண்டிருக்கிறது. இந்தக் குழப்பத்தைத் தீர்ப்பதற்கு என்ன வழி...? அவன் சிந்தித்துச் சிந்தித்து மனம் சோருகின்றான். இறுதியில் ஒரு மார்க்கம் அவனுக்குச் சட்டென்று புலப்படுகின்றது. மனைவி வீட்டில் கணவன் சென்று தங்கி இருந்து வாழுவது எங்களுடைய

வழக்கம். அதைச் செய்யவேண்டியது தான் என முடிவு செய்து கொள்ளுகின்றான்.

அதன் பிறகு முத்தனுக்கு மனக்குழப்பம் நீங்கி விடுகிறது. சற்று நேரத்தில் கண் அயர்ந்து தூங்க ஆரம்பிக்கின்றான்.

வழமையாக முத்தன் கண் விழித்து எழுதுவதற்கு முன்னம் படுக்கைவிட்டு எழுந்துவிட்டான்.

கோழி இன்னும் கூவவில்லை. கோயில் மணிகளும் ஒலிக்கவில்லை.

சின்னானும், குட்டியனும் ஆழ்ந்து உறங்கிக்கொண்டு கிடக்கின்றார்கள்.

தாய் பொன்னியும் இன்னும் கண் விழிக்கவில்லை.

தூங்கிக் கிடக்கும் வல்லியை முத்தன் தட்டி எழுப்புகின்றான்.

வெளிக்குடத்தில் தண்ணீரை வார்த்து வந்து வல்லியிடம் கொடுத்து முகம் கழுவச் செய்கின்றான்.

பின்னர் அவனை அலாக்காகத் தூக்கி எடுத்துத் தோள்மீது போட்டுக்கொண்டு முத்தன் வெளியே நடக்கின்றான்.

இருளோடு இருளாக மச்சாள் சரசி வீடு வந்து சேருகின்றான்.

வல்லியைத் தோளில் இருந்து கீழே இறக்கி, சரசி வீட்டில் திண்ணையில் இருத்திவிட்டு, “நான் வாறன்” எனச் சுருக்கமாகச் சொல்லிக்கொண்டு திரும்பி வேகமாக நடக்கின்றான்.

09

மணியன் என்ன தீர்மானம் எடுத்தும் பயனில்லை. அவனால் மனதைக் கட்டுப்படுத்த முடியவில்லை. குறித்த நேரம் வந்ததும் அவனுக்குப் பீடித் தவனம் வந்துவிடுகிறது. முதலாளி 'பூசிக் கொள்வதற்கு' வெளியே செல்லும் தருணம் பார்த்திருந்து மறைவான இடத்துக்குப் போய் அவசர அவசரமாகப் புகைக்கின்றான். முதலாளி எச்சரிக்கை செய்து ஒரு வார காலம் கழிவதற்குள்ளே கையும் மெய்யுமாக அவனைப் பிடித்து விடுகின்றார்.

அவன் பொறுக்கி வைத்துக் கொண்டிருக்கும் பீடித்துண்டுகளை அவனிடமிருந்து வாங்கிப் பார்க்கின்றார். அத்தனையும் புகைத்து வீசிய குறை பீடிகள்.

மணியன் நடுங்கிக்கொண்டு நிற்கின்றான்.

அவர் வாய் திறந்து ஒரு வார்த்தை சொல்லவில்லை.

அத்தனை குறை பீடித் துண்டுகளையும் திரும்பவும் அவன் கையில் கொடுக்கின்றார்.

மௌனமாக அவர் திரும்பி முன் கடைப் பகுதிக்கு வருகின்றார்.

மணியனுக்கு தனது கண்களை நம்பமுடியவில்லை. நடப்பது உண்மையான நிகழ்வுதானா எனத் தனது உடலில் ஒரு தடவை கிள்ளிப் பார்த்துக்கொள்ளவேண்டும் போலத் தோன்றுகிறது.

"டேய் மணியா... வா இஞ்சே!" திரும்ப அழைக்கின்றார், முதலாளி.

அவனுக்குக் குலை நடுக்கம் எடுக்கிறது.

அவன் பதுங்கிப் பதுங்கி அவர் முன் வந்து நிற்கின்றான். அவர் கையில் பிரம்பு தூக்குவார் என்று அவன் எதிர்பார்க்கின்றான்.

"டேய், குறைவீடி ஒண்டும் தவறவிடாமல் இண்டைக்குப் பொறுக்கி எடு. முழுவதும் கொண்டு வந்து இரவு எனக்குக் காட்டவேணும்" முதலாளி கட்டளை இடுகின்றார்.

அவர் மனதில் என்ன திட்டம் இருக்கின்றது என்பதை அவனுக்கு விளங்கிக் கொள்ளமுடியவில்லை.

நடுப்பகல் தாண்டும் வேளை, பருப்புக்கறியுடன் எல்லோருக்கும் முதலாளி பாணைப் பகிர்ந்து கொடுக்கின்றார்.

மணியனுக்கு வழங்கவேண்டிய துண்டுப் பாண், பணம் கொடுத்து முதலாளி இன்று வாங்கவில்லை.

சோறு ஆக்குவதற்கு அரிசியை அளந்து மணியனிடம் முதலாளி கொடுக்கின்றார். வழமையாக இருப்பதை விட, ஒரு சிறங்கை குறைவாக இருப்பதனை மணியன் அவதானிக்கின்றான். அவன் அது பற்றி முதலாளியிடம் கேட்டு விசாரிக்க முடியுமா? அவர் கொடுத்த அரிசியை வாங்கி உலையில் போட்டு சோறு ஆக்குகின்றான்.

இரவு அவனுடைய கோப்பையைத் தவிர்த்து மற்றவர்களுக்கு முதலாளி சோறு பங்கிட்டுக் கொடுக்கின்றார்.

"பொய் சொன்ன வாய்க்குப் பொரியும் கிடையாது" என அவர் சொல்லிக்கொண்டதன் அர்த்தம் அவனுக்குப் புரிந்தும் புரியாதது போல ஏதோ விளங்குகின்றது.

அவன் குடும்பம் வறுமையுடன் வாழ்ந்தாலும் அவனுக்கொரு தின்னத் தீன் தினமும் தாய் கொடுக்காமல் விட்டுவிடுவதில்லை. அவன் ஆச்சி பொன்னியை நினைத்து இப்பொழுது கண் கலங்குகின்றான்.

ஒரு முழு நாள் உணவு இல்லாமல் அவன் சுருளுகின்றான். அவனுக்குத் தண்டனை என்ற பெயரில் இரண்டுநேர உணவுச் செலவை முதலாளி ஆதாயப்படுத்திக் கொள்ளுகின்றார்.

இரவுநேர உணவு முடிந்தபிறகு முதலாளி கதிரையை இழுத்துப் போட்டு, அதைச் சிம்மாசனமாக எண்ணிச் சிக்காராக உட்காருகின்றார். கோடாப்போட்ட யாழ்ப்பாணம் மண்டான் சுருட்டொன்றைக் கையில் எடுத்து, வாய்க்குள் முழுவதையும் வைத்து எச்சி படச்சூப்பிச் சுவைத்து, பின்னர் வெளியே எடுத்து உதடுகளில் பொருத்தி, தீக்குச்சியைத் தட்டி நெருப்பு மூட்டி,

புகையை இழுத்திழுத்து விட்டு ஒரு தனிச்சுகம் அனுபவித்த வண்ணம் சற்று நேரம் கொலுவிருக்கின்றார்.

பின்னர் சமையல் கட்டுப்பக்கம் திரும்பி, "டேய் மணியா, இஞ்சைவா..." எனக் குரல் கொடுக்கின்றார்.

அவன் விரதம் இருந்தவன் போல வாடிச் சோர்ந்து அவர் முன் வந்து நிற்கின்றான்.

"என்னடா வெறுங்கையோடை வந்து நிற்கின்றாய்?"

அவர் கேட்பது அவனுக்கு விளங்கவில்லை. அவன் விழித்துக் கொண்டிருக்கிறான்.

"டேய் பேயா.... பொறுக்கி வைச்ச வீடித் துண்டுகளைக் கொண்டுவாடா"

மணியன் அடுக்களைக்குள் புகுந்து பால் பேணி ஒன்றில் போட்டுவைத்திருக்கும் குறை பீடிகளைக் கொண்டுவருகின்றான்.

"இரடா உதிலை" முதலாளி கட்டளை இடுகின்றார்.

அவன் உட்காருகின்றான்.

இப்பொழுதும் என்ன நடக்கப் போகின்றது என்பது மணியனுக்கு இன்னும் புலனாகவில்லை.

முதலாளி கையில் வைத்திருக்கும் தீப்பெட்டியை அவனை நோக்கி எறிகின்றார்.

அவர் நோக்கம் அவனுக்குச் சட்டென்று புலனாகின்றது.

"வீடியை எடுத்துக் குடியடா" அவரிடம் இருந்து கட்டளை பிறக்கிறது. அவன் குனிந்த தலை நிமிராது இருக்கிறான்.

"நான் சொல்லுறது காதிலே விழயில்லை... என்ன?"

அவர் தயாராக வைத்துக்கொண்டிருக்கும் பிரம்பைக் கையில் எடுக்கின்றார்.

அவன் அஞ்சி நடுங்கிக் கொண்டு பீடித்துண்டொன்றை எடுத்துத் தீ மூட்டுகின்றான். ஒன்று புகைத்து முடிகின்றது.

“ஹுூம்… அடுத்தது”

“அடுத்தது…”

“அடுத்தது…”

அவனுக்கு இருமத் தொடங்குகிறது. ‘கம் கம்’ என்று இருமுகின்றான்.

முதலாளி அது பற்றிக் கவலைப்படுகின்றவராக இல்லை.

“ஆ… அடுத்தது…”

“அடுத்தது…”

அவன் இருமி இருமிக் கண்களில் இருந்து நீர் வடிகின்றது.

அங்கு வேலை செய்கின்றவர்களுக்கு ஆரம்பத்தில் இது ஒரு வேடிக்கையாகவே இருந்தது. மணியன் படும் அவஸ்தை கண்டு அவர்களின் வேடிக்கை உணர்வு மறைந்து உள்ளத்தில் வேதனை பிறக்கிறது. அவர்கள் வேதனைப்பட்டுத்தான் என்ன செய்யமுடியும்? முதலாளி யார் சொல்லையும் கேட்கக் கூடியவரல்ல. அவர் தங்கள் மீது உடனே சீறிவிழுவார் என்ற அச்சத்தில் எல்லோரும் வாய் திறக்காமல் உள்ளே கலங்கிக் கொண்டு இருக்கின்றார்கள்.

அவர்களுள் ஒருவனால் மணியன் படும் வேதனையைப் பார்த்துக்கொண்டு கையைக் கட்டிநிற்பதற்கு இயலவில்லை. அவனுக்கு மிக மென்மையான இதயம். மிகுந்த அழகுணர்ச்சி உள்ளவன். அவன் தான் செய்யும் தொழிலைக் கலை உணர்வோடு செய்கின்றவன். அவனைத் தேடி அங்கு வந்து போகும் வாடிக்கையாளர்கள் அதிகம். அவனால் முதலாளிக்கு நல்ல வருமானம். அவன் மீது முதலாளி மனதில் நல்ல மதிப்பு வைத்திருக்கின்றார். ஆனால் அதை வெளியில் அவர் காட்டிக்கொள்வதில்லை.

மணியன் படும் துன்பம் கண்டு அவன் துடித்துப் போகின்றான். நடப்பதைப் பார்த்துக்கொண்டு தொடர்ந்து அவன் பொறுமையாக நிற்க முடியவில்லை. அவன் முதலாளியிடம் கனிவாக மெல்லச் சொல்லுகின்றான்.

“முதலாளி… அவன் சின்னப்பொடியன், பாவம். மன்னிச்சு விடுங்கோ. இனி அப்பிடிச் செய்யமாட்டான்”

“என்ன சொல்லுகிறாய்? அவனை என்ன செய்கிறதெண்டு எனக்குத் தெரியும். நீ போய் உன்ரை வேலையைப் பார்!” முதலாளி எடுத்தெறிந்து பேசுகிறார்.

அவன் முகம் வாடி விழுந்து போகின்றது. அங்கிருந்து மெல்ல விலகிப் போகின்றான்.

மணியன் பொறுக்கி வைத்த பீடித்துண்டுகள் முழுவதும் புகைக்க வைத்த பின்பே அவன் எழுந்து போவதற்கு முதலாளி அனுமதிக்கின்றார்.

மணியனுக்கு அந்த இரவு உறக்கம் வரவில்லை. இப்படிக் கொடுமைப்படுத்துவதிலும் பார்க்க இரண்டு அடி பிரம்பினால் அடித்திருக்கலாம். இப்பொழுது அவன் வீட்டை நினைத்துக் கொள்ளுகின்றான். ஆச்சியை எண்ணிக் கண்ணீர் வடித்தவண்ணம் தூக்கமின்றி வேதனையில் தவிக்கின்றான்.

இரண்டு வாரகாலம் கழிந்து போயிருக்கும்.

முதலாளி படுக்கைக்குப் போகுமுன்னர் தினமும் செய்கின்ற ஒரு காரியம் உண்டு. அன்றைய வருமானத்தைக் கணக்கிடுவார். செலவையும் பார்ப்பார். இரண்டும் இம்மியும் பிசகாமல் சரியாக இருக்கவேண்டும். அந்தத் திருப்தியுடன் முதலாளி படுக்கையில் போய்ச் சரிவார்.

அன்றாடம் செய்யும் செலவைக் குறித்து வைப்பதற்கு முதலாளி இரு ‘சிலேற்’ வைத்திருக்கின்றார்.

பலசரக்குக் கடைக்குச் சென்று தினமும் வாங்கும் சாப்பாட்டுச் சாமான் செலவுகளை மணியன் ‘சிலேற்றில்’ குறித்து வைத்துவிடவேண்டும். அந்தப் பொறுப்பு அவனைச் சார்ந்தது. இரவு வேளைகளில் முதலாளி கணக்குப் பார்க்கும்போது, செலவில் ஒரு பகுதி சாப்பாட்டுக்குரியதாகவே இருக்கும்.

அன்றைய செலவில் இருபத்தைந்து சதம் குறைகின்றது.

முதலாளி மீண்டும் காசை எண்ணிப் பார்க்கின்றார்.

திரும்பக் கணக்கைக் கூட்டிப் பார்க்கின்றார்.

அப்பொழுதும் கணக்குச் சமப்படுவதாக இல்லை.

இருபத்தைந்து சதம் குறைகிறது.

மணியன் போய்ப் படுத்துவிட்டான்.

"டேய்... மணியா, இஞ்சைவா" முதலாளி குரல் உரத்து ஒலிக்கிறது.

இடிமுழக்கம் போல ஒலித்த குரல் கேட்டுச் மணியன் துடித்துப் பதைத்துக்கொண்டு படுக்கைவிட்டு எழுந்து, அவர் முன் வந்து கண்களைக் கசக்கியவண்ணம் நிற்கின்றான்.

"உனக்குக் கள்ளப்புத்தி வந்திட்டுது?"

அவன் திருதிருவென்று விழிக்கின்றான்.

"எவ்வளவு எடுத்தனீ?"

"நான் எடுக்கயில்லை"

"என்னடா சொல்லுகிறாய்?" முதலாளிக்கு சிரசுமுட்ட கோபம் ஏறிக் கொண்டுவருகிறது. தயாராக வைத்திருந்த பிரம்பைக் கையில் எடுத்து "கள்ளவடுவா" எனச் சொல்லிக்கொண்டு நாக்கைக் கடித்தவண்ணம் முழங்காலுக்குக் கீழே ஓங்கி அடிக்கின்றார்.

"ஐயோ... நான் எடுக்கயில்லை முதலாளி..." அவன் துடிதுடித்துக் கதறி அழுகின்றான்.

"நீ எடுக்காமல் ஆரெடா எடுத்தது? திருட்டுநாயே!"

முதலாளி எழுந்து அவன் கையில் பிடித்துக்கொண்டு சினம் தீர மூசி மூசி அவனைப் போட்டு அடிக்கின்றார்.

"ஐயோ... ஐயோ... நான் எடுக்கயில்லை... பூவனக் கந்தனாணை எடுக்கயில்லை... பத்திராளி ஆச்சியாணை எடுக்கயில்லை... வைரவராணை எடுக்கயில்லை. எனக்கு அடியாதையுங்கோ முதலாளி... ஐயோ... நான் செத்துப்போவேன்."

"களவு எடுக்கிறது, பிறகு பொய்ச் சத்தியம் பண்ணுகிறது... வேசையின்ரை மேனே... திருட்டு நாயே..." வாயில் வந்த வார்த்தைகளையெல்லாம் சொல்லிச் சொல்லி அடிக்கிறார்.

அவர் அடித்தடித்து நன்றாகக் களைத்துப் போகிறார்.

அவரிடம் அடிபட்டதில் அவன் சோர்ந்து விழுகின்றான்.

"அடியைப் போல அண்ணன் தம்பியும் உதவாது. இண்டைக்கு இவளவில் விட்டுவிடுகிறன். நாளைக்கு விடிஞ்சதும் உண்மை நீ எனக்குச் சொல்லவேணும்."

அவனை எச்சரித்து உள்ளே போகுமாறு விரட்டிவிட்டு, அவர் தனது படுக்கையில் போய்ச் சரிகின்றார்.

அவனுக்கு உடலெங்கும் தழும்பாகி வலிக்கிறது. கெண்டைக்கால் தோல் கிழிந்து இரத்தம் லேசாகக் கசிகிறது. பெரும் குரல் எடுத்து அழுவதற்கும் அவனுக்கு இயலவில்லை. தேம்பித் தேம்பி விக்கி விக்கிப் பெரிதாக மூச்சிழுத்து விட்டவண்ணம் கண்ணீர் வடித்துக்கொண்டு கிடக்கின்றான்.

அங்கு வேலை செய்கின்றவர்கள் எதுவும் செய்வதற்கு இயலாத கையறு நிலையில் தமக்குள்ளே கனன்று கொண்டு கிடக்கின்றார்கள்.

மணியனுக்கு எப்படித் தூக்கம் வரும்? திரும்பிப் படுக்கவும் முடியவில்லை. அடித்த இடத்தில் வலியெடுத்து அவனைக் கொல்லுகிறது. அவன் கண்ணீர் வடித்தவண்ணம் மனமும் உடலும் நொந்து புண்ணாகிக் கிடக்கின்றான்.

முதலாளியின் கொடுமைகளில் இருந்து எப்படியும் தான் தப்பிப் போய்விடவேண்டுமென அவன் சிந்திக்க ஆரம்பிக்கிறான்.

முதலாளிக்கும் களைப்பு. அவனை இழுத்துப் போட்டு அடித்தகளைப்பு. அவர் ஆழ்ந்து உறங்கத் தொடங்கிவிட்டார். அவரிடம் இருந்து "கொர் கொர்..." எனக் குறட்டை ஒலி எழுந்துகொண்டிருக்கிறது. அவரது பருத்தவண்டி மேல் எழுந்து, கீழ் இறங்கி ஆடி அசைகிறது.

மணியன் விழித்துக் கொண்டு கிடக்கின்றான்.

அடிபட்ட வலி ஒரு புறம், திருட்டுப் பட்டம் வாங்கி இருக்கும் வேதனை இன்னொரு புறம்.

முதலாளியின் கணக்கில் காசு ஏன் குறைய வேண்டும்?

இந்த வினா அவன் மூளையைப் போட்டுக் குடைந்து கொண்டிருக்கிறது. அவன் குழம்பிக் கொண்டு நீண்ட நேரமாக கிடக்கின்றான்.

மின்குமிழ் ஒன்று திடீரென ஒளிர்வது போல் ஒரு ஞாபகம் அவன் நினைவில் வந்து முட்டுகிறது.

இன்று வெந்தயம் வாங்கின காசுக் கணக்கைச் சிலேற்றில் குறித்து வைப்பதற்கு அவன் தவறிப் போனான்.

அவன் மெல்ல எழுந்து படுத்துறங்கும் முதலாளி அருகில் மெதுவாக வந்து குந்துகின்றான்.

"முதலாளி... முதலாளி..."

அவன் குரல் கேட்டு முதலாளி கண் விழிப்பதாக இல்லை.

"முதலாளி... முதலாளி..." மீண்டும் அழைக்கின்றான்.

அவரிடத்தில் ஒரு அசைவாட்டமும் இல்லை.

'காலையில் எழுந்து முதலாளியிடம் சொல்லுவோமா...!' என ஒரு கணம் நினைக்கின்றான்.

"இல்லை, இப்போதே சொல்லிவிட வேண்டும்" என மனம் அந்தரப்படுகிறது.

அவர் உடலில் தொட்டு எழுப்பலாமென்றால், அதற்கும் பிறகு அடிவாங்க வேண்டிவரலாம்!

அவருக்கு நெருக்கமாக மேலும் நகர்ந்து சற்றுப்பலமாக, "முதலாளி... முதலாளி..." என அழைக்கின்றான்.

அவர் மெல்லமாகக் கண் விழிக்கின்றார்.

"என்னடா...?" ஒரு அதட்டல்.

"வெந்தயம் வாங்கின காசு குறித்து வைக்க மறந்துபோனன் முதலாளி"

"உனக்கென்னடா... மறதி?" அலட்சியமாகக் கூறிவிட்டு மறுபுறம் புரண்டுபடுக்கின்றார்.

"காலையில் எழுந்து எல்லாருக்கும் இதைச் சொல்லவேணும்" என நினைத்துக் கொண்டு, மணியன் சென்று படுக்கையில் சரிகின்றான்.

10

“முத்தன்... முத்தன்...”

“.......................”

“முத்தன்... முத்தன்...”

“ஆரது...?” முத்தன் உறக்கம் கலைந்து, படுக்கையில் கிடந்தபடி கைகளை மேலே நீட்டி நெட்டிமுறித்து அலுப்பெடுத்துக் கொள்ளுகின்றான். பின்னர் பாயை விட்டு எழுந்து முற்றத்துக்கு வருகின்றான். இருள் இன்னும் கலையவில்லை. பனிக்குளிர் பட்டு, உடல் லேசாக விறைக்கிறது. அரையில் கட்டின நான்குமுழ வேட்டியை அவிழ்த்துத் தோள்வரை இறுகப் போத்திக்கொண்டு தெருவுக்கு வருகின்றான்.

அவன் எதிர்பார்த்தது போல ஆழ்வான் தெருவில் நிற்பது மங்கலாகத் தெரிகின்றது.

“ஆழ்வான், என்ன இந்த நேரம்?” முத்தன் அலுத்துக் கொள்ளுகின்றான்.

“எங்களுக்கு நேரமென்ன...? காலமென்ன...? நயினார்மார் வாடா எண்டால் வரவேணும்... போடா எண்டால் போகவேணும்” என்கிறான் ஆழ்வான்.

“ஆ... வந்த சங்கதியைச் சொல்லன்?”

“கந்தசாமி நயினார் போவிட்டார்... உனக்கு அறிவிச்சுப்போட்டு வரச் சொன்னவை”

“மாத்தாளையயானே...”

“ஓமோம்... அவர்தான். நான் வாறன். இனிப்போய் ஊருக்கு அறிவிக்க வேணும். பிரதம் தூக்கிறதுக்கு எங்கடை ஆக்களைப் பிடிக்க வேணும்.”

“நான் பின்னாலே வாறன், நீ போ ஆழ்வான்.”

முத்தன் திரும்பி உள்ளே வந்து அவசரமாகப் புறப்பட்டுக் கொண்டு நிற்கிறான்.

“முத்தன்... முத்தன்...” மீண்டும் யாரோ அவனை அழைக்கும் குரல் எழுகின்றது.

“ஆரப்பா அது...” முத்தன் சலிப்புடன் வெளியே வருகின்றான்.

கிட்டிணன் முற்றத்துக்கு வந்துவிட்டான்.

“முத்தன் உன்னைக் கையோடை கூட்டிவரச் சொன்னவை”

“ஆர்...?”

“சோமு நயினாரெல்லே செத்துப் போனார்.”

“என்ன கிட்டிணன்! சோமற்ரை மச்சான் கந்தசாமியரும் போவிட்டாராம். இப்பதான் அறிவிச்சுப்போட்டுப் போகினம்”

“கந்தசாமியற்றை சகோதரியின்ரை புரியன் சோமர்.”

“ஒத்த சீவன்கள்... ஒண்டாகப் போவிட்டுதுகள்.”

“உயிரோடை இருக்கைக்கே நாய்க்கடி பூனைக்கடி எண்டு இருந்தவை. சாவிலையாவது ஒற்றுமையாகச் சாகத்தானே வேணும்!”

“நயினார்மார் வீட்டுத் துளவாரங்கள் எங்களுக்கு என்னத்துக்கு...! நான் வாறன்.” கிட்டிணன் சொல்லிக்கொண்டு அங்கிருந்து அவசரமாகப் புறப்பட்டுப் போகின்றான்.

முத்தன் முன் இப்பொழுது ஒரு பிரச்சினை பூதாகரமாக எழுந்து நிற்கிறது.

யார் வீட்டுக்கு முதலில் போவது?

வாழுங்காலத்தில் இருவரும் ஏட்டிக்குப் போட்டியாக வாழ்ந்தவர்கள். சாவிலும் இருவரும் போட்டி போட்டுக்கொண்டு செத்துப் போனார்கள்.

இருவருக்கும் வெட்டுப்பகை, குத்துப்பகை வந்தது பிற்காலத்தில்தான். பள்ளிப் பருவம் முதல் இருவரும் வலு ஒட்டு. ஒருவர் எள் என்றால் மற்றவர் எண்ணெயே கொண்டு வந்துவிடுவார். அப்படி ஒரு உறவு, அப்படி ஒரு நெருக்கம். சோமசுந்தரம் ஒரு தொழிலும் செய்யாமல் தெருவில் அலைந்து திரிந்த காலத்தில், அவரை மாத்தளைக் கடைக்குக் கந்தசாமி கொண்டுபோய்ச் சேர்த்தது பெரிய சாதனை. கந்தசாமி அதை இலகுவாகச் செய்து முடித்துவிடவில்லை. தந்தையான வேலுப்பிள்ளை முதலாளியுடன் உள்ளுக்குள் போராட வேண்டி நேர்ந்தது.

“ஐயா, சோமசுந்தரத்தை எங்கடை கடைக்குக் கூப்பிடுவம்” தகப்பன் வேலுப்பிள்ளையிடம் கந்தசாமி பணிவாகக் கேட்கின்றார்.

“எந்தச் சோமசுந்தரம்...?”

“அவன்தான்...” கந்தசாமி லேசாகத் தடுமாறுகின்றார்.

“உன்ரை சினேகிதன் சோமன்தானே...?”

“......................”

“என்ன பேசாமல் இருக்கிறாய்? அவன் தானே?”

“அவன்தான்”

“அவன் ஊரிலே உன்னைக் கெடுத்தது போதாதெண்டு இஞ்சையும் கூப்பிடப் பாக்கிறாய்?”

“அவன் என்னைக் கெடுக்கயில்லை” கந்தசாமி குரல் கொஞ்சம் உயருகிறது.

“என்ன கோவிக்கிறாய்? உன்ரை படிப்பு அவனாலே தானே கெட்டது. நீ படிப்பிலே என்ன குறைவே!”

“நான் படிக்காததற்கு அவனைக் குற்றம் சொல்லுகிறியள்!”

"நான் இஞ்சை கடையில் இருந்திட்டன். அவனோடை நீ சேந்து சாடைமாடையாக அறிஞ்சு தானே உன்னை இஞ்சை கூப்பிட்டனான்"

"சும்மா மற்றவையை குற்றஞ் சொல்லாதையுங்கோ!"

"சரி... சரி... அந்தக் கதையை விடு"

"ஐயா..." கந்தசாமி விடுவதாக இல்லை. மிகப் பணிந்து நிற்கின்றார்.

"என்ன...?"

"..............."

"சொல்லன் ....!"

"அவன் எனக்காக உயிரும் தருவான்"

"தம்பி, அவன் ஒரு நரிக் கள்ளன். அவனை உனக்கு விளங்கயில்லை"

"அவன் என்னோடை அப்படி நடக்கிறதில்லை"

"சரி, இப்ப என்னை என்ன செய்யச் சொல்லுகிறாய்?"

"அவனைக் கடைக்குக் கூப்பிடுவம்"

"சரி... சரி... மூண்டு மாதம் வைச்சிருப்பன். ஒழுங்காக நடக்கயில்லை எண்டால் வீட்டுக்கு அனுப்பிப் போடுவன்" வேலுப்பிள்ளை முதலாளி கண்டிப்பாக ஒரு நிபந்தனை வைத்துவிட்டார்.

வேலுப்பிள்ளை முதலாளிக்குத் தன்மீதுள்ள அதிருப்தி சோமசுந்தரத்துக்கு நன்றாகத் தெரியும்.

அப்படி இருந்தும் சோமசுந்தரம் மாத்தளைக் கடைக்கு வந்து சேர்ந்தார். மிக ஒழுங்காக நடந்து வேலுப்பிள்ளை முதலாளியிடம் அவர் நல்ல பேரைச் சம்பாதித்து விட்டார். அவர் கடைக்குள் கால் வைத்த பிறகு கடை வருமானம் அதிகரித்துவிட்டது.

சோமசுந்தரத்தின் உள்ளத்தில் இரகசியமான ஒரு திட்டம் இருந்து வந்தது. வேலுப்பிள்ளை முதலாளி கடையில் தான் ஒரு பங்காளி

ஆகிவிட வேண்டும் என்பது அவர் மனதில் இருந்த ஆசை. கடை உரிமை கந்தசாமி கையில் இருந்திருந்தால் தான் நினைத்ததைச் சுலபமாகச் சாதித்திருக்கலாம். இப்பொழுது வேலுப்பிள்ளை முதலாளியின் அதிகாரத்தை இலகுவாக வெட்டிவிட முடியாது. பொருத்தமான சந்தர்ப்பம் வரட்டுக்குமென அவர் எதிர்பார்த்துக் காத்திருந்தார்.

வேலுப்பிள்ளை முதலாளிக்கு வாரிசான கந்தசாமி அவரின் ஏக புதல்வன். அருமை பெருமையாக திலகவதி ஒரேயொரு மகள்.

மகன் கந்தசாமியை நன்றாகப் படிக்கவைத்து பெரிய உத்தியோகத்தில் இருத்திப் பார்ப்பதற்கு வேலுப்பிள்ளை முதலாளி வேட்கை கொண்டிருந்தார். ஆனால் அந்த ஆசை அவருக்கு நிறைவேறாமல் போயிற்று. அந்தக் குறையை மகளுக்கு மாப்பிள்ளையாக வரப்போகும் மருமகன் மூலம் தீர்த்துக்கொள்ள மனங்கொண்டார்.

சீதனம் எவ்வளவும் கொடுப்பதற்கும் முதலாளி தயாராக இருந்தார். பெரிய உத்தியோக மாப்பிள்ளைகளைத் தேடித் தேடி அலைந்தார். காலப்போக்கில் முதலாளி களைத்துப்போனார். பின்னர் பெரிய உத்தியோக விருப்பத்தைக் கைவிட்டு, அரச உத்தியோகம் பார்க்கும் ஒரு மாப்பிள்ளை கிடைத்தால் போதும் என்ற ஒரு முடிவுக்கு வந்தார். உத்தியோக மாப்பிள்ளைமார் அனைவரும் கேட்கும் ஒரே கேள்வி "பெண் என்ன படித்தவர்?" என்பதுதான். மூன்றாம் வகுப்புவரை பள்ளிக்கூடம் போய்வந்த மகளின் படிப்பை முதலாளி வெளியில் சொல்ல முடியாது திணறிப்போனார்.

வேலுப்பிள்ளை முதலாளி மகனைச் சதா ஏவிக் கொண்டிருக்கிறார். கந்தசாமி மாப்பிள்ளை தேடி ஓடிக் கொண்டிருக்கின்றார்.

தந்தையும் மகனும் ஒரு தினம் கூடிக் கலந்தாலோசித்து ஒரு முடிவுக்கு வருகின்றார்கள். இனிமேல் என்ன செய்வது? உத்தியோக மாப்பிள்ளைக்குப் பதிலாக ஒரு நல்ல மாப்பிள்ளையைப் பார்ப்போம் என்பதுதான் அந்த முடிவு.

சோமசுந்தரத்துக்கு எதையும் கந்தசாமி மறைத்து வைப்பதில்லை. கந்தசாமி விபரமாக எல்லாவற்றையும் சொல்லிக்கொண்டு வர சோமசுந்தரம் யாவையும் கேட்டு அறிந்து வைத்திருக்கின்றார்.

குடிமைகள் | 109

ஒரு நாள் சோமசுந்தரத்துடன் பேசிக்கொண்டிருந்த வேளையில் "யாராவது நல்ல மாப்பிள்ளை இருந்தால் சொல்லு மச்சான்" என்கின்றார் கந்தசாமி.

"என்னையும் பல இடங்களில் இருந்து கேட்டு வருகினம்." இதுதான் பொருத்தமான சந்தர்ப்பம் என உணர்ந்து சோமசுந்தரம் சம்பந்தமில்லாது சொல்லுகின்றார்.

கந்தசாமி நிமிர்ந்து அவர் முகத்தை ஒரு தடவை ஆழ ஊடுவி நோக்கி விட்டு மௌனமாகின்றார்.

அவர் முகத்தில் எந்த உணர்வும் வெளிப்படவில்லை. அப்பொழுது கந்தசாமி மன எண்ணத்தை விளங்கிக்கொள்வது சோமசுந்தரத்துக்குச் சிரமமாக இருந்தது.

சோமசுந்தரம் தெரிவித்த தகவலை கந்தசாமி பூரணமாக நம்பவில்லை. ஆனால் அந்தத் தகவலை திரும்பத் திரும்ப நினைத்துப் பார்க்கின்றார். சமயம் பார்த்துச் சொன்ன தகவலாகவே அவர் மனதுக்குத் தோன்றுகிறது.

சோமசுந்தரத்தையே சகோதரி திலகவதிக்கு மணம் செய்து வைத்தால் என்ன? என அவர் யோசிக்க ஆரம்பித்துவிட்டார்.

தங்கள் நட்புறவும் அறுந்து போகாது, எந்தக் காலத்திலும் வளர்ந்து கொண்டு வரும் என நினைத்துக் கொள்ளுகின்றார்.

காலம் யாருக்காகவும் காத்திருப்பதில்லை. அது ஓடிக் கொண்டிருக்கிறது.

'குமர் முத்திக் குரங்காகக் கூடாது' என்னும் எண்ணம் கந்தசாமி மனதை வாட்ட ஆரம்பித்து விட்டது.

தந்தை வேலுப்பிள்ளை முதலாளி சோமசுந்தரத்தை வீட்டு மருமகனாக ஏற்றுக்கொள்வார் என்பதில் கந்தசாமிக்கு நம்பிக்கை அணுவளவும் இல்லை. ஆனால் வேறு வழி...? எப்படியும் அவரைச் சம்மதிக்க வைக்கவேண்டுமெனக் கந்தசாமி உள்ளத்தில் உறுதியாகத் தீர்மானித்துக் கொள்ளுகின்றார்.

இரவு நேரம் முதலாளி உணவை முடித்துக்கொண்டு கடைக்குள்ளே ஆனந்தமாகச் சுருட்டுப் புகைத்துக்கொண்டு இருக்கின்றார். கடைசிச் சிப்பந்திகள் இரவுச் சாப்பாட்டுக்குச்

சைவக்கடைக்குச் சென்று விட்டார்கள். இதுதான் தகுந்த தருணம் எனத் தீர்மானித்து கந்தசாமி, வேலுப்பிள்ளையரை அணுகுகின்றார்.

“ஐயா, இவள் தங்கச்சியின்ரை விஷயம் இப்படியே போனால் ....?”

“எனக்கும் கவலையாகத் தான் இருக்கு...”

“வயது ஏறிக்கொண்டு போகுது”

“அதுக்கென்ன தம்பி செய்கிறது!”

“வயது ஏறினால் அதுவும் ஒரு பிரச்சினையாகிப் போகும்”

“எல்லாம் உண்மைதான். ஆனால் ஒண்டும் செய்ய ஏலாமல் கிடக்கே! அவளின்ரை பலன் அப்பிடி!”

“சோமசுந்தரத்தைப் பற்றி என்ன நினைக்கிறியள்?”

“ஆர்...? உவன் சோமனையோ!”

“ஓம்”

“இதுக்குள்ளை அவன்ரை கதையை ஏன் எடுக்கிறாய்?”

“அவனும் நல்ல மாப்பிள்ளை தானே!’

“டேய்... நீ என்னடா கதைக்கிறாய்? பட்டிணியன் வீட்டானை... என்ரை பிள்ளைக்கு மாப்பிள்ளையாக எடுக்கச் சொல்லுகிறாய்?” வேலுப்பிள்ளை முதலாளி கொதித்துக்கொண்டு எழும்புகிறார்.

“இந்தக் காலத்தில் உதெல்லாம் பாக்கேலாது!” என்கிறார் கந்தசாமி அடக்கமாக.

“எந்தக் காலத்திலும் பழசை மறக்கக் கூடாது. ஆம்பிளைப் பிள்ளை எண்டிட்டு... உன்னை அவனோடை சினேகிதமாகத் திரிய விட்டதுதான் பிழை. அவன் என்ன மருந்து வைச்சானோ... மாயம் வைச்சானோ... உனக்கு?”

“இப்படி எல்லாம் சொல்லாதையுங்கோ!”

“உனக்கு இதெல்லாம் தெரியாது... எனக்குத் தெரியும்”

“தங்கச்சிக்கு ஒரு நல்ல மாப்பிள்ளை வேணும்”

“வேணுந்தான்... அதுக்கு நாங்கள் தண்ணிவாத்துக் குண்டி கழுவாத இடத்திலே சம்பந்தம் செய்யேலாது”

“ஐயா, சோமசுந்தரம் ஏதோ கீழ்ச்சாதிக்காரன் எண்டமாதிரி எல்லோ சொல்லுகிறியள்!”

“தம்பி கந்தசாமி... உனக்கு உலக அனுபவம் போதாது. எங்கடை சாதிக்காரர் எல்லாரும் எங்களுக்குச் சமமே? ஒரு சாதிக்குள்ளே எத்தனை பிளவு... எத்தனை பகுதி இருக்குது தெரியுமோ? சோமன்ரை தேப்பன் இண்டைக்கும் என்னைக் கண்டால் தோளில் போட்ட சால்வையை எடுப்பான். அவனை எனக்குச் சம்பந்தியாக்கப் பாக்கிறாய்!”

“காலம் மாறுகிறது... எல்லாம் மாறத்தானே வேணும்?”

“இஞ்சார் உந்த விசர்க் கதைகள் என்னோடை கதையாதே, குப்பையிலே படுக்கிற நாயைப்பிடிச்சு மடியிலே வைச்சிருக்கிறது வெள்ளைக்காரன்ரை நாகரிகம். அது எங்கடை பண்பாடல்ல.”

“எனக்கு மனதிலெ பட்டதைச் சொன்னேன்”

“சொல்லிப்போட்டாயல்லே... இனிப்போய் தங்கச்சிக்கு நல்ல இடமாகப் பார்” முதலாளி முடிவாகக் கூறிவிட்டார்.

‘உத்தியோக மாப்பிளையைக் கைவிட்டு நல்ல மாப்பிளை தேடினோம். இப்ப நல்ல மாப்பிளையைக் கைவிட்டு நல்ல இடம் தேடவேண்டி இருக்கிறது’ கந்தசாமி தனக்குள்ளே நினைத்துக் கொள்ளுகின்றான்.

கந்தசாமிக்கு முன்னர் போல அக்கறை இல்லாமல் போனது. ஆனாலும் தங்கையின் காரியத்தில் அலட்சியமாக இருக்க முடியுமா? மனதில் உற்சாகமில்லாமல் சில இடங்களில் கேட்டுப்போனார்.

அவர் அலைந்தது தான் மிச்சம். ஒன்றும் சரிப்பட்டு வருவதாக இல்லை.

கந்தசாமி இதன் பிறகு சிலவற்றை அவதானித்து, சிறிது சிந்திக்கத் தொடங்கினார். ‘தங்கைச்சிக்கு இவ்வளவு பெரிய சொத்துப் பத்தெல்லாம் இருந்தும்... இந்தச் சொத்துக்காக என்றாலும் ஒரு மாப்பிள்ளை உடன்பட்டு வருவதாக இல்லையே!’

கந்தசாமி ஆராயத் தொடங்கின பிறகு தான், ஒரு இரகசியம் மெல்லத் தெரியவந்தது. தங்கை திலகவதியின் கலியாணப் பேச்சுக்கால் நடக்கும் போதெல்லாம் சோமசுந்தரம் பேச்சோடு பேச்சாகக் கதை விட்டுக் கேட்டு, அந்தத் தகவல்களை அறிந்து கொண்டிருப்பது கந்தசாமி நினைவுக்கு வருகின்றது.

திருமணப் பேச்சு எங்கு நடந்தாலும் சோமசுந்தரம் அங்கு போய்க் 'கல்லுக் குத்துகிறார்' என்பதை கந்தசாமி அறிந்து கொள்ளுகின்றார்.

சோமசுந்தரத்தின் மீது சீற்றம் எழுவதற்கு பதில், அவர்மீது மதிப்புத்தான் கந்தசாமி மனதில் உண்டாகின்றது.

தங்கை திலகவதி மேல் மனதில் கொண்ட மாறாத விருப்பத்தினால் சோமசுந்தரம் அப்படி நடந்து கொள்வதாகக் கந்தசாமி மனதில் தீர்மானத்துக்கு வருகின்றார்.

தங்கைக்கு மாப்பிள்ளை தேடும் படலத்தை முற்றாகவே கந்தசாமி கை விட்டுச் சிறிது காலம் மௌனமாகத் திரிகின்றார்.

தந்தை வேலுப்பிள்ளை முதலாளியுடன் தங்கை பற்றிப் பேசுவதை அவர் தவித்துக் கொள்ளுகின்றார்.

அவர் எதிர்பார்த்திருந்தது போல தந்தை ஒரு தினம் தானாக வாய் திறந்தார்.

"தங்கைச்சிக்குப் பொருத்தமாக ஒரு இடமும் வரவில்லையே?"

"நல்ல இடமாக வந்து வாய்க்கிதில்லை"

"ஹூம்... அப்ப என்ன செய்வம்?"

"அது தான் விளங்கயில்லை. சோமனுக்கும் ஒழுங்காகி விட்டுதாம்"

"அப்படியோ...! ஏதோ உன்ரை எண்ணம் போலச் செய்"

அவர் வாயிலிருந்து இப்படி ஒரு வார்த்தையைத்தான் கந்தசாமி எதிர்பார்த்திருந்தார்.

11

சோமசுந்தரம், திலகவதி திருமணத்தைக் கந்தசாமி முன்நின்று நடத்தி வைத்தார்.

அதன் பிறகு ஐம்பத்தாறு இனக்கலவரம் வந்து சேர்ந்தது.

"ஐயா... ஐயா... மாத்தயா... மாத்தயா... முதலாளி... முதலாளி..." எனக் கையேந்தி வாங்கித் தின்றவர்கள், கடையிலுள்ள சாமான்கள் முழுவதையும் சுதந்திரமாகத் தூக்கிச் சுமந்துகொண்டு சென்றார்கள்.

"அவர்களிடம் உழைத்ததை... அவர்கள் தூக்கிக் கொண்டு போய்விட்டார்கள்" என்று முதலாளி மனதை ஆறுதல்படுத்திக் கொண்டார்.

'ருசி கண்ட பூனை சும்மா இருக்குமா!' தொடர்ந்து இடையிடை வந்த கலவரங்களின் போது மறுபடியும் மூடைமூடையாகத் தூக்கிக்கொண்டு சென்றார்கள். பின்னர் தீ வைத்துக் கொளுத்தினார்கள்.

அதன் பிறகு முதலாளி கடையைக் கைவிட்டுவிட்டு ஊரோடு வந்துவிட்டார்.

அவர் மனைவியும் இறந்து போக, மகன் கந்தசாமி தன்னோடு அழைத்துச் சென்று அவரை வைத்துக்கொள்ள விரும்பினார்.

மாத்தளை வேலுப்பிள்ளை முதலாளி மனம் அதற்கு ஒப்பவில்லை. மருமகள் கையால் தீன் வாங்கித் தின்பதற்கு அவர் விரும்பவில்லை. மகள் திலகவதியுடன் வீட்டில் தங்கிவிட்டார்.

மாத்தளை வேலுப்பிள்ளை காலமான பின்னர் அவருடைய ஆண் வாரிசு கந்தசாமி, மாத்தளை முதலாளி ஆகிவிட்டார்.

என்ன சொன்னாலும் சோமசுந்தரத்துக்கு அந்தப் பெயர் எடுப்பதற்கு இயலாது போயிற்று. அவர் மாத்தளைக் கடையில் சம்பளத்துக்கு வேலை செய்த ஒரு சிப்பந்திதானே!

வேலுப்பிள்ளையரின் சொத்துப்பத்து, நிலபுலன்களுக்கு ஆண்பிள்ளை கந்தசாமிதான் வாரிசு.

"அதெப்படிச் சரிவரும்? கடைசிக் காலத்தில் தகப்பனைப் பார்த்தெடுத்து ஒக்கலிச்சது எல்லாம் மகள் தானே!" என்றார் சோமசுந்தரம்.

"சட்டப்படி மகனுக்குத்தான் சோந்தை" என்றார்கள். மகளுக்குச் சீதனம் எழுதிக் கொடுத்து, மகள் அதை வாங்கிக் கொண்டாலே, தாய் தகப்பன் சொத்தில் மகளுக்குச் சோந்தை இல்லாமல் போகும். அப்பிடி ஒன்டும் செய்து வைக்கயில்லை. இப்ப அரைவாசிச் சொத்தும் மகளுக்குரியது. தகப்பனை வைத்துப் பராமரித்ததுக்கும் சேர்த்தால் அரைவாசிக்கும் கூடவரும்" என்றார் சோமசுந்தரம்.

கந்தசாமி அதனை ஏற்றுக் கொள்ள முடியாதென மறுத்தார்.

வேலுப்பிள்ளையார் வீட்டோடு இருந்து காலமானதால் நிலபுலன்களுக்குரிய உறுதிகள் அனைத்தும் சோமசுந்தரம் கையில் சிக்கிக்கொண்டுவிட்டன.

மாத்தளை முதலாளி கந்தசாமி தனக்குரிய உரிமையை நிலைநாட்ட நீதிமன்றம் செல்ல வேண்டி நேர்ந்தது.

அன்று இரு குடும்பங்களுக்கடையில் மூண்ட பகை, இன்று அவர்கள் பிள்ளைகள் வரை அணையாது எரிந்துகொண்டே இருக்கிறது.

அவர்கள் இருவரும் இன்று இறந்து போனார்கள்.

யாருடைய மரண வீட்டுக்கு முதலில் இப்பொழுது போவதென்பதில் முத்தனுக்குக் குழப்பமாக இருக்கிறது.

இரண்டு குடும்பமும் ஏட்டிக்குப் போட்டியாகச் சச்சரவுக்கு வருவார்கள்.

கந்தசாமியின் மரண அறிவித்தல் முதலில் வந்த சேர்ந்தது. அங்கு முதலில் போவதே நியாயம்.

சோமசுந்தரத்தின் பிள்ளைகள் அவரைப்போல வெடுசுடென்று நிற்பார்கள். அவர்களுக்குச் சமாதானம் சொல்லிச் சமாளிப்பது முடியாத காரியம். அங்கு தான் முதற் போக வேண்டும்.

முத்தன் இப்படி இரண்டு பகுதியாரையும் நினைத்துப் பார்த்து அஞ்சிக் குழம்புகின்றான்.

ஒரே நேரத்தில் இரண்டு இடங்களுக்கும் எப்படிப் போவது? எதுவாவது ஒரு இடத்துக்கு முதலில் போய்த்தானே ஆகவேண்டும். 'நடக்கிறது நடக்கட்டும்' என மனதைத் திடப்படுத்திக்கொண்டு கெடுபிடிக்கார சோமசுந்தரம் வீட்டுக்கு விரைவாக முத்தன் வந்து சேருகின்றான்.

"முத்தன்... எப்ப உனக்கு அறிவிச்சனான்? இவ்வளவு நேரம் சுணங்கி வாறாய்?" சோமசுந்தரத்தின் மூத்தமகன் உலுப்பிக்கொண்டு வருகின்றான்.

"நான் இஞ்சை தான் நேரே வாறன் ஐயா..." அவன் கோபத்தின் அந்தரங்கத்தைப் புரிந்துகொண்டு முத்தன் பணிவாகக் கூறுகின்றான்.

"அதுதானே கேட்டனான். பிரேதத்துக்குக் குளிப்பாட்ட வேணும்... முதல் போய் அதைப்பார்!" முதல் கட்டளை பிறக்கிறது.

"டேய், முத்தன் வந்திட்டான். கிட்டிணனாக்கள் எங்கே? பிரேதத்தைத் தூக்கி வெளியிலே கொண்டு போங்கோ! வண்ணான் எங்கேயடா...?"

"நான் நிற்கிறன் நயினார்..."

"ஆ... வாரி நீயும் போ... குளிப்பாட்டி உடுப்பு மாத்திற வேலையைப்பார்"

நயினார்மாரின் ஆணைகள் பிறக்கின்றன.

சோமசுந்தரத்தின் உடலை அகலமான வாங்கு ஒன்றின் மீது வளத்தி, வீட்டுவளவுக்குள் ஒதுக்கமான இடத்தில் வாரிக் கட்டிவிட்டிருக்கும் மேலாப்புக்குக் கீழ் தூக்கிச் சென்று கிடத்துகின்றார்கள்.

"முத்தன் கடமைகளைப் பார்"

சடலத்தின் முகத்தில் தண்ணீர் தடவி, சவர்க்காரம் பூசி, சவரம் செய்து முடிக்கின்றான். தலைமுடியைச் சற்று நறுக்கிவிடுகின்றான்.

சோமசுந்தரத்தின் மூத்தமகன் கொள்ளிக்காரன் பொன்னம்பலத்துக்கு தலை மொட்டையாக வழித்து, முகச் சவரமும் செய்து முடிகின்றது.

இப்பொழுது உடனடியாகச் செய்து முடிக்கவேண்டிய தொண்டுகள் பெருமளவு முடிந்துவிட்டன.

முத்தன் பதற்றப்பட்டுக்கொண்டு ஒரு புறத்தில் ஒதுங்கி நிற்கின்றான். அவனைக் கூப்பிட்டு ஏவல் சொல்வதற்கு இப்போதைக்கு ஒன்றுமில்லை. இனி, பிரேதம் தூக்கும் சமயம் அவன் தன் தொண்டுகளைச் செய்யவேண்டும். இந்தச் சந்தர்ப்பத்தைச் சாதகமாகப் பயன்படுத்தி, யார் கண்களிலும் படாமல் மெதுவாக அங்கிருந்து நழுவி, கந்தசாமி வீட்டுக்கு ஓடிவருகின்றான்.

"எடே, எழிய பயலே... உனக்கு ஆள் அனுப்பி எவ்வளவு நேரம்?" என்ற சுடு சொற்கள் அவனை வரவேற்கின்றன.

"இல்லை நயினார்... இல்லை நயினார்... நான்... நயினார்..." முத்தன் தடுமாறுகின்றான்.

அவனை இடைமறித்து, "ஓமடா... நீதான் நயினார்... என்ன! நீ சும்மா மசுங்காதே! அவன் பட்டிணியன் வீட்டானுக்கு சிரைச்சுப் போட்டு இஞ்சை வாறாய்! உனக்கு... அவன் பெரிய நயினாராப் போனான்... என்னடா!" கந்தசாமியின் மனைவியின் தம்பி துள்ளிக் குதிக்கின்றான்.

முத்தன் கைகளைக்கட்டிக்கொண்டு பணிந்து, தலை குனிந்து நிற்கின்றான்.

பின்னர் விரைவாகச் செயற்பட ஆரம்பிக்கின்றான்.

கந்தசாமி வீட்டில் செய்யவேண்டிய தொண்டுகள் ஒருவாறு முடிந்துவிட்டன. முத்தன் ஒரு பக்கத்தில் ஒதுங்கி குறாவிப்போய் நிற்கின்றான்.

முத்தனைக் கந்தசாமியின் மூத்தமகன் இராமநாதன் கவனிக்கின்றான்.

“முத்தன் இஞ்சைவா. என்ன யோசிக்கிறாய்! சுடலைக்குப் போய் வரும்வரை இஞ்சை நிக்கவேணும். கள்ளுக்கிள்ளுக்குக் காசு வேணுமெண்டால்... இந்தா காசு... குடிச்சுப்போட்டு உடனே வா”

முத்தன் காசை வாங்கிக் கொண்டு, “சரி நயினார்... ஆனால்...” எனக் குரலை மன்றாட்டமாக நீட்ட, “என்னடா... ஆனால் கீனால்... எனக்கு வந்துதெண்டால்... சொல்லடா என்ன சொல்லப் போகிறாய்... சொல்லு!” நயினார் கெம்புகின்றார்.

“நான் ஒருக்கால் திக்கத்துக்குப் போய் ஒராளை ஒழுங்கு பண்ணி, சோமசுந்தரம் நயினாற்றை காரியத்துக்கு அனுப்பிப் போட்டு... இஞ்சை வந்து நிக்கிறன்” வினையமாக வேண்டுகின்றான்.

இராமநாதன் ஒரு நிமிடம் யோசிக்கின்றான். “ஓ... உனக்கும் கரைச்சல் தான்... போவிட்டு உடனே வா... நீதான் இஞ்சை நிக்க வேணும். நீ எங்கடை குடிமேன்” நயினார் அனுமதி கொடுத்துவிட்டார்.

முத்தன் ஓட்டமும் நடையுமாகப் போய்த் திரும்பவும் மாத்தளை முதலாளி கந்தசாமி வீடு வந்து சேர்ந்துவிட்டான்.

இரண்டு மரண வீடுகளுக்கும் உறவினர்களும் நண்பர்களும் அங்குமிங்குமாகப் போய்வந்து கொண்டிருக்கிறார்கள்.

ஆழ்வானும் அவனுடைய ஆட்களும் மாத்தளை முதலாளி வீட்டு மரணச்சடங்குக்கு வந்திருக்கின்றவர்களுக்கு வெற்றிலை பாக்கு வைத்து உபசரிக்கின்றார்கள்.

சோமசுந்தரம் வீட்டில் கிட்டிணனும் அவன் ஆட்களும் அந்தத் தொண்டுகளைக் கவனிக்கின்றார்கள்.

ஐயர்மார் வந்து அபரக் கிரியைகள் நடைபெறுகின்றன.

கொள்ளிக்காரரும் மற்றைய ஆண்பிள்ளைகளும் பூணூல் தரித்து ஐயர் சொற்படி ஈமக் கிரியைக் காரியங்களைச் செய்துகொண்டிருக்கிறார்கள்.

பறைமேளங்கள் ஓங்காரித்து ஓயாது முழங்குகின்றன.

மாத்தளை முதலாளி வீட்டுக்கு வெளியில் வெடிகள் உக்கிரமாக வெடிக்கின்றன.

இனி என்ன... பிரேதம் எடுக்கப் போகின்றார்கள்.

முத்தன் பொரி அரிசிப் பெட்டி, கொள்ளிக்குடம், கையில் ஒரு கத்தி தூக்கிக்கொள்ளுகின்றான்.

மாத்தளை முதலாளி கந்தசாமியின் பிரேதம் ஒரு தண்டிகையில் சமாதி இருத்தி ஆழ்வானும் அவன் ஆட்களும் தோளில் சுமந்து வர, சலவைத் தொழிலாளர்கள் நிலபாவாடை விரிக்க, பிரேதத்தை நோக்கி முத்தன் பொரி அரிசி எறிந்துகொண்டு நடக்க, பறைமேளம் முன்னே முழங்க, மரணச் சடங்குகளில் கலந்து கொண்டவர்கள் முன்னும் பின்னும் தொடர, கடற்கரை ஓரத்து ஊரணிச் சுடலை நோக்கிப் பிரேதம் வந்துகொண்டிருக்கிறது.

பிரேதம் சுடலையை வந்தடைகிறது. பிரதான வீதிக்கும் கடலுக்கும் இடையிலுள்ள மிகக் குறுகிய மணற்பரப்பில் இருக்கிறது அந்தச் சுடலை. குறுகிய அந்த நிலப்பரப்பில் ஒரு பகுதியில் வெள்ளாளர் தங்கள் பிரேதங்களைச் சுடுகிறார்கள். இன்னொரு பகுதியில் சுடலைக்கு அண்மையில் வாழும் கரையார் தங்கள் பிரேதங்களைச் சுடுகிறார்கள். அந்த இடங்களில் மாறி யாருமே அந்தச் சுடலையில் பிரேதம் சுடுவதில்லை.

நயினார்மார் இருவரும் இறந்த பின்னரும் சுடுகாட்டிலும் அவர்களுக்கு நெருக்கடி. இடநெருக்கடி அல்லது இருவருக்குமிடையிலான நெருக்கமோ... என்னவோ!

வேலனும் அவன் ஆட்களும் பிரேதம் எரிப்பதற்குத் தேவையான பாரிய பூவரச மரங்களைத் தறித்தெடுத்து தோள்களில் சுமந்துவந்து குறுகலான அந்தச் சுடுகாட்டுக்குள்ளே இருவருக்கும் மிக நெருக்கமாகச் சிதைகளை அடுக்கிவிட்டிருக்கின்றார்கள்.

அங்கு வந்திருக்கின்றவர்கள், அந்த இரண்டு சிதைகளையும் பார்த்து, தங்களுக்குள் இரகசியமாக ஏதோ மெல்லப் பேசி நகைத்துக் கொண்டு நிற்கின்றார்கள்.

ஆழ்வானும் அவன் ஆட்களும் கந்தசாமியின் பிரேதத்தைத் தண்டிகையை விட்டுத் தூக்கி எடுத்து அவருக்குரிய சிதையில் கிடத்துகின்றார்கள்.

முத்தன் பொரியரிசிப் பெட்டி கையில் ஏந்தி நிற்க, உறவுக்காரர்கள் ஒவ்வொருவராக அடக்கமாக வந்து பொரியரிசியைக்

கிள்ளிச் சில்லறை நாணயத்தையும் அதனுடன் சேர்த்து சடலத்தின் மீது வாய்க்கரிசி போடுகின்றார்கள்.

வாய்க்கரிசியோடு விழும் நாணயங்களை முத்தன் பொறுக்கி யெடுத்து, தனது மடிக்குள் போட்டுக்கொள்ளுகின்றான்.

இறுதியாகப் பிள்ளைகள்... முடிவாகக் கொள்ளிக்காரன் வாய்க்கரிசி போட்டு முடிக்கின்றான்.

கொள்ளிக்காரன் இராமநாதன் இடது' தோள் மீது நீர் நிறைந்த கொள்ளிக்குடம் சுமந்து, வலது கரத்தில் தீ கனிந்து கொண்டிருக்கும் கொள்ளியைப் பற்றிபிடித்து பிரேதத்தை வலம் வருகின்றான். முத்தன் குடத்தின் மீது கத்தியினால் ஒவ்வொரு கொத்துக் கொத்திப் பீறிட்டுப் பாயும் நீரைப் பிரதேதத்தின் மேல் தட்டிவிட, கொள்ளிக்காரன் பின்னால் வந்து கொண்டிருக்கின்றான்.

மூன்று தடவைகள் இவ்வாறு சுற்றிவந்து முடிகின்றது.

கொள்ளிக்காரன் பிரேதத்தின் தலைமாட்டுக்கு வருகின்றான். பிரேதத்துக்கு எதிர்த் திசையைப் பார்த்த வண்ணம் வலது முழந்தாளை மடித்து முட்டுக்காலில் நின்று கொள்ளி தாங்கிய கரத்தை பின்புறமாக நீட்டி சிதையில் கொள்ளி வைத்துக்கொண்டு குடத்தை முன்பக்கமாகப் போட்டு உடைக்கின்றான்.

பின்னர் மெல்ல எழுந்து வந்து, பூணூலைக் கழற்றிப் பிரேதத்தின் மார்புமேல் வைக்கின்றான். பிரேதத்தின் கால் பக்கம் வந்து, பாதங்களில் தொட்டுக் கும்பிட்டுவிட்டு நிலத்தில் சாஷ்டாங்கமாக வீழ்ந்து வணங்கிய பிறகு, பிரேதத்தைத் திரும்பிப் பார்க்காது வீதிக்கு வருகின்றான். கந்தசாமியின் சாவீட்டில் முத்தன் செய்து முடிக்கவேண்டிய இன்றைய குடிமைத்தொண்டுகள் நிறைவடைந்து விட்டன.

நிம்மதியான ஒரு பெருமூச்சு முத்தனிடம் இருந்து வெளிவருகின்றது.

அடுத்தகணம் சோமசுந்தரத்தாருக்குச் செய்ய வேண்டிய குடிமைத் தொண்டுகளைச் செய்வதற்கென அந்தரப்பட்டுத் திரும்புகின்றான்.

இதற்கிடையில் சோமசுந்தரத்தின் பிரேதம் பறையொலியுடன் சுடுகாடு வந்து சேருகின்றது.

இரண்டு பிரேதங்களுடனும் வந்தவர்கள் ஒன்று சேர்ந்து சுடுகாட்டிலும் வீதியிலும் பெருங்கூட்டம் திரண்டு நிற்கிறது.

முத்தன் அவசர அவசரமாக சோமசுந்தரத்தின் பிரேதத்தை நெருங்கிப் போகின்றான்.

"நில்லடா எளிய அம்பட்டா... இப்பதான் எங்களுக்குச் சிரைக்க வாறாய்?"

சோமசுந்தரத்தின் இளையமகன் குமாரசாமி கையை ஓங்கியபடி முத்தனை அடிப்பதற்கு நெருங்கி வருகின்றான்.

நாகன் பறை அடிக்கும் கம்பை முன்னே நீட்டிக்கொண்டு பாய்ந்து வந்து குறுக்கே நிற்கின்றான். குமாரசாமி கண்களைக் குறிப்பாக நோக்கி "என்ன நயினார்... உங்கடை வேலை?" எனத் தடுக்கின்றான்.

குமாரசாமி வெலுவெலுத்துப் போனான். நாகனின் பச்சிலை நிறக்கண்ணைக் கண்டு அவன் அஞ்சி அடங்குகின்றான்.

நாகன் பொல்லாத மந்திரவாதி. பேய், பிசாசு, பில்லி, சூனியம் வைத்து அலைத்துலைப்பான் அல்லது சாகடிப்பான் என்ற அச்சம் எல்லோருக்கும் மனங்களில் உண்டு. பிணம் எரிந்து கொண்டிருக்கும் மயானத்தில் நடு இரவுநேரம் நின்று எதிரிகளுக்குப் பிசாசை ஏவிவிடுவானாம். ஊரில் அவனைக் கண்டால் அனைவரும் ஒதுங்கிப் போய்விடுவார்கள்.

முத்தன் நன்றியுடன் நாகனைப் பார்க்கின்றான். நாகன் ஒருகண்ணைச் சிமிட்டி, உதட்டுக்குள் சிரித்து "நீ போய் உன்ரை வேலையைப் பார்" என ஏவுகின்றான்.

முத்தன் சோமசுந்தரத்தின் மயானக் கடமைகளைக் கவனிக்கத் தொடங்குகின்றான்.

12

மணியன் இப்பொழுது யாழ்ப்பாணத்துக் கிராமத்தில் குடிமைத் தொண்டுகள் செய்யும் குடிமகனாக இல்லை. பதுளை நகரத்து நாகரிக மனிதனாக மாறிவிட்டான். இரண்டு ஆண்டுகளில் அவன் பெற்ற பயன் அது மாத்திரம் தான். இன்றும் அவன் பானை சட்டி கழுவுவது, அடுப்பெரிப்பது, சமைப்பது அவனுக்குரிய தொழிலாக இருக்கிறது. அவைகளோடு முதலாளியின் கெடுபிடிகள், பிரம்படிகள் அவனுக்குக் கிடைத்துக் கொண்டுதான் இருக்கின்றன. வேலை பழகவேண்டும் என்னும் அவன் மனவிருப்பம் நிறைவேறுவதாக இல்லை.

சிகை அலங்காரம் செய்வதற்கு வந்திருக்கிறவர்களை அதற்கென்று தயாரிக்கப்பட்ட உயர்ந்த கதிரைகளில் பெரிய நிலைக் கண்ணாடி முன்னால் உட்காரவைத்து வெள்ளைத் துண்டை எடுத்து உதறிப் போத்துக் கத்தரிக்கோலால் மயிரை நறுக்கி நறுக்கித் தள்ளும் போதில் எழும் ஓசை அவன் செவிகளில் இனிய சங்கீதமாக வந்து விழுகின்றது. பெருவிரலையும் சுட்டுவிரலையும் கத்தரிக்கோல் வளையங்களுக்குள்ளே தனித் தனியாக கோத்துச் சுட்டுவிரலுக்கு அணையாக நடுவிரலை இணைத்து வைத்துக் கொள்ள வாகாக, குடல்வாலாக நீண்டு வளைந்து கிடக்கும் கம்பியுள்ள கத்தரிக்கோல்களை அவன் ஊரில் கண்டதில்லை. பிடரி, கன்னங்களில் வைத்து அமுக்கி அமுக்கி மயிரைக் கத்தரிக்கும் மெசின் அவனுக்கொரு புதுமைதான். சீப்புக்கு அடங்காத தலைமயிரைச் சீர்செய்வதற்கு, சீப்புக்கு மேல் சவரக் கத்தியை பிடித்து மெல்ல வழிக்கின்றார்கள். சவரக் கத்தி தீட்டித் தீட்டிக் கூர் ஏற்றுவதற்கு அதற்கென்று சாம்பல் நிறக்கல் ஒன்றே உண்டென அவன் கருதி இருந்தான். இங்கு கட்டித் தொங்க விட்டிருக்கும் தடித்த தோலைப் பிடித்துச் சவரக் கத்தியை அதில் வைத்து வேகமாக இரண்டு இழுவை இழுத்துக் கூராக்கிக்கொண்டு சவரம் செய்வது ஒரு தனி அழகு தான்.

சீப்புக்கு அடங்காத மயிரைப் படியவைக்க, போத்தல் தண்ணீரை ஸ்... ஸ்... ஸ்... எனப் பம்பில் பூமழையாக விசிறி அடிப்பது... சவரம் செய்து முடித்த கன்னங்களில் பனிக்கும் பளிங்குக் கற்களால் இதமாக தடவி விடுவது... இவைகளைத் தான் செய்ய முடியவில்லையே என அவன் ஏங்குகிறான்.

சவரம் செய்து முடிந்ததும் கையில் முகப் பவுடரைக் கொட்டி எடுத்து பின்புறமாக நின்று முகத்தில் லேசாக தடவி மெல்ல மசாஜ் செய்து விடுவதில் என்ன மனநிறைவு!

தமிழர், முஸ்லீம்கள், சிங்களவர், பறங்கியர் என எல்லா இனத்து மக்களும் கடைக்கு வருகின்றார்கள். அவர்கள் ஒவ்வொருவரின் தலையும் எத்தனை வகை! அதன் அமைப்பைக் கவனத்தில் கொண்டு சிகை அலங்காரம் செய்வதில் எத்தனை நுட்பம்! அவரவர் விருப்பத்திற்கேற்ப விதம் விதமான அலங்காரங்கள்.

இவைகளை எல்லாம் தானும் செய்து பார்க்கவேண்டுமென மணியனுக்குக் கொள்ளை ஆசை.

ஆனால் முதலாளி சில சமயங்களில் அவனை எச்சரிப்பார்.

"டேய், என்னடா வாயைத் திறந்துகொண்டு நிக்கிறாய்? வாடா இஞ்சை. இதைக் கூட்டு" என ஏவுவார்.

வெட்டி நிலத்தில் வீழ்ந்து கிடக்கும் மயிரைத் தும்புத்தடியால் கூட்டி ஒரு மூலையில் அவன் ஒதுக்குவான்.

அங்குள்ள கருவிகள் எதிலும் அவன் கை படக்கூடாது என்பது அவர் கண்டிப்பான கட்டளை.

சில சந்தர்ப்பங்களில் முதலாளி ஒரு சலுகை வழங்குவார்.

அங்கு வேலை செய்யும் ஒருவர் அவசர தேவைக்காக வெளியே சென்று விட்டால் 'ஷேவ்' எடுப்பது போன்ற சின்ன வேலைகளை முதலாளி செய்து, அந்த இடத்தை நிரப்புவார். அப்பொழுது சவர்க்காரத்தை நுரைக்க நுரைக்க கரைத்து பிறஷில் எடுத்துச் சவரம் செய்விப்பதற்கு வந்து கதிரையில் இருக்கின்றவர்களின் கன்னங்களில் பூசி விடுமாறு அவனைப் பணிப்பார்.

அப்படி அவனை அனுமதிப்பது அவனுக்குத் தான் செய்யும் பெரிய உபகாரமாக அவர் கருதுகின்றார்.

முதலாளி வெளியில் சென்றுவிட்ட சந்தர்ப்பங்களில் அவன் தண்ணீர்ப் போத்தலை எடுத்து ஆனந்தமாக நீரைத் தனது தலைக்கு விசிறி அடித்து மயிரைச் சீவிப் படியவிட்டுக் கொள்ளுவான்.

முதலாளி அவன் தலையைச் சில வேளையில் அவதானிப்பார். அவர் கழுகுக் கண்களுக்கு அது பட்டுவிடும்.

"டேய் இஞ்சை வா" என அவனை அழைப்பார். அவர் அழைப்பதன் நோக்கம் அவனுக்குப் புரிந்து விடும். அவர் போடும் அடிகளை வாங்கி வாங்கி அவன் மரத்துப் போனான்.

'என்ன நடந்தாலும் நடக்கட்டும்' என அவர் முன் வந்து நிற்பான்.

"என்னடா ஒரு மாதிரி நிமிந்து நிக்கிறாய்?" அவர் சீறுவார். அவன் வாய் திறக்க மாட்டான்.

கையில் பிரம்பை எடுப்பார். "தலைக்கு தண்ணி அடிச்சிருக்கிறாய்... இந்த ஆயுதங்கள் எத்தனை லட்சம் செலவுசெய்து வாங்கி இருக்கிறன் தெரியுமோ? இதுகளிலே நீ தொடக்கூடாது." சொல்லிக் கொண்டு இரண்டு அடி கொடுப்பார்.

அவன் அசையாது வாங்கிக்கொண்டு விலகிப் போவான்.

அவனுக்கு இப்போது மேல் உதட்டில் மெல்லிய மயிர் அரும்ப ஆரம்பித்துவிட்டது.

சரவணை முதலாளி கடந்த இரண்டு ஆண்டுகளில் ஒரு தடைவ ஊருக்குச் சென்று வந்தார்.

முதலாளி ஊரில் வந்து நிற்கின்றார் என்ற செய்தி அறிந்து அவரைத் தேடிக்கொண்டு முத்தன் ஓடிப் போனான். ஒரு ஹோர்லிக்ஸ் போத்தலில் பாணிப் பனாட்டைப் போட்டு மூடி, தாய் பொன்னி அவன் கையில் கொடுத்து விட்டாள். பாணிப் பனாட்டென்றால் மணியனுக்கு உயிர். இனிக்க இனிக்கத் தின்பான் என்பது தாய் அறிவாள்.

முத்தன், தம்பி மணியன் பற்றிக் கேட்பதற்கு முன்னம் முதலாளி சொல்ல ஆரம்பித்து விட்டார்.

"மணியன் இப்ப சிங்கக் குட்டி போல இருக்கிறான். முந்தின நரங்கல் பொடியனல்ல. அவனுக்கு உடம்பு வைச்சு, பாக்கக் கொழு

கொழு எண்டு... கடையில் சமைக்கிற சாப்பாடு தின்னுகிறான். அவனை என்னோடை கூட்டிக் கொண்டு வந்திருப்பன்... அவனைக் குழப்பக் கூடாது. இன்னும் கொஞ்சம் வேலை பழக வேணும்... நான் இல்லாத நேரம் கடையைப் பாக்கிறதுக்கும் ஆள் வேணுமெல்லே...'' முதலாளி தேன் ஒழுகப் பேசினார்.

கையோடு கொண்டு வந்த பாணிப்பனாட்டை முதலாளியிடம் ஒப்படைத்து விட்டு, ''இதை மணியனிட்டைக் குடுங்கோ... வல்லி அண்ணனுக்குக் கலியாணம் முடிஞ்சு போச்செண்டு சொல்லுங்கோ... நாங்கள் சுகமாக இருக்கிறம் எண்டு சுக செய்திகளைச் சொல்லுங்கோ'' எனக் கூறிக்கொண்டு அங்கிருந்து புறப்பட்டான்.

மணியன் சம்பளம் பற்றி முதலாளி வாய் திறக்கவில்லை. முத்தன் மனதில் லேசான எண்ணம் இருந்தபோதும் அவனும் அது பற்றிக் கேட்கவில்லை.

முதலாளி பதுளைக் கடைக்குத் திரும்பி வந்து ''உன்ரை கோத்தை தந்தது'' எனக் கூறி, பனாட்டுப் போத்தலை அவன் கையில் கொடுத்தார். வேறு எதுவும் அவர் வாய்திறந்து சொல்லாதது அவனுக்கு ஏமாற்றமாக இருந்தது.

ஒரு தினம் அம்பட்ட வயிரவர் கோயிலுக்கு அருகில் குடி இருக்கும் மயிலன் மகன் நல்லையன் கொழும்பில் இருந்து பதுளைக்கு முதலாளி சரவணையின் கடைக்கு வந்தான். அவன் கொழும்பில் ஒரு சலூனில் நீண்ட காலமாக வேலை செய்து கொண்டிருக்கின்றான்.

நல்லையன் கொழும்பு வந்து சேர்ந்தது பெரிய கதை. மயிலனுக்கும் தெய்விக்கும் நல்லையன் ஒரேயொரு புத்திரன். செல்ல மகன். தாயும் தகப்பனும் கொடுத்த செல்லத்தில் சிறுபராயத்தில் அவன் யாருக்கும் அடங்காத துடியாட்டக்காரனாக இருந்தான். யார் சொல்லையும் அவன் கேட்டு நடக்க மாட்டான். பட்டம் விடும் காலத்தில் விதம் விதமான பட்டங்களுடன் அவன் ஓடித்திரிவான். பனை மரங்களில் இருந்து குரும்பைகள் விழும் காலத்தில் இருளோடு இருளாக இரகசியமாக வீட்டைவிட்டுக் கிளம்பி பனங்காணிகளுக்குச் சென்று, விழுந்து கிடக்கும் குரும்பைகளைப் பொறுக்கி எடுத்துக் கொண்டு வருவான். பின்னர் சிறுவர்களுடன் சேர்ந்து குரும்பை சொட்டுவதற்காகப் போய்விடுவான். ஊமல் கொட்டை சொட்டுவதிலும் அவன் மகா

விண்ணன். சிலபோது சிறிய கற்களைப் பொறுக்கி மடியில் கட்டிக் கொண்டு சுண்டுவில்லுடன் புறப்பட்டு விடுவான். அணிலைக் கண்டால் அடிப்பான். நாயைக் கண்டால் அடிப்பான். பனையில் தொங்கும் கள்ளு முட்டிக்கு இலக்கு வைத்து அடிப்பான். முட்டி உடைந்து கள்ளு கீழே ஒழுகும். அவன் பனையடியில் வாயைத் திறந்து நின்று ஏந்திக் கள்ளை ருசிப்பான்.

கோயிற் திருவிழா ஆரம்பித்துவிட்டால், 'ஒண்டுக்கு நாலு' எனக் கூவி அழைத்து, தாயக்கட்டை உருட்டும் சூதாட்டமும் தொடங்கி விடும். நல்லையன் 'ஒண்டுக்கு நாலு' பணம் வைத்துத் தினமும் சூது விளையாடிக் கொண்டிருப்பான்.

அவன் படிப்பதற்கு ஒழுங்காகப் பாடசாலை செல்வதில்லை. எப்போதும் ஊர் சுற்றித் திரிந்து விட்டு என்றாவது ஒரு நாள் அங்கு போவான். அங்கும் அவன் அமைதியாக இருப்பான் என்றில்லை. சகமாணவர்களுடன் சண்டை போடுவான். ஆசிரியர்கள் அவனை இழுத்துப் போட்டு, பார்த்துப் பாராமல் அடிப்பார்கள். சாதி சொல்லி ஏசுவார்கள். அவன் எதற்கும் கிறுங்குவதில்லை. பரீட்சைக் காலங்களில் அவன் பெற்றுக்கொள்ளும் அதிக புள்ளிகளைக் கண்டு ஆசிரியர்கள் வியந்து போனதுண்டு. அப்படி ஒரு கெட்டித்தனம்! அப்படி ஒரு திறமை!

நல்ல மனம் படைத்த ஆசிரியர்கள் இரண்டொருவர் தகப்பன் மயிலனைக் கண்டபோது சொல்லி இருக்கிறார்கள்.

"மயிலன், மகன் பெரிய குழப்படி, அவனை ஒழுங்காக வைச்சிருந்து படிப்பி, அவன் நல்லாப் படிப்பான்"

"சரி ஆக்கும்..." என மயிலன் சொல்லும் போதே தனக்குள் பெருமூச்சு விட்டுக்கொள்ளுவார்.

"அவனைப் படிப்பிக்க வழிதுறையும் தெரியாது. வசதியும் என்னட்டை இல்லை" என மனதில் எண்ணிக் கொள்வார்.

அவன் வாழ்வது குடிசனம் நிறைந்த பெரிய கிராமம். அந்தக் கிராமத்தில் ஒரு பகுதி நயினார்மார் குடும்பங்களுக்கு குடிமகன் மயிலன். இன்னொரு பகுதி நயினார்மாரின் குடிமகன் முத்தன் குடும்பம்.

மயிலனின் நயினார்மார் குடும்பங்களுக்கு குடிமை பார்க்க வேண்டிய ஒரே வாரிசு நல்லையன். அந்தக் குடிமைத் தொண்டுகள்

செய்து மகன் ஒரு மாதிரிக் குடும்பத்தைக் கொண்டிழுப்பான் என மயிலன் நம்பி இருந்தார்.

நல்லையன் செய்யும் அட்டாதுட்டிகள் நாளுக்கு நாள் அதிகரித்துக் கொண்டு வந்தன. தனது வயது ஒத்தவர்களுடன் ஒன்றாகக் கூடித்திரிந்தான். சிலருடன் இடையிடையே சண்டைபோட்டுக்கொண்டு வீட்டுக்கு வருவான்.

நயினார்மார் யாராவது கண்டு விட்டால், "அம்பட்டப் பிள்ளைக்குக் கை நீளுது?" என்று கேட்டுக் கேட்டுச் சம்பல் அடிகொடுத்து அனுப்புவார்கள். அவன் வீட்டுக்கு வந்து நடந்ததை ஒரு போதும் சொன்னதில்லை.

நல்லையன் பிறந்த நேரம் சொத்திச் சாத்திரியாரிடம் சாதக ஓலை எழுதுவதற்கு மயிலன் போனார். பிள்ளை பிறந்த நேர காலத்தைச் சாத்திரியார் கேட்டறிந்து, பின்னர் கணித்துப் பார்த்து விட்டு, "அம்பட்டன் பிள்ளை அதிட்டத்தோடு பிறந்தால் பத்து வீடு கூடச் சிரைப்பான் எண்டு சாதகம் சொல்லுது. அவன் நல்லா இருப்பான்... போ..." என்றார்.

மயிலன் நம்பிக்கொண்டு மகிழ்ச்சியுடன் வீட்டுக்கு வந்தார்.

இப்பொழுது நல்லையனின் அறுதுறும்புகளைப் பார்க்கப் பார்க்க மயிலனால் பொறுத்துக் கொண்டிருப்பதற்கு முடியவில்லை. அவனைப் பற்றி தினமும் ஏதாவதொரு குற்றச்சாட்டு மயிலன் காதுக்கு வந்து கொண்டிருந்தது.

எவர் வளவுக்குள்ளேயும் துணிந்து சென்று மாங்காய் களவாகப் பிடுங்குவான். கள்ள இளநீர் இறக்குவான். கடலுக்குப் போய் நீரில் இறங்கி நீச்சல் அடிப்பான்...!

அவனை இப்படியே விட்டு வைத்தால் கெட்டுப்போய் விடுவான் என்று மயிலன் நினைத்தார். வீட்டு வேலிப் பூவரச மரத்தில் தடி பிடுங்கி இடையிடையே அடிபோட ஆரம்பித்தார். அவனுக்கு அடிப்பதற்கு மயிலன் கம்பு பிடுங்கினால் போதும், தாய் தெய்வி வந்து குறுக்கே நிற்பாள். "தறுதலைப் பயல் உன்ரை மேன்... உன்ரைமேன்..." என்று சொல்லிக்கொண்டு ஓங்கி ஓங்கி அடிப்பார். நல்லையன் தாய்க்குப் பின்னால் ஒட்டிக்கொள்வான். ஒரு அடி தானும் மகன் உடலில் விழாதவண்ணம் தாய் காப்பாற்றுவாள்.

ஒரு சில அடிகள் அவள் மீதும் விழும். அவள் அதற்காக அலட்டிக் கொள்வதில்லை.

சில சமயங்களில் மகனைப் பிடித்து வீட்டுக் கப்புடன் கைகளைச் சேர்த்துக் கட்டிவிடுவார், மயிலன். தான் திரும்பி வீட்டுக்கு வரும்வரையில் அவன் அப்படியே இருக்க வேண்டுமெனக் கூறிவிட்டுப் போவார். அவர் வீட்டில் இருந்து புறப்பட்டு வெளியே இறங்குவதுதான் தாமதம், உடனே தாய் வந்து நல்லையன் கட்டுக்களை அவிழ்த்துவிடுவாள்.

சில சமயம் அடிப்பதற்கு மயிலன் கம்பு பிடுங்கினால் நல்லையன் வீடுவிட்டு ஓடிப்போய்விடுவான். பிறகு இரவு நேரம் பார்த்துப் பதுங்கிப் பதுங்கி வந்து சாப்பிட்டு விட்டு தாய்க்கருகே படுத்துக் கொள்வான்.

அவனுக்கு யார் யார் நண்பர்களாக இருக்கின்றார்கள் என்பது மயிலனுக்குத் தெரியவராது.

அவன் நண்பர்களுடன் சேர்ந்து சினிமாவுக்குப் போவான். திருவிழாவுக்குப் போவான்... அவனை கட்டுப்படுத்துவதற்கு வழி தெரியாமல் மயிலன் அவஸ்தைப்பட்டுக் கொண்டிருந்தார்.

ஒரு நாள் இரவு கோயிலுக்கு நண்பர்களுடன் சேர்ந்து நல்லையன் போயிருக்கிறான். யாரோ ஒரு பெண்ணுக்கு திருவிழா பார்க்கும் போது சிறிய கல்லொன்றினால் எறிந்து, அதனால் குழப்பம் உண்டாகி அது அடி தடியில் போய் முடிந்தது.

கல்லெறிந்தவர்களுள் மகன் நல்லையனும் ஒருவன் என்ற தகவல் மயிலனுக்குப் பின்னர் தான் தெரியவந்தது.

"அவன் வீட்டுக்கு வரட்டும்" என்று மயிலன் மனதில் கறுவிக் கொண்டு அவனுக்காகக் காத்திருந்தார்.

ஆனால் மகன் வீட்டுக்கு வரவில்லை.

அடுத்த நாளும் வரவில்லை.

மறுநாள் அவன்... இல்லை.

அவன் வரவே இல்லை.

தாய் தெய்வி அழுது புலம்பிக் கண்ணீர் வடித்தாள்.

"உன்னாலைதான்... உன்னாலைதான்... உன்ரை பயத்திலேதான் என்ரை பிள்ளை வீட்டுக்கு வராமல் எங்கேயோ ஓடி விட்டான்." மயிலனை அவள் குற்றஞ் சாட்டினாள்.

"உன்ரை பிள்ளையைக் கெடுத்தது நீதான்ரி. நீ குடுத்த செல்லத்திலேதான் அவன் கெட்டளிஞ்சவன்" என்றார் மயிலன்.

மயிலன் மகனைத் தேடிப் பல இடங்களுக்கும் அலைந்து திரிந்தார். அவனைப் பற்றி எந்தத் தகவலும் கிடைக்கவே இல்லை.

இறுதியில் மனைவி தெய்வியுடன் சேர்ந்து தானும் கண்ணீர் விட்டு அழுவதைத் தவிர அவரால் வேறு எதையும் செய்வதற்கு முடியவில்லை.

அவர்கள் இருவரும் நடைப்பிணங்களாக மாறிப்போனார்கள். அவர்கள் தின்றது பாதி, தின்னாதது பாதியாக கண்ணீர் விட்டுக் கொண்டு இருந்தார்கள்.

தாங்கள் வழிபடும் தெய்வங்களுக்கு மனம் நொந்து வேண்டுதல்கள் செய்தார்கள்.

ஆமை வேகத்தில் ஆறுமாத காலம் மெல்ல நகர்ந்து போனது.

13

ஒரு நாள் எதிர்பாராதவிதமாகச் மயிலனுக்குச் செய்தி ஒன்று கிடைத்தது.

மகன் நல்லையன் கொழும்பில் நிற்பதாகத் தகவல் சொல்லி அனுப்பியிருந்தான்.

கூட்டுறவுச் சங்கக்கடைக்கு அன்றைய உணவுக்குக் கூப்பன் அரிசி வாங்கி வருவதற்காகச் சென்ற மயிலன் இடையில் வீட்டுக்குத் திரும்பி ஓடிவருகின்றார்.

"இஞ்சாரப்பா... இஞ்சாரப்பா..." என அழைத்தவண்ணம் படலை திறந்து முற்றத்துக்கு உற்சாகமாக வந்துவிட்டார்.

"என்ன அந்தரப்படுகிறாய்?" தெய்வி அக்கறை இல்லாமற் கேட்கிறாள். மகன் காணாமல் போன பிறகு அவள் இப்படித்தான். மயிலன் அது அறிவார்.

"இஞ்சாரப்பா... என்ரை மேன் கொழும்பிலே நிக்கிறானாம். சொல்லி அனுப்பி இருக்கிறான்."

"உண்மையே...!" அடுக்களைக்குள் சரிந்துபடுத்துக் கிடந்தவள் உயிர்த்து உற்சாகமாக எழும்புகின்றாள்.

"மேனோடை கடையில் வேலை செய்கிற அச்சுவேலிப் பொடியன் ஒண்டு, வந்து சொல்லிப்போட்டுப் போகுது"

"பொடியனை வீட்டுக்குக் கூட்டிக்கொண்டு வராதேயேன்?"

"அவசரமாம், பொடியன் சொல்லிக் கொண்டு திரும்பி விட்டது."

மயிலன், தெய்வி குடும்பத்துக்குப் பழையபடி உயிர்வந்து விட்டது!

பின்னர் மேலும் ஆறு மாதங்கள் கடந்து நல்லையன் மயிலனுக்குக் காசு அனுப்பி வைத்தான்.

அதன் பிறகு இடையிடையே அவன் அனுப்பும் பணம் அவர்களுக்கு வந்துகொண்டிருக்கிறது.

மூன்று ஆண்டுகளுக்குப் பிறகு தாயைத் தகப்பனைக் காணவேண்டும் என்னும் ஆசையில் ஊருக்கு ஒரு தடவை வந்தான்.

அவனைப் பார்த்து தங்கள் மகன் தான் என மயிலனுக்கும் தெய்விக்கும் நம்பமுடியவில்லை.

"கைகழுவித் தொடவேணும்" என்று சொல்லுவார்களே, அந்த மாதிரி இருந்தான். அப்படி நாகரிக மனிதனாக அவன் மாறிப்போனான்.

அதன் பிறகு சில ஆண்டுகளுக்கு ஒரு தடவை அவன் ஊருக்கு வந்து போய்க்கொண்டிருந்தான்.

அவனுக்குத் திருமணஞ் செய்துவைக்கும் விருப்பம் மயிலனுக்கும் தெய்விக்கும் மனதில் உண்டானது. அவனை ஊருக்கு வருமாறு மயிலன் அழைத்தான்.

அவன் பெற்றோர் விருப்பத்தை மீறி நடப்பதற்கு விரும்பவில்லை.

அவன் ஊருக்கு வந்து அவர்கள் விரும்பித் தீர்மானித்த பெண்ணை மணம்முடித்து, கொழும்புக்கு அழைத்துக்கொண்டு சென்றான்.

நல்லையன் வளரிளம்பருவ காலத்து வாழ்க்கையை அறிந்தவர்களுக்கு இப்பொழுது அவன் ஒரு அதிசயம்.

மனம்போன போக்கில் வாழும் வாழ்வு, காலப்போக்கில் சிலரைப் புடம்போட்டு விடுகிறது. பலரை அழித்தொழித்து விடுகிறது.

நல்லையன் வெறும் சவரத்தொழிலாளி அல்ல. அவன் ஒரு நல்ல கலைஞன். அவனை நாடியே அவன் வேலை செய்யும் சலூனுக்குப் பலர் வருகின்றார்கள். சிலமணி நேரம் அங்கு காத்திருந்து தங்கள் தலையலங்காரத்தை அவனிடம் முடித்துக்கொண்டு செல்கின்றார்கள். தாய்மொழி போல, சிங்களத்திலும் அவன்

சரளமாகப் பேசுகின்றான். ஆங்கிலமும் அவனால் தெளிவாகப் பேசமுடிகிறது.

அவனைப் பார்த்து ஒரு சவரத்தொழிலாளி என்று எவரும் சொல்வதற்கியலாது.

சிகை அலங்காரம் செய்விக்கின்றவர்களுடன் பேசிப்பேசி, ஓயாமல் உரையாடுவதை ஒரு பழக்கமாக்கிக் கொண்டிருப்பதையும் அவன் தவிர்த்துக்கொண்டான்.

அவன் மீது முதலாளிக்குத் தனியான ஒரு பற்று.

தொழிலில் வஞ்சகமில்லாது முதலாளிக்கு உழைத்துக் கொண்டிருக்கும் உன்னதமான ஒரு கலைஞன்.

அவனிடம் ஒரு பழக்கம். ஒவ்வொரு ஆண்டும் கடையில் வேலை குறைவான காலம் பார்த்து எங்காவது ஓரிடத்திற்குச் சென்று இரண்டு மூன்று தினங்கள் ஓய்வெடுத்துக் கொள்வான்.

அவன் விருப்பத்துக்குத் தடையாக எச்சந்தர்ப்பத்திலும் முதலாளி மறுப்புச் சொன்னதில்லை.

நன்றாகப் பால் கறக்கும் பசுவின் மடியை எப்படித் தடவிக் கொடுத்துக் கறக்க வேண்டும் என்பது முதலாளிக்கா தெரியாது?

நல்லையனுக்கு இலங்கையின் எல்லாப் பாகங்களிலும் நண்பர்கள் என்று பலர் இருக்கின்றார்கள்.

மலையகப் பகுதிகள் அவன் மனதுக்கு எப்பொழுதும் ரம்மியமான இடங்கள்.

கண்டி, நுவரெலியா, நாவலப்பிட்டி, ஹற்றன், பதுளை, பண்டாரவளை என்று ஒவ்வொரு ஆண்டும் ஏதோ ஒரு இடத்துக்குச் சென்று தங்கிநின்று, திரும்பி வருவது அவன் வழக்கம்.

திருமணம் செய்த ஆரம்ப காலத்தில் மனைவியையும் அழைத்துக் கொண்டு போய்வந்தான்.

இப்பொழுது பிள்ளைகள் வளர்ந்து விட்டார்கள். அவர்கள் கல்லூரிகளில் படித்துக்கொண்டிருக்கிறார்கள்.

இந்தத் தடவை அவன் பதுளைக்கடை சரவணை முதலாளியிடம் வந்து சேர்ந்தான்.

நல்லையனைக் கண்டால் முதலாளி சரவணை மனதுக்கு பெரிய ஆனந்தம்.

அவன் தன்னை தேடிக்கொண்டு வருவது தனக்கொரு கௌரவம் என்றே அவர் கருதுகின்றார்.

நல்லையனை வரவேற்று, சிறிது நேரம் சுகசேமங்களை விசாரித்து அறிந்து கொண்டு உள்ளே பார்த்து, "மணியா... மணியா..." என அழைக்கின்றார்.

மணியன் அவர்கள் முன்வந்து நிற்கின்றான். "போத்திலை எடுத்துக்கொண்டு போய் ஸ்ரோங்காக ஒரு ரீ போடுவிச்சுக் கொண்டுவா" அவனை விரட்டுகின்றார்.

சரவணை முதலாளியுடன் பேசிக்கொண்டு, "இவனை எங்கேயோ பார்த்திருக்கிறேனே..." என மணியன் பற்றி நினைத்துப் பார்த்துக் கொண்டிருக்கின்றான், நல்லையன்.

மணியன் தேநீர் போத்தலுடன் விரைவாகத் திரும்பி வருகின்றான்.

மீண்டும் அவன் முகம் பார்த்ததும் அவன் சட்டென்று மணியனை இனம் கண்டு விடுகின்றான்.

"தம்பி... நீ முத்தன்ரை கடைசித் தம்பியே?"

அவன் பதில் சொல்வதற்கு முன்னர் முதலாளி முந்திக்கொண்டு, "ஓமோம், முத்தன்ரை தம்பி தான்" எனக் கூறிவிட்டு, மணியனைப் பார்த்து "நீ உள்ளே போ" என்று விரட்டுகின்றார்.

நல்லையன் ஊருக்கு வந்து போன சந்தர்ப்பங்களில் என்றோ ஒருநாள் அவனைக் கண்ட ஞாபகம் மணியன் மனதிலும் இருக்கின்றது.

அன்று மாலை நல்லையனும் முதலாளியும் ஒன்றாகப் புறப்பட்டு பதுளை நகரத்தைச் சுற்றிப் பார்த்துக்கொண்டு 'பாருக்குப்' போய்த் திரும்பி வந்து, இரவு உணவு முடிந்து பேசிக்கொண்டே படுத்து உறங்கிப்போனார்கள்.

மறுநாள் விடிந்தது.

காலையில் நீராடுவதற்காக நல்லையனுடன் மணியன் ஒன்றாகப் புறப்பட்டான்.

நல்லையன் அந்தச் சமயம், மணியனிடம் ஊரில் குடும்ப நிலைமைகள் பற்றிக் கேட்டறிந்து கொண்டான்.

மணியன் இங்கு எப்படி இருக்கின்றான் என்பதை நல்லையன் விசாரிக்கவில்லை. ஆனால் முதலாளி அவனை எப்படி நடத்துகின்றார் என்பதை ஒரே நாளில் அவன் விளங்கிக் கொண்டுவிட்டான். மணியன் தானாகச் சொல்லட்டுமென அவன் எதிர் பார்த்தான்.

நல்லையனுடன் பேசிக்கொண்டு வந்த மணியன், சிறிது நேரம் மௌனமாக நடக்கின்றான். பின்னர் திடீரென அவன் முகத்தை நிமிர்ந்து பார்த்து "அண்ணே...!" என அழைத்த வண்ணம் நெஞ்சு பொருமிப் பொருமி அழுகின்றான்.

அவன் அழுவது கண்டு நல்லையன் திகைத்துப் போனான்.

"அழாதை தம்பி... ஏன் இப்ப அழுகிறாய்?" என ஆதரவாக முதுகைத் தடவி விடுகின்றான்.

மணியனால் ஒரு வார்த்தை பேசமுடியவில்லை. தொடர்ந்து சீறிச்சிறி அழுகின்றான்.

அவனுடைய கண்ணீரால் நல்லையன் உள்ளம் கலங்குகின்றது. அவனைத் தன்னோடு மெல்ல அணைத்துக் கொள்ளுகின்றான்.

மணியன் மனக்குமுறல் சற்றுத்தணிந்த பின்னர், "சொல்லு தம்பி, என்ன நடந்தது?" என அன்பாகக் கேட்கின்றான்.

இப்பொழுதும் மணியன் எதனையும் சொல்லவில்லை. தனது உடலிலுள்ள தழும்புகளை அவனுக்குக் காட்டுகின்றான்.

நல்லையனால் நம்பமுடியவில்லை. "இப்படியா ஒரு சின்னப்பிள்ளைக்கு அடிக்கிறது?" என தனக்குள்ளே கேட்டு மனம் நொந்து கொள்ளுகின்றான்.

அப்போது அதிரடியாக அவன் எதிர்பாராத நிலையில், "நான் உங்களோடை வரப்போகிறன்" என்கின்றான் மணியன்.

நல்லையன் சிறிது நேரம் மௌனமாக இருந்துவிட்டு, "சரி... நீ என்னோடை வா! ஒருத்தருக்கும் இப்ப இதைச் சொல்லாதே!" எனக்கூறி அவனை ஆறுதல்படுத்தி அழைத்துப்போகின்றான்.

இருவரும் நீராடி முடிந்து கடைக்குத் திரும்ப வருகின்றார்கள்.

முதலாளி சரவணையைத் தேடிக்கொண்டு அங்கு வந்திருக்கும் நல்லையனுக்கு தகுந்த விருந்தொன்று கொடுத்து இன்னும் உபசரிக்கவில்லை. அதிக நாட்கள் நல்லையன் தங்கி நிற்க மாட்டான் என்பது முதலாளிக்குத் தெரியும். நாளை காலையில் அவன் இங்கிருந்து கொழும்புக்குப் புறப்படத் தீர்மானித்திருக்கின்றான் என்பது அவர் அறிவார்.

இன்று வேலைகள் எல்லாம் முடிந்து இரவு கடைமூடிய பின்னர் முதலாளி நல்லையனைக் 'குளிப்பாட்டத்' திட்டமிட்டிருக்கின்றார்.

பொரித்த இறைச்சி, இறால், கச்சான் என சாராயத்துக்கு இதமாக வாங்கி வைத்துக்கொண்டார்.

முதலாளி சாராயப்போத்தல் மூடியைத் திருகித்திறந்து இரண்டு கிளாஸ்களில் ஊற்றி, ஒரு கிளாஸைக் கையில் தூக்கி, "இந்தா தம்பி நல்லையா" என அவனிடம் கொடுக்கின்றார்.

மற்றக் கிளாஸை கையில் எடுத்து, ஒரே மூச்சில் முழுவதையும் குடித்து முடித்துவிட்டு, தலையை உலுக்கி முகத்தைச் சுழித்தவாறு டக்கென்ற ஓசையுடன் கிளாஸை மேசையில் வைக்கின்றார்.

நல்லையனுக்கு அதிசயமாக இருக்கின்றது. நல்லையன் நிரந்தர குடிகாரன் அல்ல. நண்பர்கள், வேண்டியவர்களுடன் சேர்ந்தால் விருந்தில் இடையிடையே குடிப்பான். அவன் எவ்வளவு குடித்தாலும் ஒருபோதும் நிதானம் இழந்து போவதில்லை.

குடிப்பதற்கு ஆரம்பித்து ஒரு மணி நேரத்துக்கு மேல் கடந்து போய்விட்டது. முதலாளி போத்தல் மூடிகளைக் கழற்றி ஊற்றிக் கொண்டிருக்கின்றார். பொரித்த மீனைத் தின்பதும், பொரித்த இறாலைக் கடிப்பதுமாகச் சாராயம் தொண்டைக்குள் இறங்கிக்கொண்டிருக்கின்றது.

நல்லையன் நிதானம் இழக்காமல் இருக்கின்றான்.

பொருத்தமான சந்தர்ப்பம் இதுதான் எனக்கருதி நல்லையன் மெல்லக் கதை எடுக்கின்றான்.

"முதலாளி, இவன் மணியனுக்கு என்ன சம்பளம் குடுக்கிறாய்?"

"சம்பளமோ... தின்ன வழியில்லாமல் ஊரிலே குண்டி காய்ஞ்சு போய்க்கிடந்தவன். இப்ப ஆளைப்பார்"

"அவன் ஊர் பார்க்க ஆசைப்படுகிறான்"

"மச்சான், அவன் படுஉறுளியன்! எல்லாருக்கும் றீல் விட்டுவிடுவான்." போதை தலைக்கேறி விட்டால் 'தம்பி' என்று அழைப்பதை விட்டு 'மச்சான்' என அழைக்க ஆரம்பித்துவிடுவார், முதலாளி.

"அவன் சின்னப் பொடியன், அவனுக்கும் ஆசை இருக்கும்."

"உனக்கேதும் சொன்னவனே!"

"உன்னிலே நல்ல மதிப்பும் அன்பும் வைச்சிருக்கிறான்."

"அவனை அந்த மாதிரித்தான் நான் வைச்சிருக்கிறன். சரி... அவன்ரை கதையை விடு"

"இல்லை... அவனைக் கொழும்புக்குக் கூட்டிக்கொண்டுபோய் இரண்டு நாளில் திருப்பி அனுப்பிவிடுகிறன்."

"என்ன கதை மச்சான்... இஞ்சை வேலை செய்ய ஆளில்லாமல்...?"

"இரண்டு நாள்தானே... இப்ப வேலை குறைவான நேரம். நான் உடனே அனுப்பிவிடுகிறன்"

"நீ கேக்கிறாய்... நான் எப்பிடி மறுக்கிறது... இரண்டு நாள்...?"

"ஓமோம்... இரண்டு நாள்தான்."

நல்லையன் அந்தக் கதை தொடராதவாறு முடித்துக்கொண்டான்.

அடுத்த நாள் காலையில் நல்லையன், மணியனை தன்னுடன் அழைத்துக் கொண்டு கொழும்புக்குப் புறப்பட்டான்.

மணியன் கொழும்பு போய்ச் சேர்ந்தான்.

14

பொன்னி மனதிலுள்ள கவலைகளால் எப்பொழுதும் துன்பப்பட்டுக் கொண்டிருக்கின்றாள். மணியனைக் கண்களால் கண்டு ஆண்டுகள் சில ஓடி மறைந்து விட்டன.

அவனை நினைக்கும் வேளைகளில் எல்லாம் வேதனை மனதை அரித்துக் கொண்டிருக்கிறது. தனியொருவனாக இருந்து குடும்பப் பாரத்தைச் சுமந்து கொண்டிருக்கின்றான், முத்தன். அவனுக்குத் துணையாக மணியன் இருப்பானென்று அவள் நம்பி இருந்தாள். இரண்டு வருடங்களுக்கு மேலாக சரவணை முதலாளியின் கடையில் வேலைசெய்து அவன் உழைத்துக் கொண்டிருக்கிறான். 'ஒரு செப்புச் சல்லிகூட அந்தக் கசவாரம் தரவில்லை' என்பது அவளுக்குப் பெரிய ஏமாற்றம்.

குடும்பத்துக்காகக் கஷ்டப்பட்டு உழைத்துக் கொண்டிருக்கும் முத்தனை இப்படியே வைத்துக் கொண்டிருப்பதற்குப் பொன்னி மனம் விரும்பவில்லை. அவனுக்கொரு கலியாணம் செய்து வைத்துவிட வேண்டுமென்பது அவள் விருப்பம்.

"தம்பி எனக்கும் வரவர ஏலாது"

"ஏலக்கூடிய நேரம் எழும்பி ஏதாவது செய் ஆச்சி, மற்றும்படி ஆறுதலாப்படு" என்கிறான், முத்தன்.

"நான் இருந்திட்டுக் கண்ணை மூடினால் உங்களுக்கொரு சுடுதண்ணி வைச்சுத்தர ஒரு அனுசாரில்லை. நீ ஒரு கலியாணத்தைச் செய் மேனை."

"ஆச்சி... நாங்கள் படுகிற கஷ்டம் போதாதெண்டு, இன்னுமொருத்தியையும் சேர்க்க வேணுமே?"

"இட்டிடஞ்சல் தெரிஞ்ச பிள்ளையாகப் பார்த்துச் செய்வம்."

பொன்னியின் விருப்பத்தை முத்தனால் முற்றாகத் தட்டிக்கழிக்க முடியவில்லை.

பொன்னி முத்தனை வற்புறுத்தி, வள்ளிக்கொடியை அவனுக்குக் கட்டிவைத்தாள்.

வள்ளிக்கொடியைச் செய்துவைக்கும்போது பொன்னி மனதில் உள்ளூர ஒரு பயம் இருந்தது. மூத்தமகன் வல்லிக்குக் கட்டிவைத்த அண்ணன் மகள் சரசி, தங்களைக் கைவிட்டுவிட்டுப் போனது, பொன்னி மனதை உறுத்திக்கொண்டிருக்கிறது.

ஆனால் வள்ளிக்கொடி அப்படி இல்லை என்றதும் பொன்னிக்கு மனத்திருப்தி. குடும்பப் பொறுப்பு உணர்ந்து நடக்கும் ஒரு பெண் அவள். பெயருக்குத் தகுந்தாற்போல கொடி போன்ற ஒரு அழகி. அவள் நடை உடையும் அப்படித்தான். நாகரிகமாக, பண்பாக, நடந்து கொள்ளுகின்றாள்.

அவள் அண்ணன் தென்னிலங்கையில் அம்பாந்தோட்டையில் சலூனில் நீண்டகாலமாக நின்று தொழில் செய்கின்றான். சலூன் முதலாளிமார் தங்கள் கடைகளில் வேலை செய்கின்றவர்களுக்குத் தாராளமாகச் சம்பளம் அள்ளிக் கொடுக்கின்றார்கள் என்றில்லை. யாழ்ப்பாணத்துக் கிராமங்களில் வாழ்ந்து குடிமைத் தொழில் பார்த்துக்கொண்டிருந்தால் காசைக் கண்ணால் காண்பது அரிது. வவுனியாவுக்கு வெளியே சென்று சலூன்களில் வேலை செய்கின்றவர்கள், கட்டுமட்டாக வாழ்ந்து ஊரில் இருக்கும் குடும்பங்களை நன்றாக வைத்துக்கொள்ளுகிறார்கள்.

வள்ளிக்கொடி அண்ணனின் அனுசரணையில் நாகரிகமாக வளர்ந்தவள்.

அவள் முத்தன் மனைவியாக வந்து சேர்ந்த அதிஷ்டமோ... என்னவோ, திருமணம் நடந்து முடிந்து ஒரு மாத காலத்துக்குள் மணியனிடம் இருந்து ஒரு சிறிய தொகைப் பணம் முத்தன் கைக்கு வந்து சேர்ந்தது.

முத்தன் மகிழ்ச்சியில் மனம் நிறைந்து போனான்.

அந்தப் பணத்தைக்கொண்டு சென்று தாய் பொன்னி கையில் அவன் கொடுத்தான்.

"அப்பனே.... பூவனத்தானே!" எனக் கந்தக் கடவுளை வேண்டுதல் செய்து, இரண்டு கைகளையும் நீட்டி அந்தப் பணத்தை வாங்கினாள். காசைக் கண்களில் வைத்து ஒற்றினாள். "பிள்ளை இஞ்சை வா..." வள்ளிக்கொடியை அழைத்தாள். அவள் கையில் அதைக் கொடுத்தாள்.

வள்ளிக்கொடி மறுத்துக் கூறாமல் கைகளில் பணிவாக வாங்கிக் கொண்டு, "நீங்கள் வைச்சிருங்கோவன் மாமி" எனச் சொன்னாள்.

"நான் வைச்சிருந்து என்ன செய்யப் போகிறன்? நீ வைச்சு வீட்டுக் காரியங்களைப் பார் பிள்ளை."

வள்ளிக்கொடி என்ன ஒரு காரியம் செய்வதாக இருந்தாலும் மாமி பொன்னிக்குச் சொல்லாமல் செய்வதில்லை.

மருமகள் விருப்பத்துக்குப் பொன்னி தடையாக இருப்பதுமில்லை. வீட்டில் இதுவரை இருந்துவந்த தேநீர்ச் சிரட்டைகள், மண்சட்டிகள் என்பன தூரப்போயின. கண்ணாடிக் கிளாசுகள், வண்ணம் பூசிய தகரக் கோப்பைகள் பாவனைக்கு வந்தன.

தாங்கள் வாழும் மண்குடிசைகளைப் பசுவின் சாணத்துடன் முள்முருங்கை இலைச்சாறு கலந்து அழுந்த மெழுகி விட்டிருக்கின்றாள். கரும்பச்சை வண்ணத்தில் தோன்றும் ஒட்டுப் புட்டிகளை வெள்ளைச் சுண்ணாம்பைக் கரைத்தெடுத்து கோலமிட்டு அழகுபடுத்தி இருக்கின்றாள்.

சப்பாணி மைத்துனர்கள் விடும் மூத்திர வெடிலைப் போக்குவதற்கு, தினமும் காலை வேளையில் பசுச்சாணத்தைக் கரைத்துத் தெளித்து விடுகின்றாள்.

பூங்கொடிபோல ஒரு மனைவி வந்து வாய்த்தால் எந்தக் கணவனும் மனைவி சொல் மீறி நடக்க மாட்டான். அப்படி நடப்பது கேவலமுமல்ல, மதிப்புக் குறைவுமல்ல.

முத்தன் எதைச் செய்தாலும் மனைவியின் ஆலோசனை கேட்டே இப்பொழுது செய்கின்றான். அவள் என்ன சொன்னாலும் அவன் மறுப்பில்லை.

அவன் நடை உடையிலும் அவள் மாற்றங்களை உண்டாக்கி விட்டாள். ஆனால் முத்தன் கிராமத்துக்குள்ளே இறங்கி நயினார்

வீடுகளில் குடிமை பார்ப்பதற்குச் செல்லும் சமயங்களில் பழைய முத்தனாகவே நடந்து கொள்ளப் பார்க்கின்றான். நயினார்மார் என்றைக்கும் எதிர்பார்ப்பது அதைத்தான்.

வள்ளிக்கொடிக்கு நீண்டகாலமாக மனதில் ஒரு குழப்பம். வீட்டோடு இருக்கும் மைத்துனன்கள், சின்னான், குட்டியன் இருவரையும் பார்த்துப் பார்த்து வேதனைப்பட்டுக் கொண்டிருக்கின்றாள். அவர்கள் வீட்டுக்கு வெளியில் போய் வரவேண்டும். அவர்களும் தங்களால் முடிந்ததை உழைக்க வேண்டும். இப்படி ஒரு வாழ்வை அவர்களுக்குத் தேடிக் கொடுப்பதற்கு என்ன செய்யலாம்...? சில காலமாக அவள் சிந்தித்துக் குழம்பிக் கொண்டு இருக்கின்றாள். இறுதியில் அவள் ஒரு முடிவுக்கு வந்தாள். கணவன் முத்தனிடம் அதை மெல்லப் பிரஸ்தாபித்தாள்.

“தம்பிமாரை இப்பிடியே விட்டுவிடுகிறது சரியில்லை”

“வேறை என்ன செய்கிறது? அண்ணனுக்குக் கலியாணஞ் செய்து அனுப்பினது போல இவன்களை அனுப்பிறதே?”

“நான் அதைச் சொல்லயில்லை. வெளியிலே போய் வரவேணும். நெடுக வீட்டுக்குள்ளே எப்பிடி இருக்க முடியும்?”

“அதுக்கு என்ன செய்கிறது? இவங்கடை தலை எழுத்து”

“இப்பிடிச் செய்தாலலென்ன...?”

“எப்பிடி...?”

“ஒரு திருக்கல் வண்டிலும் மாடும் வாங்கிக்குடுத்தால்...!”

“...........”

“என்ன யோசிக்கிறியள்?”

“நல்ல யோசனை தான்... ஆனால்...”

“காசு வேணும்... அது தானே!”

“அன்றாடம் வயித்துத் தீனுக்கே அல்லற்படுகிறம்”

“நான் ஒரு வழி சொல்லுகிறன் கேளுங்கோ!”

“என்ன வழி, கொடி?”

“என்ரை சங்கிலி காப்பை வித்துப் போட்டு வாங்குவம்”

"கொடி...!" அவன் குரல் உயர்ந்து ஒலிக்கிறது.

"ஏன் கோவிக்கிறியள்?"

"உன்ரை அண்ணன் கஷ்டப்பட்டு உழைச்சுத் தந்த நகையள்"

"இப்ப என்ரை நகையள், என்ரை குடும்பத்துக்கு உதவாத நகையள் எனக்கென்னத்துக்கு?"

"எனக்கென்னவோ..."

"சரியில்லை எண்டு சொல்லுவியள், நான் மனம் விரும்பிச் சொல்லுறன். நீங்கள் வண்டிலும் மாடும் வாங்கிற அலுவலைப் பாருங்கோ...!"

ஒரு மாத காலத்துக்குள் சின்னானும் குட்டியனும் தனித்தனி திருக்கல் வண்டில்களில் வெளியே போய் வரத்தொடங்கி விட்டார்கள்.

பொன்னி கண்கள் கலங்க மக்களைப் பார்த்து, மருமகளை நன்றியுடன் நினைத்துக் கொள்ளுகின்றாள்.

இப்படி நடக்கும் என்று கனவிலும் அவள் எதிர்பார்க்கவில்லை.

வாழ்வில் இதுவரை அனுபவிக்காத ஆனந்தம் மனதில் நிறைந்து தளும்புகிறது.

இந்தத் தருணத்தில் ஒரு நாள் "ஆச்சி" என அழைத்த வண்ணம் ஒரு வாலிபன் வந்து பொன்னியைக் கட்டி அணைத்துக் கொள்ளுகின்றான்.

பொன்னிக்கு நம்ப முடியவில்லை. திக்குமுக்காடிப் போகிறாள்.

தடித்த மீசை வைத்த, ஓங்கி உயர்ந்த, அந்த வாலிபன் தனது பிள்ளை மணியன் என்பதை அவளால் எப்படி நம்ப முடியும்?

சின்னக் குழந்தையை அணைப்பது போல அவனை அணைத்து வைத்துக்கொண்டு கண்ணீர் வடிக்கின்றாள். இப்படி ஆனந்தக் கண்ணீர் இதற்கு முன்னர் என்றுமே அவள் விட்டதில்லை!

பல ஆண்டுகளுக்குப் பிறகு ஊருக்கு வந்திருக்கும் மணியன் வீட்டுக்குள் முடங்கி இருப்பதற்கு விரும்புவானா?

தான் விளையாடித் திரிந்த இடங்கள், ஏறிக்குதித்த மரங்கள், நடந்து திரிந்த தெருக்கள் எல்லாவற்றையும் ஒரு தடவை பார்க்க வேண்டுமென ஆசைப்படுகின்றான்.

மணியன் இப்போதிருக்கும் நாகரீக கோலத்தில் கையில் கடிகாரம், காலில் செருப்பு அணிந்து ஊருக்குள்ளே சுற்றி வரலாமா? முத்தனுக்கு மனதில் பயம் தோன்றுகிறது. நயினார்மார் கண்களை உறுத்தும். வயிறெரிவார்கள். மனம் பொறுக்காமல் சிலர் கரைச்சல் கொடுக்கவும் பார்ப்பார்கள். தம்பி மணியன் விருப்பத்தைத் தடை பண்ணக் கூடாது. இதற்கு என்ன செய்யலாம்? என்று மனம் கலங்கினான். பின்னர் மனதில் ஒரு மார்க்கம் தோன்றியது.

சயிக்கிள் கடைக் கனகுவிடம் வந்தான். வாடகைக்கு விடுவதற்குப் பத்துச் சயிக்கிள்கள் அவனிடம் நிற்கின்றன. அவற்றுள் நல்ல சயிக்கிளாக ஒன்றைப் பார்த்து வாடகைபேசி வாங்கிவந்து, மணியனிடம் கொடுத்தான்.

மணியன் அந்தச் சயிக்கிளில் ஏறி முதலிற் சென்றது நல்லையன் வீட்டுக்குத் தான். மயிலனையும் தெய்வியையும் கண்டு பேசிக்கொண்டு திரும்பி வந்தான். அடுத்து, அண்ணன் வல்லி வீடு சென்று அவர்களைச் சந்தித்துப் பேசினான். இடையிடையே அவன் தான் விரும்பிய இடங்களுக்குச் சென்று சுற்றிப் பார்த்துக்கொண்டு வந்தான்.

மணியன் வீட்டுக்கு வந்து தங்கி இருப்பது அறிந்து "தம்பி மணியம்" என அழைத்துக் கொண்டு பொன்ராசன் வந்து சேர்ந்தான்.

மால் திண்ணையில் பாய் விரித்து இருவரும் அதில் அமர்ந்து பேசிக்கொண்டிருந்தார்கள். பேச்சுக்கிடையில் வள்ளிக்கொடியிடம், "அண்ணி... ராசா அண்ணைக்கொரு தேத்தண்ணி கொண்டு வாருங்கோ" என்கின்றான், மணியன்.

ஒரு கிளாஸில் தேநீரை ஊற்றி, சிறிய 'ட்றே' ஒன்றில் வைத்து வள்ளிக்கொடி கொண்டு வந்து கொடுத்த தேநீரை பொன்ராசன் வாங்கிக் குடித்த பிறகு, மேலும் சிறிது நேரம் இருந்து பேசி விட்டு, அவர்களுக்குச் சொல்லிக்கொண்டு புறப்பட்டுப் போனான்.

மணியன் முழுமையாக மூன்று தினங்கள் வீட்டில்தங்கி இருந்தான். நான்காவது நாள் வீட்டில் இருந்து புறப்பட்டுக் கொழும்புக்குப் பயணமானான்.

மணியன் வீட்டுக்கு வந்ததும் திரும்பிப் பின்னர் சென்றதும் ஒரு மின்னல் தோன்றி மறைந்தது போலப் பொன்னி மனதுக்குத் தோன்றுகிறது.

முத்தன் வள்ளிக்கொடிக்கு மணியன் வந்து போன மகிழ்ச்சிக்கிடையில் ஒரு சின்ன மனக்கவலை. கொழும்பில் வாழும் மணியன் ஊருக்கு வந்தால் அவன் படுத்துறங்குவதற்கு வசதியான ஒரு வீடில்லை. பழைய மண்குடிசைக்குள் திண்ணையில் படுத்தெழும்பிப் போயிருக்கின்றான்.

இந்த மண்குடிசைக்குள் கிடந்து சின்னானும் குட்டியனும் பேந்தப் பேந்த விழித்துக் கொண்டு கிடந்தார்கள். இப்பொழுது அவர்கள் முகத்திலும் ஒரு தனிக் கவர்ச்சி. அவர்களிடம் விஷேசமான ஒரு உற்சாகம். அவர்களைக் காலையில் தயார் பண்ணி வண்டிலில் அனுப்பி வைத்தால், மதியத்துக்குப் பிறகு வீடு திரும்புகின்றார்கள்.

முத்தன் ஊருக்குள் குடிமை பார்ப்பதற்குக் காலையில் புறப்பட்டுப் போய்விடுவான்.

அவர்கள் மூவரும் வீடு திரும்பி வரும் வரை பொன்னியும் வள்ளிக்கொடியும் தனித்திருக்கின்றார்கள்.

அந்தச் சமயம் பார்த்து ஒரு நாள் சோமசுந்தரம் நயினாரின் கனிஷ்ட புத்திரன் குமாரசாமி, “வள்ளிக்கொடி...” என அழைத்தவாறு அங்கு வந்து சேருகின்றான்.

அவளுக்கு அதிசயமாக இருக்கின்றது. அங்கே வருகின்ற நயினார்மார் ‘முத்தன்’ அல்லது ‘பொன்னி’ என்று தான் அழைத்துக் கொண்டு வருவார்கள். யாராவது தட்டித் தவறி அவள் பெயரைச் சொல்வதாக இருந்தால் ‘வள்ளி’ என்று அழைப்பதே வழக்கம். குமாரசாமியின் குரலில் வித்தியாசமான ஒரு நெருக்கம், ஒரு குழைவு, ஒரு கனிவு இருப்பதை அவள் அவதானிக்கின்றாள்.

வீட்டுக்கு வந்தவனை “வாருங்கோ ஐயா...” என முதலில் வரவேற்று, “அவர் இல்லை வெளியே போவிட்டார்” என்கின்றாள்.

“நான் உன்னட்டைத்தான் வந்தனான் வள்ளிக்கொடி.” அவள் முகம் பார்த்து மெல்லச் சிரிக்கின்றான்.

அவளுக்கு மனம் திக்கிடுகின்றது.

அவள் அவனைக் கவனிக்காதவள் போல "என்ன சங்கதி?" என அவன் முகம் திரும்பாது வினவுகின்றாள்.

"வந்த விஷயத்தைச் சொல்லுறன்... முதல் என்னை நிப்பாட்டி வைச்சுக் கதைச்சனுப்பப் போறியே!" எனக் கேட்கின்றான்.

அவள் மனதுக்குள் முனிந்து கொண்டு வீட்டு மாலுக்குள் நுழைந்து அங்குள்ள முக்காலியைத் தூக்கிவந்து அவன் முன்னே வைக்கின்றாள்.

அவன் வெகு ஆறுதலாக அதில் அமர்ந்து கொண்டு, "நாளைக்கு விடிய என்ரை தங்கைக்குக் கலியாணம், அவளைச் சுத்தம் செய்யவேணும். இண்டைக்குக் கருக்கலுக்குள்ளே நீ ஒருக்கால் வா..." என அவளைப் பார்த்து அர்த்தத்துடன் கண் சிமிட்டுகின்றான்.

அவள் சட்டென்று தலை குனிகின்றாள்.

"வள்ளிக்கொடி ஒண்டும் சொல்லுகிறாயில்லை" தொடர்ந்து கேட்கின்றான்.

அவன் சொன்னவற்றைக் கேட்டுக்கொண்டு திண்ணையில் உட்கார்ந்திருக்கும் பொன்னி "என்ன நயினார் இந்தக் காலத்திலும்...?" என்கின்றாள் இடைமறித்து.

"உனக்கென்னடி தெரியும் பொன்னி...!" என அவளை உதாசீனம் பண்ணி விட்டு, வள்ளிக்கொடியைப் பார்த்து, "கொடி... சுத்தம் செய்கிறதோடை, நீதான் எல்லாம் சொல்லிக் குடுக்க வேணும். முத்தன் உனக்கெல்லாம் சொல்லித் தந்திருப்பான்... அவன் தெரியாததை நீயும் அவனுக்கு... எல்லாத்தையும் சொல்லிக் குடுத்திருப்பாய்" என்கின்றான்.

"சீ...! ஒரு பெண்ணோடு இப்படியே கதைக்கிறது நாயே!" எனக் கேட்க வேண்டும் போலச் சினம் உள்ளே பொங்கிக்கொண்டு எழுகிறது. ஆனால் அவளால் அப்படிக் கேட்பதற்கு முடியுமா? அவள் சிரமப்பட்டு மனதை அடக்கிக் கொண்டு "இதென்ன கதை...?" என்கின்றாள் அதிருப்தியாக.

அவன் வள்ளிக்கொடியுடன் இப்படிப் பேசுவது கேட்டுப் பொன்னி மனம் பொறுக்காது "இப்ப சில இடங்களிலே பெரிய நாச்சியாரவை தானே மகள்மாரைச் சுத்தம் செய்யினம்..." என்கிறாள்.

“எடி பொன்னி, நீ கொஞ்சம் வாயை மூடிக் கொண்டிரடி” என எச்சரித்துவிட்டு, வள்ளிக்கொடியைப் பார்த்துக் கூறுகின்றான்

“மாப்பிளை பக்கம் கொஞ்சம் பழம்பிடி. மாப்பிளைக்கும் வழிச்சுச் சுத்தஞ் செய்கிறது பூங்கொடிக்குத் தெரியுந்தானே! முத்தனை வரச்சொல்லி ஆள் அனுப்புவினம். பொம்பிளைக்கு அம்படைச்சி வரவேணுமெண்டு அவை நிக்கினம். தங்கச்சி கொஞ்சம் வெக்கடை. அம்மா வேண்டாமெண்டு சொல்லுகிறாள். உன்னைக் கூட்டி வரச்சொல்லுகிறாள். அப்ப... வருவாய் தானே... பூங்கொடி?”

“பூங்கொடியல்ல... வள்ளிக்கொடி!”

“எப்பிடி சொன்னால் என்ன! நீ பூங்கொடி போலத் தானே இருக்கிறாய். அப்ப... நான் வரப்போறன். முத்தனை மாப்பிளை வீட்டுக்கு அனுப்பிப்போட்டு, நீ வா. கருக்கலுக்குள்ளே வந்து விடு. நான் காத்துக் கொண்டிருப்பன். சரியே.” அவளைப் பார்த்துக் கண் சிமிட்டி மெல்லச் சிரித்த வண்ணம் எழுந்து வெளியே நடக்கின்றான்.

அவன் அங்கிருந்து சென்ற பின்னர், “அவன் போக்கிரியின்ரை பார்வையும் கதையும் சரியில்லை” என்கின்றாள் வள்ளிக்கொடி.

மதியவேளை தாண்டி முத்தன் வீடு வந்து சேருகின்றான். முதல் வேலையாக நடந்தவைகள் எல்லாவற்றையும் அவன் செவியில் போட்டு வைக்கின்றாள், வள்ளிக்கொடி.

“அவன் ஊர் மேய்கிறவன், கள்ளுக் குடிக்கப்போன இடத்திலே மலட்டுச் சின்னியோடை சரசம் பண்ணப்போய், புரியன் கோவிந்தனிட்டை செம்மையாக வாங்கிக் கட்டினவன்.”

“அப்ப...”

“நீ யோசியாதை கொடி... சோமற்ரை செத்தவீட்டில் இருந்து அவனுக்கு என்னிலை கறள். அவன்களோடை கரைச்சல் தேடக்கூடாது. அவன்கள் இரணியச்சாதி. மாப்பிளையின்ரை அலுவல் பாக்க... நான் பின்னேரம் போறன். ஆச்சியைக் கூட்டிக்கொண்டு போய், பொம்பிளை வீட்டில் விட்டிட்டுப் போறன்... சரிதானே...”

“சரி... அப்பிடிச் செய்யுங்கோ!” நிம்மதியாக மூச்சு விட்டுக்கொண்ட போதிலும், இனம் புரியாத ஏதோ ஒரு பயம் அவள் மனதைக் கவ்விக்கொண்டது.

15

பருத்தித்துறை - காங்கேசன்துறை வீதி அருகில் மரவரிமுறைக் கள்ளுக் கொட்டில்களில் கள்ளு விற்பனை நடைபெற்றுக் கொண்டிருந்தது.

அந்தக் கள்ளுக் கொட்டில்களுள் ஒன்று பொன்ராசனின் தந்தை கதிரனுக்குச் சொந்தமானது. பனைகள், தென்னைகள் நிறைந்த வளவில் ஒரு புன்னை மரநிழலின் கீழே சிறிய கொட்டில் ஒன்று போட்டு, அதில் இருந்து கதிரன் கள்ளு விற்பனை செய்கிறார்.

கள்ளு அருந்துகின்றவர்களின் கூட்டம் ஒன்று எப்பொழுதும் அங்கு கூடி இருக்கும். மாலை நேரங்களில் தினமும் அந்தக் கூட்டம் அதிகரித்துக் களைகட்டும்.

அன்று மாலையில் நாகன் பறையைத் தோளில் தொங்கப் போட்டுக்கொண்டு அங்கு வந்து சேருகின்றார். சற்று நேரத்தின் பின்னர் வாரி சீலைப் பொட்டளியை முதுகில் சுமந்த வண்ணம் வந்து இணைத்துக் கட்டிய முடிச்சினை அவிழ்த்துப் பொட்டளத்தைத் தொப்பென்று நிலத்தில்போட்டு, தனது வளைந்த முதுகுக்கு அணையாக வைத்து நிலத்தில் குந்துகின்றார். அவரைத் தொடர்ந்து மயிலன் பின்னால் வருகின்றார்.

“வா... மயிலன்... வா... இண்டைக்கு உனக்கு அள்ளு காசும் தென்னம் பிள்ளையுந்தான்” வரவேற்கின்றார் நாகன்.

“சேட்டை பண்ணுகிறதுதானே உன்ரை பிறவிக்குணம்”

“உன்னிலே எனக்கு எப்பவும் சோட்டை. இண்டைக்கு வாய்க்கரிசி கனபேர் போட்டான்கள். உள்ளதைச் சொன்னால் உனக்குக் கோள்வம் வருகுது”

கதிரன் அவர்களை இடைமறித்து, “கதையை விடுங்கோ...” எனச் சொல்லிக்கொண்டு பனையோலைப் பிளாக்களை எடுத்து ஒவ்வொருவர் கையிலும் கொடுக்கிறார். பின்னர் போத்தல்களில் கள்ளை அளந்து பிளாக்களில் ஊற்றுகின்றார்.

மயிலனுக்கு ஒரு பழக்கம், முதல் பிளாவில் ஊற்றிய கள்ளு முழுவதையும் வாய்வைத்து ஒரே மூச்சில் உறிஞ்சிக் குடித்துவிடுவார். இன்றும் அப்படித்தான். பிறகு நிலத்தில் மண் அணை கோலிப் பிளாவை வைக்கின்றார். நிமிர்ந்து “கதிரண்ணை” எனக் குரல் கொடுக்கின்றார்.

கதிரன் இன்னொரு போத்தல் கள்ளு அளந்துவந்து மயிலன் பிளாவில் ஊற்றுகிறார். மயிலன் அரைநாண் கயிற்றை வேட்டியுடன் இழுத்துப் பிடித்துக்கொண்டு கச்சைக் கட்டுக்குள் சொருகி வைத்துக் கொண்டிருக்கும் கட்டடையான உள்வளைந்த பிரண்டிப் போத்தலை வெளியில் எடுத்து வைக்கின்றார். அந்தப் போத்தலில் கள்ளை ஊற்றி, இடையிடையே வீட்டுக்குக் கொண்டுசெல்வது அவர் வழக்கம்.

நாகன் போத்தலைப் பார்த்துவிட்டு, “கிழவிபாடு இண்டைக்குக் கரைச்சல்தான்” என்கிறார்.

“நாகன், தேவையில்லாமல் என்னோடை சருவாதே!” மயிலன் எச்சரிப்பது போலக் கூறுகின்றார்.

மயிலனுக்கு இப்பொழுது உசார் வந்துவிட்டது. “மயிலுக்கு இப்ப என்ன குறைச்சல்! மோன் நல்லையன் காசு அனுப்பிக் கொண்டிருக்கிறான்... வாய்க்கு இதமாகக் கடிக்கிறதுக்கு ஏதும் கொண்டு வந்தனியே...?” வாரி சப்புக்கொட்டுகிறார்.

“மயிலனின் மடி வீங்கிக்கிடக்கு...” என்கிறார் நாகன்.

“ஆயுதம் கிடக்கும்...” வாரி.

“அட நான் தீர மறந்து போனன்...” மயிலன் சொல்லிக்கொண்டு மடியை அவிழ்த்து, காகிதப் பொட்டலத்தை வெளியில் எடுத்து விரித்து முதலில் நாகனிடம் நீட்டுகிறார்.

“என்ன சொன்னாலும் நாகனிலே நல்ல பாந்தம்” வாரி மெல்லச் சிரிக்கின்றார்.

“உவன் பறைப்பயலில் எனக்கென்ன பாந்தம்...!” எனச் மயிலன் சொல்ல, “அம்பட்ட வீட்டுத் தீன் நான் தின்னுகிறது இல்லை” என்று கூறிக்கொண்டு பொரித்த மீன் துண்டொன்றை எடுத்து நாகன் கடிக்கின்றார்.

வாரியும் ஒரு மீன் துண்டைக் கையில் எடுத்துக்கொள்ளுகின்றார்.

இந்தச் சமயம் முத்தன் அங்கு வந்து சேருகின்றான்.

“தம்பி, முத்தா வா... வா... உன்னைக் காணவேணுமெண்டு நினைச்சனான். முதல் கள்ளை வாங்கு... பிறகு கதைப்பம்” என வாரி வரவேற்கின்றார்.

முத்தன் ஒரு பிளாவை எடுத்துக் கையால் நன்றாகத் துடைத்து, வாயினால் ஊதிச் சுத்தப்படுத்திவிட்டு, கள்ளை ஊற்றுவித்துக் கொண்டு அவர்கள் அருகில் வந்து அமருகின்றான்.

“முத்தா, இண்டைக்குச் செத்தவன்ரை குடிமேன் மயிலன் எண்டது உனக்குத் தெரியும். மயிலனுக்கு இண்டைக்கு மடி நிறைஞ்சு போச்சு”

“நாகன், அவன் இவன் எண்டு கதையாதே! நயினார்மார் ஆற்றையும் காதிலே விழுந்தால்?”

“மயிலன், நீ பயப்பிடாதே! ஆரும் மயிரைப் புடுங்கேலாது! ஒருதன் கை நீட்டினால்... அது உனக்கெண்டாலும் சரி, அவனைப் படுக்க வைச்சுவிடுவன். இவன் தம்பி முத்தனுக்குச் சோமன்ரை மோன் சுடலைக்குள் வைச்சு ஒருக்கால் கை நீட்ட வந்தான். நான் போய்த் தடுத்தன். அவன் திகைச்சுப்போய் அசையாமல் நிண்டிட்டான்”

நாகன் மீது முத்தனுக்குத் தனியான ஒரு மதிப்பு. நாகனும் அப்படித்தான். போதை கொஞ்சம் தலைக்கேறிவிட்டால், முத்தன் விருப்பம் போல நாகன் குழந்தையாக ஆடுவதற்கு ஆரம்பித்துவிடுவார்.

“நாகன் அப்பு, உங்கடை தாளக்கட்டை ஒருக்கால் சொல்லுங்கோ, கேட்பம்” என்கின்றான் முத்தன்.

“போடா போ... உனக்கு என்னோடை ஒரு சேட்டை...”

"இல்லை அப்பு... ஒருக்கால்... ஒருக்கால்..." முத்தன் கெஞ்சி மன்றாடுகின்றான்.

"சரி... நான் பாடம் சொல்லுகிறன்... நீ அந்தப் பாடத்துக்கு அடி எடுத்து வைச்சு ஆடவேணும்..."

"நான் ஆடுகிறன்..." கையில் ஏந்திக் கொண்டிருக்கும் பிளா சரிந்து விடாதவாறு மணலைக் கூட்டி அதில் வைத்துவிட்டு, மயிலன் எழுந்து நிற்கின்றார்.

நாகன் பாடத்தைத் தொடங்குகின்றார்.

"புங்கங்கம் பங்கங் கறுவது
புளியங்கம் பங்கங் கறுவது
டண் டண் டண் டண் டண் டண டண
டண் டண் டண் டண் டண் டண டண
புங்கங்கம் பங்கங் கறுவது
புளியங்கம் பங்கங் கறுவது"

நாகன் வலது கரத்தைத் தூக்கி மேலும் கீழும் ஆட்டி அசைத்துப் பாடஞ் சொல்லிக் கொண்டிருக்கின்றார்.

வாரி தொடையில் கையினால் தட்டித்தட்டித் தாளம் போடுகின்றார்.

மயிலன் கால்களை முன்னும் பின்னும் தூக்கி வைத்து வைத்து அசைந்தாடுகின்றார்.

அவர்கள் ஆட்டம் பாட்டத்தினால் கள்ளுக்கொட்டில் களை கட்டுகிறது.

கள்ளு அருந்திக் கொண்டிருக்கிறவர்கள் பார்த்து இரசித்துக் கொண்டிருக்கின்றார்கள்.

"நீங்கள் ஒண்டாக வந்து சேந்தால் ஒரே பைம்பல் தான்" என்கிறார் கதிரன்.

ஆட்டம் தொடர்ந்து நடைபெறுகிறது.

மயிலன் சற்று நேரத்தில் களைத்துப் போய் விடுகின்றார்.

"இனிப்போதும்... போதும்..." முத்தன் ஆட்டத்தைத் தடுக்கின்றான்.

பாடம் சொல்வது தடைப்படுகிறது.

மயிலன் பெரிதாக மூச்செறிந்த வண்ணம் தொப்பென்று நிலத்தில் அமருகின்றார்.

இந்தச் சமயம் முட்டியில் வெண்ணுரை பொங்கித் ததும்பக் கள்ளு முட்டியைக் கையில் தூக்கிக்கொண்டு சந்திரன் அங்கு வந்து சேருகின்றான்.

"எட... சந்திரனே...!" நாகன் ஆச்சரியப்படுகிறார்.

"நாகன் அப்புவுக்கு அதிசயமாக இருக்கு?"

"இல்லையடா தம்பி... பஞ்சம சாதியிலே நாலு பேர் கூடி இருக்கிறம் என்று நினைச்சுக் கொண்டிருந்தன். இப்ப நீ நளவனும் வந்து அஞ்சாக்கிப் போட்டாய்"

"நாகன் அப்பு கூர்மையான ஆள்தான்... கதிரப்புக்குச் சுகமில்லை எண்டு ராசண்ணன் சொல்லிச்சுது. அதுதான் இரண்டு பனை சீவிக்குடுத்திட்டுப் போக வந்தனான்."

"ராசன் எல்லாரோடையும் சிநேகிதந்தான்..."

"நாகன் அப்பு என்னவாம்..." கேட்டுக்கொண்டு கள்ளு முட்டியைத் தூக்கிக்கொண்டு பொன்ராசன் வருகின்றான்.

"வந்திட்டான்... வந்திட்டான்... இனிமேல் ஒண்டும் பேசக்கூடாது. ஆ... முத்தனுக்கு முக்கியமான காரியம் ஏதோ சொல்லப் போறேன் எண்டாய்... அதைச் சொல்லு! கேட்டுக்கொண்டு போவம்!" என நினைவுபடுத்திக்கொண்டு, வாரி பக்கம் திரும்பிப் பார்க்கிறார், நாகன்.

"நான் மறக்கயில்லை... சோமன்ரை மேளின்ரை கலியாணத்துக்கு முதல் நாள் உன்ரை பெண்டிலை நீ அனுப்பயில்லையாம்" முத்தன் முகத்தை பார்க்கிறார் வாரி.

"ஆச்சியை அனுப்பினனான்..."

"அவளுக்கு உன்ரை ஆத்தை என்ன சொல்லுகிறது! அவள் உன்ரை ஆத்தைக்கு எல்லாப் பாடமும் சொல்லிக்குடுப்பாள். அவளவையின்ரை தூமைச்சீலை எல்லா ஆட்டமும் எனக்குச் சொல்லும்."

“அது தானே... நாச்சியாரவை சிலபேர் வாரியில வலு வாரப்பாடு” என்கிறார் இடையில் மயிலன்.

“சோமன் வீட்டுக்கு... முத்துவின்ரை ஆத்தை போன சங்கதி உனக்கெப்பிடித் தெரியும்?” நாகன் கிண்டி விடுகிறார்.

“நான் பந்தலுக்கு வெள்ளை கட்டிக்கொண்டு நின்டனான். முத்தன்ரை ஆத்தை வந்து நிக்கிறதைக் கண்டு சோமன்ரை இளையமேன் ஒரு துள்ளுத் துள்ளத் தொடங்கிவிட்டார்.

“பொன்னி நீ ஏன்ரி வந்தனீ?”

“நயினார்தானே வரச்சொன்னது”

“உன்னை வா எண்டு சொன்னனானே!”

“..............”

“முத்தன்ரை பெண்டிலை எல்லோ வரச்சொன்னனான்”

“மருமேளுக்குச் சுகமில்லை நயினார்”

“காலையிலே அவளிட்டைச் சொல்லிப்போட்டு வந்தனான். அதுக்கிடையிலே என்னெடி வருத்தம்!”

“சரி... சரி... நீபோய் வந்த காரியத்தைப் பார்த்துப் போட்டுப்போ!” எண்டு ஆதாளி போட்டார்.

“ஓ... ஓ... கோ... அப்பிடியே!” நாகன் அர்த்தத்தோடு தலையாட்டுகின்றார்.

மயிலன் பெருமூச்சு விட்டுக்கொள்ளுகின்றார்.

“முத்துவின்ரை குடும்பத்திலே நயினார்மாருக்கு இப்ப ஒரே வெறுப்பு” என்கிறார் வாரி.

“முத்து பெண்டில் வடிவாக இருக்கிறாள் எண்டோ” நாகனுக்கு நக்கலோடு மெல்லச் சினம் எழும்புகிறது.

“முத்துவின்ரை தம்பிமார் கடற்கரைப் பக்கம் வண்டிலில் வந்து கரையாருக்கு மயிர் வெட்டுகினம். அது நயினாக்களுக்குப் பிடிக்கயில்லை. தங்கடை குடிமேன் கரையாருக்கு எப்பிடித் தொழில் செய்கிறது? எண்ட ஆத்திரத்தோட இருக்கினம்.”

“அப்பிடியோ வாரி அப்பு? சரி பாப்பம்...!” என்கிறான் முத்தன்.

“நல்லா மாலைப்பட்டுப்போச்சு. கதிரன் லாம்பு கொளுத்தப் போகிறார். கண்கடையும் தெரியாது...” சொல்லிக்கொண்டு எழுந்து கள்ளுப் போத்தலைத் தூக்கி, கௌசணத்துள் தங்கி நிற்கும் வண்ணம் உள்ளே சொருகிக்கொண்டு புறப்படத் தயாராகின்றார், மயிலன்.

“கிழவிக்கு இண்டைக்குக் கொண்டாட்டம்” நாகன் மீண்டும் கிண்டல் பண்ணுகின்றார்.

“நாகா, நளினம் பண்ணாதே!” சொல்லிக்கொண்டு வெளியே நடக்கின்றார், மயிலன்.

அவரைத் தொடர்ந்து நாகனும் வாரியும் புறப்படுகின்றார்கள்.

முத்தன், பொன்ராசன், சந்திரன் மூவரும் கூடியிருந்து இரகசியமாக ஏதோ பேசிக்கொள்ளுகிறார்கள்.

16

திருக்கல் மாட்டு வண்டிகளில் ஏறி சின்னான், குட்டியன் இருவரும் கிராமத்துக்குள்ளே செல்லுகின்றார்கள். அவர்கள் குடும்பம் குடிமை பார்க்கும் பகுதிக்குள் திக்குக்கொருவராகச் சுற்றிவருகின்றார்கள். நயினார்மார்களுள் ஒருவரேனும் அவர்களைக் கொண்டு தொழில் செய்விப்பதற்கு விரும்பவில்லை. வீட்டு வளவுக்குள்ளேயே சென்று ஒதுக்குப்புறமாக இருந்து சவரம் செய்யவேண்டும். நடுத்தெருவில் நின்று முடிவெட்டி, முகச்சவரம் செய்து, மற்றச் சவரங்களையும் எப்படிச் செய்விக்க முடியும்?

தெருவில் வைத்து நகம் வெட்டத்தானும் நயினார்கள் தயாராக இல்லை.

சின்னான், குட்டியன் வண்டில் தட்டில் உயரத்தில் உட்கார்ந்திருக்க, தாங்கள் அவர்கள் முன் தலைகுனிந்து நின்று முடிவெட்டுவது கௌரவக் குறைவு என்றும் கருதினார்கள்.

அவர்கள் இருவரும் ஊருக்குள் சுற்றிச் சுழன்று வந்ததுதான் அவர்கள் கண்ட மிச்சம். அவர்களை யாரும் கண்டுகொள்ளவில்லை. மாறாக, குரோதமான பார்வையில் அவர்களைப் பலர் நோக்குகின்றார்கள்.

"அம்பட்டப்பிள்ளையள் இப்ப வண்டியிலே திரியத் துடங்கி விட்டான்கள்"

"அவன்கள் எல்லாரும் உழைச்சால் அம்பட்டக்குடி எழும்பி விடும்"

"எட... அந்த நாளையில் உடையார், மணியகாரன் மாதிரி அம்பட்டப்பிள்ளையளும் வண்டிலில் பவனி வாறான்கள்"

"பாவம்! செத்தல் மாடுகளைப்போட்டு அடிக்கிறான்கள்."

"வண்டில் வாங்க... மாடு வாங்க... காசு வந்திட்டுது... இனி அம்பட்டரைப் பிடிக்கேலாது"

இப்படி விமர்சனங்கள் செய்துகொண்டிருக்கிறார்கள்.

ஆனால் தொழில் மட்டும் அவர்களைக்கொண்டு யாரும் செய்விக்கவில்லை.

காலை நேரம் கடற்கரையை அண்டின பிரதான வீதியில் சின்னானும், குட்டியனும் வெவ்வேறு இடங்களில் தரித்து நிற்பார்கள்.

அந்த நேரம் கடல் அலைகள் அடித்துப் பொங்கிப்புரண்டு கரையில் வந்து மோதும். அங்கு வீசும் குளிர் காற்றில் உடல் விறைக்கும். பொங்கும் அலைகள் மீது எகிறிவிழுந்து கட்டுமரங்கள் கரை வந்துசேரும். மீனவப் பெண்கள் சேலையைத் தூக்கிக் கட்டிக்கொண்டு கெண்டைக் கால்கள் நனைய கட்டுமரங்களை நோக்கிச் செல்வார்கள். மனைவிமார் கையில் மீன்பறிகளைத் தூக்கிக் கொடுத்துவிட்டு, வலை, கயிறுகளைத் தோள்களிற் போட்டுக்கொண்டு, சொரு சொருக்கும் மணலில் கால்கள் புதைய மீனவர்கள் நடந்து வீதிக்கு வந்து சேருவார்கள்.

மாலை இருள் கவிந்து சிறிது நேரத்தின் பின்னர் கடல்மேல் சென்றவர்கள் இரவெல்லாம் கண்விழித்து, காற்று, மழை, உறையவைக்கும் குளிரில் மீன் பிடித்துக்கொண்டு கரை வந்துசேரும்போது நன்றாகக் களைத்துப் போய்விடுவார்கள். வீடு சென்று வலை, கயிறுகளை வைத்துவிட்டு, முதல் வேலையாகக் கள்ளுக்கொட்டிலுக்கு வந்து களைதீர ஒரு போத்தல் கள்ளு பருகுவார்கள். அதன் பின்னர் முடிவெட்டி, சவரம் செய்து முடித்துக்கொண்டு நீராடுவதற்குச் செல்வது அவர்கள் வழக்கம்.

சின்னான், குட்டியனுக்குத் தினமும் காசு கையில் கிடைத்துக் கொண்டிருக்கிறது. மீன்கள் அதிகமாகப் படும் நாட்களில் இலவசமாக மீனும் கொடுப்பார்கள். வீட்டுத் தேவைக்குப் பணம் கொடுத்து மீன் வாங்க வேண்டிய அவசியம் அவர்களுக்கு இப்போது இருப்பதில்லை. மேலதிகமாகக் கிடைக்கும் மீனை விலைக்கு விற்றுக் காசாக்கிக் கொள்ளுகிறார்கள்.

நயினார்மார் தோட்டங்களில் விளைந்த காய்பிஞ்சுகளைக் கொடுத்து, பின்னர் தினை, சாமை, குரக்கன் கொடுப்பதுடன்

குடிமகன் கணக்கை முடித்துக்கொள்வார்கள். பனங்கிழங்கு, பனாட்டு சில சமயங்களில் மேலதிகமாகக் கிடைக்கும். காசு மாத்திரம் குடிமகன் கண்ணிலும் அவர்கள் காட்டுவதில்லை. அவர்கள் குடும்பங்களில் திருமண வைபவம், மரணச்சடங்கு நடந்தால் மட்டும் சொற்ப பணத்தைக் கிள்ளித் தெளிப்பார்கள்.

முத்தன் கண்டும் காணாமலும் முன்னர் கரையாருக்கு முடிதிருத்தி, சவரம் செய்து வந்திருக்கின்றான். இப்பொழுது சந்தர்ப்பம் கிடைக்கும் சமயங்களிலெல்லாம் தம்பிமார் போல அவனும் கரையாருக்குத் தொழில் செய்துகொண்டிருக்கின்றான்.

முத்தன் கரையாருக்குத் தொழில் செய்வது, மீன் வாங்குவதற்குக் காலை நேரம் கடற்கரைக்கு வந்து போகும் நயினாக்கள், நயினாத்திகள் கண்களை உறுத்துகின்றது.

ஊருக்குள்ளே பரவலாகக் கதை பரவி, புகையத் தொடங்குகிறது.

குமாரசாமியும் அவன் நண்பர்களும் இரகசியமாக எரியூட்டிக் கொண்டிருக்கின்றார்கள்.

நயினாக்கள் தமக்குள்ளே கொதிக்கின்றார்கள்.

முத்தனை நேரில் சந்திக்கின்ற தருணங்களில் அவனைக் கண்டிக்கின்றார்கள்.

"முத்தன்... உனக்கிப்ப கண்கடை தெரியுதில்லை"

"நயினார், அப்பிடி ஏனாக்கும் சொல்லுது!"

"கையிலே காசு புரளுதெல்லே..."

"............."

"என்னடா, வாயை மூடிக்கொண்டு நிக்கிறாய்?"

"நயினார் சொல்லுறது எனக்கு ஒண்டுமாக விளங்கயில்லை"

"கரையாருக்கு குடிமை பாக்க வெளிக்கிட்டுவிட்டாய், உனக்கெப்பிடி விளங்கும்!"

"அப்பிடி இல்லை நயினார்..."

"எடே உன்ரை தம்பிமார் சொத்தியன்கள் கரையாருக்கு வழிக்கிறான்கள். அது போதாதெண்டு நீயும் இப்ப சிரைக்கத் துடங்கிவிட்டாய்... என்ன? நீ எங்கடை குடிமேன். நீ எப்பிடிக் கரையாருக்குச் சிரைப்பாய்? அவன்கடை குடிமேனல்லவோ அதைச் செய்ய வேணும்? காசு கிடைக்குமெண்டால் பெண்டிலையும் விடுவியள்...?"

"ஐயா...!"

"என்னடா ஐயா? அம்பட்டப்பிள்ளைக்கும் கோள்வம் வருகுதோ? ஊரை விட்டுக் கலைச்சுப்போடுவம். கவனமாக நட!"

முத்தனைப் பல நயினார்மார் இப்படி எச்சரிக்கை செய்துவிட்டார்கள். நயினாக்கள் எல்லோருக்கும் ஒரே அதிருப்தி. அவர்கள் எதிர்ப்புக்கண்டு முத்தன் மனம் குழம்புகின்றான். தம்பிமாரைத் தடுத்து பழையபடி வீட்டுக்குள்ளே வைத்திருக்க முடியாது. தான் மாத்திரம் கிழவன் மயிலன் போலத் தந்திரமாகச் சற்று விலகி நடக்கவேண்டுமென மனதில் ஒரு தீர்மானத்தை எடுத்துக்கொள்ளுகின்றான்.

முத்தனுக்கு கரையாம் பகுதியிலிருந்து அவன் எதிர்பார்க்காத சம்பவம் ஒன்று வந்து சம்பவித்தது.

புத்திசிகாமணி ஆசாரமான நல்ல சைவன். அவருக்கு ஆண்களும் பெண்களுமாகப் பிள்ளைகள் பலர். காற்று, மழை என்று பார்க்காது கடல்மேற் சென்று மீன்பிடித்தொழில் செய்து, பிள்ளைகளைக் குறைவேதுமின்றி கரைசேர்த்து உயர்த்தி வைத்தவர். முதுமைக் காலத்திலும் ஓய்ந்திருப்பதற்கு அவர் மனம் ஒப்பவில்லை. ஆனால் வயோதிபம் வந்து விட்டால் மனிதன் குழந்தையாகிவிடுகின்றான். தனது மன எண்ணம் போல அவன் நடப்பதற்கு இயலாது. பிள்ளைகள் கையில் பிடித்துக்கொண்டு நடத்துவதற்கு ஆரம்பித்து விடுகின்றார்கள். புத்திசிகாமணி தொழிலுக்குச் செல்வதற்குப் பிள்ளைகள் அனுமதிக்கவில்லை.

வாலையில் ஆடின அவருக்கு வயோதிபத்தில் ஓய்ந்து வீட்டுக்குள் முடங்கிப்போய்க் கிடப்பதற்கு முடியவில்லை. அவர் முழுநேரமும் ஊரிலுள்ள முருகன் ஆலயத்துடன் கழிந்து கொண்டிருந்தது.

அவருடைய பேரப்பிள்ளைகள் சிலர் சற்று வித்தியாசமான சிந்தனைப் போக்குள்ளவர்களாக வளர்ந்திருக்கின்றார்கள். சமூகத்தில் மாற்றங்களை உண்டாக்க வேண்டும் என்னும் எண்ணம் மனதில் உள்ளவர்கள். மாற்றமொன்று தங்கள் வீட்டுக்குள் இருந்து உருவாகத் தகுந்த சந்தர்ப்பத்தைச் சரியாகப் பயன்படுத்தத் தீர்மானித்தார்கள்.

பாட்டனார் புத்திசிகாமணியின் மரணத்தையொட்டி வழக்கில் இருந்துவரும் பழைய நடைமுறை ஒன்றை மாற்றி அமைக்க அவர்கள் விரும்பினார்கள்.

வெள்ளாள நயினார்மார் தங்களுக்குக் குடிமை பார்க்கவென்று தங்கள் கிராமங்களில் குறைந்தது ஒரு நாதவிதர் குடும்பத்தையாவது குடியமர்த்தி வைத்திருக்கின்றார்கள்.

கரையாருக்கு அப்படிக் குடிமகன் இல்லை. வடமராட்சிப் பகுதி முழுவதற்கும் கரையோரப் பகுதியை அண்டி வாழ்ந்துவரும் கரையாரச் சாதியாருக்குக் குடிமைத் தொழில் பார்க்கும் நாவிதர் குடும்பங்கள் சில குடத்தனையில் குடி இருக்கின்றார்கள். மரணம் ஒன்று சம்பவித்துவிட்டால் பல கிலோமீற்றர் தூரம் அங்கு சென்று அவர்களுக்கு அறிவிக்க வேண்டும். குடிமகன் வந்து தனது குடிமைத் தொண்டுகளை முடித்துக்கொண்டு போய்விடுவார். சாதாரண காலங்களில் இந்தப் பகுதிக்கு அவர்கள் வந்துபோவதில்லை.

மரண அறிவித்தல் கிடைத்தால் ஒசட்டையான ஒரு நாவிதன் வருவார். கடற்கரைக் காற்று சற்றுப் பலமாக வீசினால் அந்தக் காற்றில் அவர் அடிபட்டு பறந்துவிடக்கூடிய ஒருவர்.

பம்பிக்கொண்டு நிற்கும் சிலுப்பாத் தலை, ஹிற்லர் போலத் துண்டு மீசை, தொடைகள் தெரிய மடித்துக் கட்டிய நான்கு முழவேட்டி, அதற்கு மேல் அரையில் சுருக்கிச் சுற்றிக் கட்டிய சிட்டைத் துண்டு, வாய்க்குள் குதப்பிக் கிடக்கும் வெற்றிலைக் கக்கல், கையில் தூக்கிய பனையோலையில் இழைத்த ஆயுதப்பை சகிதம் பஸ் வண்டியில் வந்து இறங்குவார்.

என்றோ ஒரு நாள் இப்படித் தேவையின் பொருட்டு வந்து போகும் அவரை “வா பரியாரி” என வெகுபக்குவமாக அவர்கள் வரவேற்பார்கள்.

அவர் வந்து செய்யவேண்டிய தொண்டுகள் யாவும் செய்து முடிந்த பிறகு, ஊருக்குத் திரும்பிச் செல்லத் தகுந்த நிலையில் ஒரு நாளும் இருப்பதில்லை.

ஒரு அடியெடுத்து வைத்து நடப்பதற்கு இயலாத நிலையில் மதுபோதையில் தளம்பித் தடுமாறுவார். வந்த இடத்தில் விழுந்து படுத்துக்கொள்ளுவார்.

பிறகு காடாற்று, எட்டுச் சடங்கு எல்லாம் முடிந்த பிற்பாடு, அரையில் கட்டி இருக்கும் சிட்டைத் துண்டை விரித்து, சோறு, கறிகள், பிட்டு வகைகளைப் போட்டு முடிந்து கட்டிக்கொண்டு ஊருக்குப் புறப்படுவார்.

தள்ளாடிக்கொண்டு நிற்கும் அவரை மெல்லப் பிடித்து வந்து பஸ் வண்டியில் ஏற்றி அனுப்புகின்ற வரை போதும் போதுமென்றாகிவிடும்.

புத்திசிகாமணி சிவபதம் அடைந்து விட்டார்.

குடத்தனை நாவிதக் குடிமகனுக்குத் தகவல் சொல்லி அனுப்பப்படவில்லை.

மரண வீட்டில் நின்று அந்தக் காரியங்களைக் கவனிக்கவேண்டிய புத்திசிகாமணியின் பேரன் சின்னக்கிளி, "முத்தண்ணா..." என அழைத்துக்கொண்டு வருகின்றான். அவன் உறவுக்காரன் தவராசா, நாகனின் பேரன் துரையன், வாரியின் தங்கை மகன் கணபதி, கோவியச் செல்லத்துரை, பொன்ராசன், சந்திரன் எல்லோரும் சேர்ந்து வந்திருக்கின்றார்கள். இவர்கள் அனைவரும் ஒன்றாகக் கூடித்திரிவதை முத்தன் கண்டிருக்கின்றான். இவர்கள் நல்ல கூட்டாளிமார். முத்தனைச் சந்திக்கும் சமயங்களிலும் பேசிப் பழகுவார்கள்.

முத்தன் வீட்டில் இருந்து புறப்பட்டு வெளியில் இன்னும் செல்லாத காலை நேரம்.

இவர்கள் ஒன்றாக ஒரே நேரத்தில் வந்திருப்பது கண்டு முத்தன் அதிசயப்படுகின்றான். "ஏன் வந்திருக்கின்றார்கள்...?" என்ற கேள்வி அவனுக்குள்ளே எழுகின்றது. அதற்கான விடை அவனுக்குத் தெரியவில்லை. தனக்குள்ளே குழம்பிக்கொண்டு அவர்களை வரவேற்கின்றான்.

திண்ணை இரண்டிலும் பாய்களை விரித்து அதில் அமரச் செய்கின்றான்.

வள்ளிக்கொடி அடுக்களைக்குள் புகுந்து தேநீர் தயாரிக்கும் வேலைகளைக் கவனிக்கின்றாள்.

"முத்தண்ணா... ஏன் நிக்கிறியள்? நீங்களும் வந்து இருங்கோ!" தவராசா சொல்ல, முத்தன் அவர்களோடு ஒரு திண்ணையில் அமருகின்றான்.

அவன் அமர்ந்த பிறகு, புத்திசிகாமணியின் பேரன் சின்னக்கிளி சொல்லுகிறான் -

"அண்ணா... எங்கடை பாட்டன் போய்விட்டார். நீங்களும் அறிஞ்சிருப்பியள்."

"அறிஞ்சனான்..." சொல்லிக்கொண்டு பொன்ராசன் முகத்தையும் தவராசா முகத்தையும் மாறிமாறிக் குறிப்பாக நோக்குகின்றான்.

இருவரும் உதட்டுக்குள் சிரித்துக்கொண்டு மௌனமாக இருக்கின்றார்கள்.

"நீங்கள் ஒருக்கால் அங்கே வரவேணும்." தொடர்ந்து பேரன் கேட்கின்றான்.

"நான் என்னத்துக்கு?" அவன் பேச்சின் உள்நோக்கத்தைப் புரிந்துகொள்ளாது ஆச்சரியத்துடன் முத்தன் வினவுகின்றான்.

"பிரேதத்துக்குக் குளிப்பாட்ட வேணும். முகச்சவரம் செய்யவேணும்"

"என்ன?" முத்தன் திகைத்து வாயடைத்துப் போகின்றான்.

ஒரு நிமிடம் மௌனத்தில் உறைந்து போகிறது.

அந்த மௌனத்தைக் கலைத்துக்கொண்டு "முத்தண்ணா என்ன யோசிக்கிறியள்?" எனத் தவராசா திரும்பக் கேட்கின்றான்.

முத்தன் தொடர்ந்து மௌனமாக இருக்கின்றான்.

"மனதில் இருக்கின்றதை மறைக்காமல் சொல்லுங்கோ, முத்தண்ணா!" எனத் தூண்டுகின்றான் பொன்ராசன்.

"ஒரு காலமும் இல்லாத ஒரு வழக்கம்" முத்தன் சுருக்கமாகச் சொல்லுகிறான்.

"பழைய வழக்கத்தை மாற்ற வேணும்" சின்னக்கிளி.

"குடிமை பார்க்கிறதை நான் வெறுக்கிறேன்"

"அது சரி தான்"

"ஹா... ஹா... ஹா..." முத்தன் வாய் திறந்து பலமாகச் சிரிக்கின்றான்.

"முத்தண்ணை ஏன் சிரிக்கிறியள்?" எனத் துரையன் வினவுகின்றான்.

"சந்ததி சந்ததியாக வெள்ளாளருக்குக் குடிமக்களாக இருக்கிறம். இப்ப கரையாருக்குமல்லோ குடிமேனாக இருக்கச்சொல்லுகிறியள்."

"எங்களுக்குச் செய்கிறது குடிமை அல்ல. முகச்சவரத்தைச் செய்துபோட்டுக் கூலியை வாங்கிக்கொண்டு வாருங்கோ" என்கின்றான், சின்னக்கிளி.

"நான் ஒண்டு கேட்பன்... நீங்கள் கோவிப்பியளோ?"

"நீங்கள் தயங்காமல் எதையும் கேளுங்கோ, முத்தண்ணை!" என்கிறான் சந்திரன்.

"பிரேதத்துக்கு முகச்சவரம் நீங்கள் செய்யலாந்தானே."

தவராசா முந்திக்கொண்டு சொல்லுகின்றான், "முத்தண்ணா, நீங்கள் சொல்லுகிறது நியாயம். பறை மேளம் வேண்டாமெண்டு தடுத்துப்போட்டம். எங்கடை குடிமகன் எண்டிருக்கிற சவரத் தொழிலாளிக்கு சொல்லி அனுப்பாமல் தடுத்துப்போட்டம். பிறகு உங்களைக் குடிமகன் தொண்டு செய்யச் சொல்லுவமா? உங்கடை மனதைப் புரிந்து கொள்ளுகிறதுக்குத்தான் திட்டமிட்டு இப்பிடிக் கதைச்சனாங்கள். நாங்கள் வந்த தேவை வேறை."

"அப்ப என்ன தேவைக்காக வந்தனீங்கள்?"

"அண்ணை, செய்யும் தொழில் தெய்வம். பாளை சீவுகிற கத்தியை ஆரும் கேட்டால் நான் குடுப்பனோ!" என்கின்றான் பொன்ராசன்.

“ஓ...! சவரக்கத்தி வேணுமா? நீங்கள் கேட்டால் நான் தராமல் விடுவேனோ? அதுக்கேன் எல்லோரும் வந்திருக்கிறியள்? என்ரை தம்பிமார் கரையாருக்குத் தொழில் செய்கிறதே வெள்ளாருக்குப் பிடிக்கயில்லை.”

“அது தெரியும்” பொன்ராசன்.

“என்னைப் பிடிச்சு எச்சரிக்கை செய்கிறான்கள்”

“நாங்கள் எல்லோரும் உங்களுக்குத் துணையாக இருக்கிறது, அவன்களுக்குத் தெரியாது. நீங்கள் உந்த அச்சுறுத்தல்களுக்கு எடுபடவேண்டாம்” என்கிறான் சந்திரன்.

வள்ளிக்கொடி கிளாஸுகளில் தேநீரை ஊற்றி வந்து அவர்களுக்கும் பரிமாறுகின்றாள்.

அவர்கள் அமைதியாகத் தேநீர் பருகி முடிகின்றது.

“நானும் தவராசாவுந்தான் வெளிக்கிட்டனாங்கள். உங்களிட்டை எண்டவுடனே எல்லாரும் சேர்ந்து வந்திருக்கினம். அப்ப... அண்ணாச்சி இப்ப தாறியளோ!”

சின்னக்கிளி கேட்கின்றான்.

“தீட்டிப்போட்டு நான் கையோடை கொண்டு வந்து தாறன்”

“அண்ணனை நல்லா யோசிக்க வைச்சிட்டம். அதுகும் நல்லது. குழம்பித்தான் தெளிய வேணும். நாங்கள் புறப்படுவம்” பொன்ராசன் எழுந்து நிற்கின்றான்.

அவர்கள் அனைவரும் எழுந்து முத்தனுக்குச் சொல்லிக்கொண்டு அங்கிருந்து நடக்கின்றார்கள்.

சற்று நேரத்தின் பின்னர் முத்தன் புத்திசிகாமணி வீடுசென்று, சவரக்கத்தியைச் சின்னக்கிளி கையில் கொடுத்துவிட்டு ஒதுங்கி நிற்கின்றான்.

அங்கு வெள்ளாளன் இராமலிங்கம் வந்து நிற்பது முத்தனுக்கு ஆச்சரியமாக இருக்கிறது.

அவர்களுடன் சேர்ந்து அவனும் ஓடியாடி வேலைகள் செய்து கொண்டு நிற்பதைக்கண்டு பின்னர் மனம் தேறுகின்றான்.

ஆயினும் மனதில் எழுந்த சந்தேகத்தைப் போக்க, பொன்ராசனை அணுகுகின்றான்.

"ராசன், இராமலிங்கம் நிக்கிறான்"

"அவர் எங்கடை ஆள்" பொன்ராசன் சுருக்கமாகப் பதில் சொல்லுகிறான்.

முத்தனுக்கு இப்பொழுது தன்னை நினைத்துப் பார்க்க வியப்பாக இருக்கின்றது. தனக்கு இப்படி ஒரு நண்பர்கள் கூட்டம் எப்படி வந்தது? எனத் தன்னையே கேட்டுக் கொள்ளுகின்றான். தனித்து நின்றால் மனத்தைரியத்துடன் ஒரு போதும் தன்னால் நிமிர்ந்து நிற்க முடியாது என்பதை உணருகின்றான். நாலுபேர் துணையாக இருக்கும்போது துணிச்சல் தானாக வந்துவிடுகிறது. நான் இப்போது தனியாள் அல்ல... என்று எண்ணும் போது முத்தனுக்குப் பெருமையாக இருக்கிறது. அந்தப் பெருமையோடு நிமிர்ந்து வீடு வந்து சேருகின்றான். ஆனாலும் மனதில் ஒரே யோசனையாகத்தான் இருக்கிறது!

"என்ன யோசிக்கிறியள்...?" கேட்டுக்கொண்டு வள்ளிக்கொடி அவன் அருகே வந்து நிற்கின்றாள்.

"ஒண்டுமில்லை..."

"கதை வேறை விதமாகத்தான் போகப்போகுது"

"எப்படி...?"

"கரையாருக்குக் குடிமேன் ஆகிவிட்டியள் எண்டு..."

"அது எனக்குத் தெரியும் கொடி. நயினார்மார் கதையைத் திருப்பிவிடப் போறான்கள். அவன்கள் சும்மா இருக்கமாட்டான்கள்"

"நீங்கள் எதுக்கும் பயப்பிடவேண்டாம். மனத்தைரியத்தோடை இருங்கோ" வள்ளிக்கொடி சொல்லிக்கொண்டு நிற்க, "முத்தன்..." என அழைத்துக் கொண்டு விதானையார் வீட்டு ஏவல்காரன் மிடுக்கோடு உள்ளே வருகின்றான்.

"என்ன...?" முத்தன் கேட்பதற்குள் "உன்னை விதானையார் உடனே வரட்டாம்" என அதிகாரத்துடன் கூறிவிட்டு, வந்த வேகத்தில் திரும்பி நடக்கின்றான்.

பொன்னி அதிர்ந்து போகின்றாள். அவள் எழுந்து வந்து முத்தன் அருகே அமர்ந்த வண்ணம், “தம்பி, தலைமைக்காரன் கூப்பிடுகிறார். உனக்குக் கரைச்சல் தரப்போகினம்” எனத் தடுமாறுகின்றாள்.

“அவை என்னை என்ன செய்கிறது?”

“இண்டைக்கு... உடனே... இந்த மைமலுக்கே... வரச்சொல்லி ஆள் அனுப்பி இருக்கிறார்”

“நீ பயப்பிடாதே ஆச்சி! செய்யாததைச் செய்ததெண்டு பொய்க் குற்றஞ்சாட்டினால்...”

“கத்தியைக் குடுத்திட்டு நீ அங்கே போகாமல் இருந்திருக்கலாம்”

“சின்னக்கிளி என்ரை சகோதரம் போல. அவற்றை வீட்டுச் செத்தவீட்டுக்குப் போகத்தானே வேணும்” சொல்லிக்கொண்டு முத்தன் புறப்படுகின்றான்.

விதானையார் வீட்டு முற்றத்தில் வட்டமாகக் கதிரைகளைப் போட்டுக்கொண்டு சுந்தரமூர்த்தி வாத்தியார், கோயில் தர்மகர்த்தா பொன்னம்பலம், முத்தன் குடி இருக்கும் நிலச்சொந்தக்காரன் முதலியார், ஊரப்புக்காத்துக் குப்பையர், வட்டிக்கடைக் கந்தவனம், எட்டியாந்தோட்டைக் கடை முதலாளி ஏரம்பமூர்த்தி, சோமசுந்தரத்தின் மகன் குமாரசாமி, கந்தசாமியின் மூத்தமகன் இராமநாதன் ... இன்னும் முக்கிய நயினார்மார் அமர்ந்திருக்கின்றார்கள்.

அவர்கள் முகங்கள் கறுத்து, அடங்காத சினத்துடன் இறுகிக் கிடக்கின்றன.

“நயினார்...” அழைத்த வண்ணம் முத்தன் வந்து கைகளைக் கட்டிக்கொண்டு பணிந்து நிற்கின்றான்.

“எடேய் முத்தன், உனக்கு என்ன கொழுப்படா?” விதானையார் கையை ஓங்கிக்கொண்டு எழுகின்றார்.

“இருங்கோ... விதாணையார்! முதல் அவன்ரை வாய்பிறப்பைக் கேட்பம்” குப்பையர் தடுக்கிறார்.

“முத்தன் நீ கரையாற்றை குடிமேனோ? எங்கடை குடிமேனோ? இதற்கு முதல் மறுமொழி சொல்லு” கேட்கிறார் கந்தவனம்.

“எங்கடை குடிமேனே, கரையாருக்குக் குடிமை பார்க்கப்போனது வரலாற்றிலேயே இல்லை” என்கிறார் சுந்தரமூர்த்தி வாத்தியார்.

“எங்களுக்கு இதைவிட வேறை அவமானம் இல்லை” ஏரம்பமூர்த்தி கொதிக்கிறார்.

“உன்னைக் குடி எழுப்பி ஊரை விட்டுக் கலைச்சுப் போடுவம்” எச்சரிக்கிறார் முதலியார்.

“டேய் முத்தன், நாங்கள் கேட்டுக்கொண்டிருக்கிறம்... நீ என்னடால், விறுமர் மாதிரி நிற்கிறாய்” விதானையார் மீண்டும் துள்ளிக்கொண்டு எழும்புகின்றார்.

“விதானையார் கொஞ்சம் இருங்கோ...” அவரைச் சமாதானப்படுத்தி அமரச் செய்கின்றார்கள்.

“முத்தன் வாயைத் திறந்து கேட்டதுக்கு மறுமொழி சொல்லு...” குப்பையர் முத்தனைத் தூண்டுகின்றார்.

“நான் அப்பிடி ஒண்டும் செய்யயில்லை.”

“பிறகேன் அங்கே போனனீ...?” விதானையார் உறுக்குகிறார்.

“செத்த வீட்டுக்குப் போனனான்.”

“டேய், பொய் சொல்லாதே” விதானையார் எச்சரிக்கின்றார்.

“பயமுறுத்தி இவனைக் கொண்டுபோய் இருப்பான்கள்” என்கிறார் குப்பையர்.

“இருக்கும்... இருக்கும்...” கோயில் தர்மகர்த்தா முதல் முறையாக வாய் திறக்கின்றார். “கோயிலில் சூரன் ஆட்டுகிறதுக்குப் பொருத்தமான ஆட்கள் என்று அவர்கள் அதைச் செய்ய அனுமதித்தேன். தாங்கள் சுவாமியும் தூக்கவேண்டும் என்று நின்றார்கள். நான் மறுத்தேன். அவர்கள் கேட்கவில்லை. பலாத்காரமாகச் சுவாமி தூக்குகின்றார்கள். நாவிதன் அவர்களை எதிர்த்து நிற்பதற்கு முடியுமா?” என அவன் பக்க நியாயத்தை எடுத்துக் கூறுகின்றார்.

“அம்பட்டனுக்கு ஆயிரம் புத்தி. அவன் பொய் சொல்லுகிறான்” என்கிறார் கந்தசாமியின் மகன் இராமநாதன்.

“இல்லை அவன் விரும்பிப் போய் இருக்கமாட்டான்” குப்பையரின் கருத்து.

“இவன்ரை தம்பிமார் சின்னானும் குட்டியனும் கரையாருக்கு வழிக்கிறான்கள்” என்கிறார் கந்தவனம்.

இதுவரை இருந்த சூடு மெல்லத் தணியத் தொடங்குகிறது.

விதானையார் சற்று நிதானமாக முத்தனைப் பார்த்துச் சொல்லுகின்றார் -

“முத்தன், எங்கடை பரம்பரையிலே நடக்காத காரியம். எங்கடை சாதிக்கு இதைவிட மானக்கேடு வேறை இல்லை. சரி... சரி... நடந்தது நடந்து போய்ச்சு. இனிக் கரையாருக்குக் குடிமை பார்க்க நீ போகக்கூடாது. உன்ரை தம்பிமாரும் கரையாருக்குத் தொழில் செய்யக்கூடாது.”

“நான் அப்பிடிச் செய்யயில்லை. ஆனால்...”

“பிறகென்னடா ஆனாலும்... பூனாலும்...”

“அவன்கள் வந்து நெருக்குதல் தந்தால்...?” வேண்டுமென்றே திட்டமிட்டுக் கூறுகின்றான், முத்தன்.

“நீ வந்து விதானையிட்டை முறைப்பாடு செய்” என்கின்றார்கள் எல்லோரும் ஒரே குரலில்.

விதானையார் இடைமறித்து “அது வேண்டாம்... அது வேண்டாம்... ஆனால் நீ வந்து பிறகும் இப்பிடிச் சொல்லிக் கொண்டு நிற்கக் கூடாது. சரி... இண்டைக்குப் போ...”

“நான் வாறன்...” எனச் சொல்லிக்கொண்டு நயினார்மாரின் பலவீனத்தை எண்ணி மனத்துள் நகைத்தவண்ணம் முத்தன் திரும்பி வீடு நோக்கி நடக்கின்றான்.

17

தைப்பொங்கலுக்கு இரண்டு தினங்களுக்கு முன்னரே வீட்டு நிலம், பிட்டி எல்லாம் அழுந்த மெழுகி, வெள்ளைச் சுண்ணாம்பினால் கோலங்கள் போட்டு அழகுபடுத்திவிட்டாள், வள்ளிக்கொடி.

தைப்பொங்கல் தினத்தன்று முற்றாக இருள் கலைவதற்கு முன்னர் எழுந்து வீடு வாசல் பெருக்கிச் சுத்தம் செய்து, தோய்ந்து குளித்து வந்து, முற்றத்தில் அடுப்புமூட்டி, புதுப்பானையில் பொங்கல் செய்து முடித்துவிட்டார்கள், முத்தனும் வள்ளிக்கொடியும்.

பொன்னி முந்தானையால் போர்த்திக்கொண்டு முற்றத்து வெயிலில் அமர்ந்து சிறிது நேரம் குளிர்காய்ந்து கொண்டிருந்தாள்.

அவள் பின்னர் மெல்ல எழுந்து பெரியதாக இரண்டு பனையோலைக் கடகங்களைக் கையில் எடுத்துக்கொண்டு வெளியே செல்லத் தயாராகின்றாள்.

அவளின் ஆயத்தங்களை அவதானித்துவிட்டு "நடக்க ஏலாமல் தடுமாறுகிறியள்... பிறகைங்கே வெளிக்கிடுகிறியள்?" என வள்ளிக்கொடி தடுக்கின்றாள்.

"முதல் தலைமைக்காரன் வீட்டுக்குப்போய்... பிறகு எல்லாக் கமக்காரன் வீட்டுப் படலையும் நான் இண்டைக்குத் திறக்க வேணும். இப்பவே மனக்கொதியோடை இருக்கினம். நல்லநாள் பெருநாளுக்கு எண்டைக்கும்போலப் போகாமல் இருந்தால் கரைச்சல் வரும்" பொன்னி சொல்லிக்கொண்டு புறப்பட்டுவிட்டாள். வள்ளிக்கொடி மறுபேச்சுப் பேசுவதற்கு முன்னர் மெல்ல அடி எடுத்து வைத்து நடக்கின்றாள்.

சின்னானும் குட்டியனும் இன்று வெளியே செல்லவில்லை. வள்ளிக்கொடி கொடுத்த சுவையான இனித்த பொங்கலை வயிறு முட்டத்தின்ற மகிழ்ச்சி அவர்களுக்கு!

பொழுது ஏறஏற பொங்கல் தின்ற மயக்கத்தில் சின்னான் சரிந்து படுத்துவிட்டான். சிறிது நேரத்தில் குட்டியனும் படுத்துக்கொண்டான். இருவரும் சிறிது நேரத்தில் உறங்கிப் போய்விட்டார்கள்.

பொழுது உச்சிக்கு வந்து சரிய ஆரம்பித்துவிட்டது.

பொன்னி இன்னும் வீடு வந்து சேரவில்லை. வள்ளிக்கொடி எதிர்பார்த்துக் கவலையுடன் காத்திருக்கின்றாள்.

முத்தனும் வெளியே சென்றுவிட்டான்.

பொழுது சரிந்து கொண்டிருக்கிறது.

பெரிய பனையோலைக் கடகமொன்றில் பொங்கலைப் போட்டு, இன்னொன்றால் அதை மூடி தலைமீது தூக்கி வைத்துச் சுமந்துகொண்டு தள்ளாடித் தள்ளாடி பொன்னி மெல்ல நடந்து வருகின்றாள்.

வள்ளிக்கொடி ஓடிச்சென்று பொங்கல் நிரம்பி வழியும் கடகத்தை இறக்கி, சுமந்து வந்து வீட்டுத் திண்ணையில் வைக்கின்றாள்.

பொன்னி அந்தத் திண்ணையில் மெல்லக் குந்தி மார்பில் குறுக்காகக் கட்டிய சேலையை அவிழ்த்து, முகத்தில் அரும்பும் வியர்வையை அழுத்தித் துடைத்து விட்டுக்கொண்டு, சேலைத் தலைப்பை விரித்துப் பொங்கல் பெட்டிக்கு அருகில் களைப்புடன் படுத்துக்கொள்கின்றாள்.

நயினார் வீடுகளில் சென்று பொன்னி வாங்கி வந்திருக்கும் ஒரு கடகம் பொங்கலைக் கண்டு வள்ளிக்கொடி திகைக்கின்றாள். மலை போலக் குவிந்து கிடக்கும் பொங்கலை என்ன செய்வது? சர்க்கரைப் பொங்கலை நாயும் தின்னாது. வள்ளிக்கொடி மனம் குழம்புகின்றாள்.

மறுநாள் விடிந்தது.

பொன்னி இரண்டு பனையோலைப் பாய்களை எடுத்து தண்ணீரினால் நன்றாக கழுவி, முற்றத்தில் விரிக்கின்றாள். முதல்

நாள் அவள் வாங்கி வந்திருக்கும் புளித்து மணக்கும் பொங்கலை அதன் மீது பரவுகின்றாள். காகம், கோழி, குருவி வந்து கொத்தித் தின்னாத வண்ணம் கையில் ஒரு கம்புடன் அதில் குந்தி இருந்து வெயிலில் காய வைக்கின்றாள்.

பொன்னி முதியவள். ஒரு நோயாளி. அவள் இப்படி இருந்து காய்வது வள்ளிக்கொடிக்கு விருப்பமில்லை. ஆனால் அவள் என்ன சொல்லியும் பொன்னி கேட்பதாக இல்லை. தொடர்ந்து தனது வேலையை அவள் செய்து கொண்டிருக்கிறாள்.

ஒரு வாரகாலம் காவல் இருந்து பொங்கலை ஒருவாறு காயவைத்து அரிசி ஆக்கிவிட்டாள்.

அதன்பிறகு சரிந்துபடுத்தவள்தான். பொன்னியால் எழுந்திருக்க முடியவில்லை.

முத்தன் மார்க்கண்டு வைத்தியரிடம் ஓடிப்போனான்.

மூன்று நாட்கள் வைத்தியர் காலையில் வந்து பார்வையிட்டு மருந்து கொடுத்துப் போனார். அதன் பிறகு இரண்டு தினங்கள் காலை, மாலை நேரங்களில் வந்து பார்த்தார்.

அடுத்தநாள் காலையில் வைத்தியர் வந்து பொன்னியின் கையைப்பிடித்து நாடி ஓட்டத்தை மிக நிதானமாகப் பரிசோதித்துப் பார்த்தார். முத்தனைத் தனிமையில் அழைத்து, "ஆருக்கும் அறிவிக்கவேண்டி இருந்தால் அறிவியுங்கோ... மூன்று, ஐந்து, ஏழு நாள் தவணை" என நாட்கணக்குச் சொல்லிப்போனார்.

மணியனுக்கு அன்றே தந்திச் செய்தி ஒன்றை முத்தன் அனுப்பி வைத்தான்.

மணியன் வீடு வந்து சேரும்வரை பொன்னி உயிர் அவனுக்காகக் காத்திருந்தது.

அவன் வந்துசேர்ந்த மறுநாள் காலையில் பொன்னி உயிர் பிரிந்தது.

உறவுக்காரர்களுக்கும் ஊருக்கும் முத்தன் துக்கச் செய்தியைச் சொல்லி அனுப்பினான்.

லோயர் முத்தி, கட்டையன், சரசி, வல்லியையும் கூட்டிக் கொண்டு வந்தாள்.

மயிலனும் தெய்வியும் தகவல் அறிந்தவுடன் வந்து சேர்ந்துவிட்டார்கள்.

அடுத்தடுத்த கிராமங்களில் வாழும் உறவுக்காரர்கள் வந்து கொண்டிருக்கிறார்கள்.

பொன்ராசன், தவராசா, துரையன், சின்னக்கிளி, சந்திரன், இராமலிங்கம், செல்லத்துரை என்று எல்லோரும் வந்து கூடிவிட்டார்கள்.

நாகன், வாரி அங்கு வந்து நிற்பதற்குத் தவறவில்லை.

குடிமகன் வீட்டில் ஒரு மரணம் நிகழ்ந்து விட்டால் நயினார்மார் தவறாமல் வந்து ஒரு தடவை எட்டிப்பார்த்து விட்டுச் செல்வது வழக்கம்.

பொன்னியின் மரண வீட்டுக்கு வருவதற்கு நயினார்மார் பெரிய அக்கறை காட்டவில்லை.

இரண்டொருவர் அங்கு வந்து தலைக்கறுப்புக் காட்டிவிட்டுப் போனார்கள்.

குமாரசாமி மிகச்சிரத்தையுடன் வந்துநின்று சுடுகாடுவரை சென்றான்.

பொன்னியின் இளைய மகன் மணியன் தாய்க்குச் செய்யவேண்டிய இறுதிச் சடங்குகள் யாவையும் செய்து முடித்தான்.

லோயர் முத்தியும் மகள் சரசியும் அங்கு நடக்கும் காரியங்கள் அனைத்திலும் குற்றம் கண்டுபிடித்துக்கொண்டு இருக்கிறார்கள்.

வள்ளிக்கொடியை இலக்காகக் கொண்டு எல்லாவற்றிலும் குறைசொல்லி அவளைச் சண்டைக்கிழுக்கிறார்கள்.

வள்ளிக்கொடி அவர்கள் குணம் அறிந்து, விலகிவிலகிப் போய்க் கொண்டிருக்கிறாள்.

முத்தி, சரசி இருவரையும் யாரும் அங்கு கண்டுகொள்ளவதாக இல்லை.

அவர்கள் தங்களை அவமானப்படுத்துவதாகக் கருதி மனம் கொதித்துக் கொண்டிருக்கிறார்கள்.

எட்டுச்செலவு முடிந்த கையுடன் வல்லியையும் கூட்டிக்கொண்டு அவர்கள் அங்கிருந்து புறப்பட்டு விட்டார்கள். எட்டாம் நாள் நடைபெறும் சரியெட்டு வரை அவர்கள் காத்திருக்கவில்லை. இரத்த உறவுக்காரர் செய்யும் வழமைபோல ஒருமாத காலம் அங்கு தங்கி இருந்து இழவு காக்கவுமில்லை.

மணியன் வீட்டிலிருந்து புறப்படுவதற்கு முன்னம் அண்ணன் முத்தனுக்கு முக்கியமான ஒரு ஆலோசனையைச் சொன்னான். முத்தன் சலூன் ஒன்றைத் திறந்து நடத்துமாறு சொல்லிப் போனான். மயிலன், தெய்வி இருவரையும் கண்டு நல்லையன் சொல்லி அனுப்பிய செய்தியைச் சொல்லிக்கொண்டு வீட்டில் இருந்து கிளம்பிச் சென்றான்.

அந்தச் செய்தி கிடைத்த நாள் முதல் மயிலனுக்கு உறக்கமில்லை. கேட்கும் போதில் இப்படி இனிக்கின்றதென்றால்... எண்ணம் போல எல்லாம் நிறைவேறிவிட்டால்... ஆகா... ஆகா... அவர் மனம் ஆனந்தத்தில் துள்ளிக்குதிக்கிறது. இந்த எண்ணம் தனக்கு, தனது பரம்பரைக்கு இதுவரை காலமும் மனதில் தோன்றாமல் போனதே...! என நினைத்து வெட்கப்பட்டுக் கொள்ளுகின்றார். மகன் நல்லையனை நினைக்க அவருக்குப் பெருமையாக இருக்கிறது.

மயிலனைத் தாய் இந்த மண்ணில் ஈன்று போட்ட நாள் முதல், இன்றுவரை மண் குடிசையிலேயே வாழ்ந்து வருகின்றார். இரண்டு ஆண்டுகளுக்கு ஒரு தடவை குடிசையின் பனையோலைக் கூரைகளைப் பிடுங்கிப் போட்டு, புதிய ஓலையால் வேயவேண்டும். கூரை வேயத் தவறினால், பழைய கூரை, ஓலை இத்து மழைக்குப் புண்டு ஒழுகும். அவரும் மனைவியும் மழை ஒழுக்கில் இரவு நேரம் படுக்கவேண்டும். பாத்திரங்கள் வைத்து ஒழுகும் நீரை ஏந்த வேண்டும். எவ்வளவு அல்லல்களைப் பட்டிருக்கின்றார்கள்.

இதுவே தங்கள் வாழ்வென்று அவர்கள் நம்பிக்கொண்டு வாழ்ந்து வருகிறார்கள்.

மயிலன் நயினாக்கள் வீடுகளுக்குத் தினமும் போய்வந்து கொண்டிருக்கின்றார். எத்தனை பெரிய வீடுகள், எவ்வளவு வசதியான வீடுகள், சில கமக்காரர் வீடுகள் மண் வீடுகளாக இருந்தாலும் அந்த வீடுகளை அவர்கள் வசதியாகவே கட்டிக் கொண்டிருக்கிறார்கள்.

நயினாக்கள் வீடுகளைப் பார்த்து மயிலன் மனம்பொருமி வாயூறி நின்றதில்லை. அந்த வாழ்வும், அந்த வசதியும் அவர்களுக்குரியது என்றே அவன் நம்பி இருந்தான்.

தை, மாசி மாதங்களில் கொடும்பனிக் குளிரில் கிடந்து விறைத்துக் கொடுகுவதும்... ஆடிக்காற்று அடிக்கும்போது அடுக்களை மட்டை வரிச்சுக்கூடாக ஆக்கும் உணவுக்குள் புளுதி வாரிக் கொட்டுவதும்... மாரி மழைத் துளியில் நனைவதும்... இனி இல்லை என எண்ணும் போது மயிலனுக்கும் தெய்விக்கும் மனம் கொள்ளாத ஆனந்தம்.

கொழும்பில் பிறந்த வளர்ந்த பேரப்பிள்ளைகள் இங்கு வந்து இந்த மண் குடிசையில் தங்கி நிற்பதற்கு வசதிப்படாது.

"கனகசபை நயினாருக்கு நாங்கள் பரம்பரைக் குடிமக்கள். நயினாற்ரை நிலத் துண்டில் நாங்கள் பரம்பரையாகக் குடியிருந்து வாறம். நான் வாய்விட்டுக் கேட்டால் நயினார் இல்லை எண்டு மறுத்துச் சொல்லப்போகிறாரே! நயினார்மாருக்கு என்னிலே ஒரு மதிப்பிருக்குது. முத்தனும் தம்பிமாரும் கரையாருக்குத் தொழில் செய்கிறது போல நான் செய்யமாட்டன். நயினார்மாருக்கு அவன்களில் மனக்கறள். அதாலைதான் பொன்னி மச்சாளின்ரை செத்த வீட்டுக்கு நயினார்மார் கனபேர் வரயில்லை. நான் கரையாருக்குத் தொழில் செய்கிறதில்லை.

நான் எந்த நயினார் வீட்டுப் படலை திறந்து போனாலும், எதைக் கேட்டாலும், எனக்கு இல்லை எண்டு சொல்லாதுகள். என்னைத் தங்கடை பிள்ளை மாதிரி நடத்துங்கள். கனகசபை நயினார் ஒரு நாளும் மறுக்கமாட்டார். அவர் என்ன காணி பூமி இல்லாத ஆளே? அவற்றை பரம்பரை என்ன...? குடிகோத்திரம் என்ன? வீரமாப்பாண முதலியாற்ரை பரம்பரையிலே வந்தவர். கால் வைச்ச இடமெல்லாம் அவற்றை காணி பூமி தான். அவற்றை பிள்ளைகளெல்லாம் பெரிய பெரிய படிப்புப் படிச்சிருக்கினம். எல்லாரும் டாக்குத்தரும், இஞ்சினியரும். நான் குடி இருக்கிற கை அகலத்துண்டுக் காணி அவையளுக்கு என்னத்துக்கு?

நான் ஆத்திரம், அந்தரமெண்டு போனால் ஒரு சொல்லுச் சொல்லாமல் தூக்கித் தந்துவிடுகிறவர் கனகசபை நயினார். திருப்பிக் கேட்கமாட்டார். பிறகு போய் நிண்டாலும் முகம் சுழிக்கமாட்டார். குடிமேன் எண்டால் தங்கடை பிள்ளை எண்டு நினைக்கிறவர்.

மிளகாய்த்தூள் என்ன? உப்புப்புளி என்ன? சோறு கறி எண்டாலும் குஞ்சுப்பெட்டியில் போட்டுத்தந்து விடுவினம்.

நயினாருக்குத் துடக்கு மயிர் எடுத்தது வல்லிபுரக் கோயிலிலே. மொட்டை தட்டைக்கே ஒரு வயதிருக்கும். காரிலைதான் போனவை. என்னை வரச்சொன்னவை. நான் முந்திப்போய் இறங்கி விட்டன். நயினாருக்கு அது தெரியும்.

நயினாரைக் கண்டு கேட்பம்... கேட்பம்... எண்டிட்டு கேளாமல் திரிகிறன். இனியுமேன் கடத்த வேணும்!"

மயிலன் தனக்குள்ளே தீர்மானித்துக் கொள்ளுகின்றார்.

அவர் மனதளவில் தீர்மானத்துக்கு வந்து இரண்டு வாரகாலம் கழிந்து போனது.

அவர் தீர்மானித்தது போல கனகசபை நயினாரைத் தேடிக்கொண்டு இன்னும் போகவில்லை. அப்பிடிப் போவதற்கு அவருக்கு இயலவில்லை. அது ஏன் என்பதும் அவருக்குப் புலனாகவில்லை. இனம் புரியாத ஒரு தயக்கம். அவர் எதற்காக தயங்கிக்கொண்டிருக்க வேண்டும்?

கனகசபை நயினார் வீடு சென்று அவரோடு பேசுவதற்கு எந்த நேரம் பொருத்தமானதாக இருக்குமெனச் சிந்தித்தார். காலையில் போகலாம். காலை நேரம் எல்லாவற்றுக்கும் நல்ல நேரம். ஆனால் இவன் என்னடா 'சாண்டிக்காயுக்குள்ளே சனியன் புகுந்த மாதிரி' தனது அலுவல்களைக் குழப்ப வந்து நிக்கிறானே... என நினைக்கக் கூடும். அப்படித் தனக்கு வேலை இருந்தால் சொல்லுறதைக் காது கொடுத்துக் கேட்காமல் விட்டுவிடுவார்.

மதியம் போகலாம். மதியம் சுபமுகூர்த்தம் என்று சொல்லுவார்கள். பஞ்சாங்கம் பார்க்காமல் சுபகாரியங்கள் செய்யும் முகூர்த்த நேரம். ஆனால் உச்சி கொதிக்கிற வெயில் நேரம். அவர் ஒண்டைப் பாதியைப் போட்டிட்டு இருப்பார். முகம் குடுக்காமல் எடுத்தெறிந்து பேசிப்போட்டால், எல்லாம் பிசகிப் போகும்.

பின்நேரம், அதுதான் மிகச்சரியான நேரம். மதியச்சாப்பாடு முடிந்து, படுத்தெழும்பி ஓய்வாக இருப்பார். அவருடன் பேசுவதற்கு பொருத்தமான நல்ல நேரம். மாலையில் அவர் வீடு சென்று பேசுவதற்கெனத் தீர்மானித்துக் கொள்ளுகின்றார்.

கனகசபை நயினார் வீட்டுக்குப் போகும் முடிவுடன் வீட்டில் இருந்து மயிலன் புறப்பட்டு வெளியே வருகின்றார். சிறிது தூரம் வந்த பிறகு அவர் மனம் மெல்ல மாறுகிறது.

இதுவரை காலமும் நயினாரிடம் சென்று எதையெதையோ கேட்டுப் பெற்றிருக்கின்றார். ஆனால் குடி இருக்கிற காணி நிலத்தை தாருங்கோ... என்று கேட்டதில்லை, கேட்காததைக் கேட்டால் தருவாரோ? அப்படிக் கேட்டு... தருவதற்கு மறுத்துவிட்டால்... குடி எழுப்பி விட்டால்... என்ன செய்வது?

நயினார் தருவார் என்ற நம்பிக்கையுடன் இருப்பதில் மனதுக்கொரு சுகம். அவர் மறுத்தால் அந்தச் சுகமும் இல்லாமல் போய்விடும்.

மயிலன் மனக் குழப்பத்துடன் கதிரனின் கள்ளுக் கொட்டில் நோக்கி நடக்கின்றார்.

பின்னர் வீட்டுக்குத் திரும்பிவர நன்றாக இருட்டி விட்டது.

மயிலன் வந்து கால் ஆறவில்லை, தெய்வி கேட்கின்றாள்.

"என்னப்பா... நயினார் வீட்டுக்குப் போயே வாறாய்?"

"ஆர் வீட்டுக்கு..." அக்கறை இல்லாதவர் போல மறுகேள்வி போடுகிறார்.

"என்ன விண்ணாணம் பேசுறாய்?"

"நீ என்ன நினைச்சுக் கதைக்கிறாயெண்டு நான் என்ன சாத்திரமே பாக்கிறது!" மயிலன் பொய்யாக உரப்புகின்றார்.

சமூகத்தில் அடி நிலையில் இருக்கின்றவனும் அதிகாரம் பண்ணுவதற்குக் கிடைத்த ஆள் அவன் மனைவிதானே!

மயிலன் தனது அதிகாரத்தை விட்டுக் கொடுப்பாரா!

தெய்வியும் இன்று துணிந்து பேசுகின்றாள்.

"சும்மா உலுப்பாதே!" அவள் குரலும் கொஞ்சம் மேலே உயருகிறது.

"என்னடி குலுக்கிறாய்!"

“நான் போட்டிட்டு வந்திட்டன்... அதுதான் குலுக்கிறன்” அவள் குத்தலாகக் பேசுகின்றாள்.

“எடியே... கொண்டு வந்து வைச்சிருக்கிறனடி... நீயும் போட்டிட்டு குலுக்கு!”

“கனகசபை நயினார் வீட்டுக்குப் போனனீயே! மேனுக்கு அறிவிக்க வேணுமெண்டு கேட்டால்...!” அவள் இறங்கி வருகிறாள்.

“போறனெடியாத்தை... போறன்... இண்டைக்கு நாள் சரியில்லை... நாளைக்கு என்ன நாள்...?”

“புதன்கிழமை.”

“நல்ல நாள்... நாளைக்கு பாப்பம்.!”

“பாப்பம் எண்டு சொல்லுறதை விட்டிட்டு...”

“சரி... சரி... நாளைக்குக் கட்டாயம் போகிறன்... அது கிடக்கட்டும். உனக்குக் கொண்டு வந்து வைச்சதை கொண்டு வா அப்பா... நான் கொஞ்சம் எடுப்பம்.”

இரவு உணவு உண்டு முடிந்த பிறகு படுக்கையில் சென்று சரிந்த மயிலன் அப்படியே உறங்கிப்போனார். நயினார் வீடு செல்ல வேண்டுமென்னும் எண்ணத்துடன் மறுநாட் காலையில் கண் விழிக்கின்றார். பகல் பொழுதில் குடிமை பார்க்க அலைந்தார். கதிரனின் கள்ளுக் கொட்டிலுக்குப் போனார். மாலை வேளை வந்தது. மனதை ஒரு நிலைப்படுத்திக் கொண்டு கனகசபை நயினார் வீடு வந்து சேருகின்றார்.

நயினார் வீட்டுச் சங்கடப் படலையில் நின்று தனது வருகையை அறிவிக்கும் முகமாக “நயினார்...” என உள்ளே பார்த்துக் குரல் கொடுக்கின்றார். பின்னர் படலையை மெல்லத் திறந்துகொண்டு உள்ளே வருகின்றார். இப்பொழுது முற்றத்துக்கு வந்துவிட்டார். மீண்டும் “நயினார்...” எனக் குரல் கொடுக்கின்றார்.

“ஆரது...?” அதிகார மிடுக்குடன் குரல் வீட்டுக்குள் இருந்து எழுகின்றது.

“அது நான்... நயினார்...” சொல்லிக்கொண்டு மயிலன் முன்னுக்கு வருகின்றார்.

“அட மயிலனே... வா வா...” என்கிறார் நயினார்.

வீட்டு விறாந்தையில் சாய்மனைக் கட்டிலைப்போட்டு நீண்ட சட்டங்களில் கால்களை நீட்டி வைத்து, சௌகரியமாகச் சரிந்து படுத்துக்கிடக்கின்றார், கனகசபை நயினார்.

மயிலன் அவருக்கு எதிரில் விறாந்தைக்குக் கீழே கால்களைப் பிசைந்து கொண்டு பணிந்து நிற்கின்றார்.

“மயிலன் இந்த நேரம் வந்து நிற்கிறாய்?” நயினார் வினவுகின்றார்.

மயிலன் தான் வந்த காரியத்தை எடுத்த எடுப்பில் சொல்ல இயலவில்லை. தயங்கிக்கொண்டு நிற்கின்றார்.

“மயிலன் வந்த காரியத்தைச் சொல்லு!” குரல் இறுகி ஒலிக்கிறது.

“நயினார் நாங்கள் குடி இருக்கிற நிலம்...” மேலும் சொல்லி முடிக்க இயலாது மயிலன் தடுமாறுகின்றார்.

“நிலத்துக்கிப்ப என்ன...?” ஆச்சரியத்துடன் அவர் முகம் சுருங்குகிறது.

“நயினாற்ரை நிலம்...”

“என்ரை பாட்டன்... பூட்டன் வழியாக வந்த என்ரை பரம்பரைச் சொத்து” நிமிர்ந்து பெருமைப்பட்டுக் கொள்ளுகின்றார்.

“அதுதான் நயினார்...!”

“ஆரும் தன்ரை காணி எண்டு சொல்லுறானோ! ஆரவன்...?” நயினார் சீறுகின்றார்.

“இல்லை நயினார்...” என மயிலன் இழுக்கின்றார்.

“மயிலன், சும்மா பினைஞ்சுகொண்டு நில்லாதே!”

“நாங்கள் ஒரு வீடு கட்டலா மெண்டு...”

“இப்ப வீடில்லாமல் தெருவிலேயே இருக்கிறாய்?”

“இல்லை நயினார்... சின்னனாக ஒரு கல்வீடு கட்ட...”

"அட... அட... உனக்கும் அந்த ஆசை வந்திட்டுது...! உன்ரை மேன் கொழும்பில் உழைச்சு நல்லாச் சம்பாரிச்சுப்போட்டான் போல கிடக்கு...!"

"நயினார்... ஓம்பட்டால்..."

"மயிலன்... உன்ரை ஆசையை நான் தடுக்கயில்லை. நீ போய் விருப்பம் போல செய்"

"நயினார் மறுக்கமாட்டியள் எண்டு எனக்குத் தெரியும். ஆனால்..."

"நான் தானே கட்டச் சொல்லிப்போட்டன். பிறகுகென்ன ஆனாலும் பூனாலும் எண்டு பினைஞ்சு கொண்டு நிற்கிறாயப்பா!"

"அந்த நிலத்தை நயினார் எங்களுக்குத் தரவேணும்!"

"உங்களுக்குத்தானே... சந்ததி சந்ததியாக அம்பட்டக் குடிதானே அதிலே இருந்து ஆண்டனுபவிக்கிறியள்."

"உறுதி முடிச்சால் தானே நயினார்... வீடு கட்டலாம்!"

"என்ன விலைப்படி வாங்கப்போறாய்?"

"நயினார் நியாயமாகப் பேசித்தருவியள் தானே!"

"எடே மயிலன், உனக்கு என்ன துணிச்சலடா...! நீ கிழட்டுப் பயல் எண்டதாலே பொறுமையாக இருக்கிறன். நீ காசு தந்து என்னட்டைக் காணி வாங்க வந்திட்டாய்! ஆமான வெள்ளாளன் ஆரடா எளியசாதிக்குக் காசுக்குக் காணி விற்பான்? பாவம் எண்டு குடி இருக்க விட்டால்... காசுக்குக் காணி வாங்க வந்திட்டாய்! எளியசாதியளுக்கு இப்ப கொழுப்பேறி விட்டுது. விசர்க்கதை கதையாமல் போ..." நயினார் சிடுசிடு என்று பொரிந்து தள்ளிவிட்டு, சினத்துடன் எழுந்து உள்ளே போகின்றார்.

மயிலன் தலையைத் தொங்கப் போட்டுக் கொண்டு திரும்பி நடக்கின்றார்.

18

முத்தன் மீது, முத்தன் குடும்பத்தின் மீது நெருக்கடிகள் அதிகரித்துக் கொண்டிருக்கின்றன.

நயினார்மாரின் கழுகுப் பார்வை எப்பொழுதும் அவர்களை நோட்டமிடுகின்றது.

நயினார்மார் எச்சரித்து அனுப்பியது போல சின்னான், குட்டியன் இருவரையும் கரையாருக்குத் தொழில் செய்யாது முத்தனால் தடுத்து நிறுத்த இயலவில்லை.

திருக்கல் வண்டிப் பயணமும் கரையாருக்குத் தொழில் செய்வதுமாக அவர்கள் காலமும் ஓடிக்கொண்டிருக்கிறது.

ஆனால் அவர்கள் இருவரும் தொழில்செய்து குடும்பத்துக்குப் பெரிய வருமானம் வந்து சேர்ந்துவிடவில்லை. அவர்கள் தங்கள் வண்டில்களில் பூட்டி ஓட்டித் திரியும் மாடுகளைப் பார்த்தால் அந்த உண்மையை விளங்கிக் கொண்டுவிடலாம்.

வண்டி இழுக்கும் அந்த மாடுகளின் எலும்புகளைச் சிரமமில்லாது எண்ணிச் சொல்லிவிடலாம். தோல் போர்த்த எலும்புக் கூடுகளாக அவைகள் நகர்ந்து கொண்டிருக்கின்றன. வண்டிலில் இருந்து அவைகளை அவிழ்த்து வீட்டோடு சேர்ந்த அந்தப் பெரிய வளவுக்குள் மேய்ச்சலுக்கு விட்டு விடுவார்கள். அந்த நிலத்தில் தினமும் மேய்ந்து கொண்டிருந்தால் எங்கே புல்லுக் கிடைக்கப் போகின்றது. வள்ளிக்கொடி தூக்கிச் சென்று வைக்கும் ஒரு வாளி தண்ணீரைக் குடித்துவிட்டு மாடுகள் எங்காவது ஒரு மூலையில், ஒரு மரநிழலில் போய்ப்படுத்துக் கொள்ளுகின்றன.

அவை படுத்துக்கிடக்கும் இடங்களில் இருந்து மறுநாள் காலையில் தட்டி எழுப்புவது பெரிய போராட்டம். எழுப்பிவிட்டால் சில சமயம் மீண்டும் விழுந்து படுத்துக்

கொள்ளுகின்றன. ஒருவாறு தட்டி எழுப்பி நடக்க வைத்தால் தளர்ந்து ஆடிஆடி நடக்கின்றன. அவைகளைக் கொண்டுவந்து வண்டியில் பூட்டி விடும்வரை முத்தனுக்குப் பெரும்பாடாக இருக்கும். முத்தன் வீட்டில் இல்லாத சில வேளைகளில் வள்ளிக்கொடி போதும்போதுமெனக் களைத்துப்போய் விடுவாள்.

அந்த மாடுகளுக்குத் தினமும் ஒழுங்காகத் தீவனம் போடுவதற்கு முடியவில்லையே என அவள் மனம் உளைகிறது. அதற்கென்ன செய்வது? மூன்று வேளைகளிலும் மனிதர்களுக்கே போதுமான உணவு இல்லாத போது, மாடுகளுக்காகக் கவலைப்பட்டுக் கொண்டிருக்க முடியுமா?

சின்னான் இப்பொழுது தினமும் கள் அருந்த ஆரம்பித்துவிட்டான். அவனுக்கு கையில் கிடைக்கும் காசு அவன் குடிப்பதற்கே செலவாகிக் கொண்டிருக்கின்றது. மீனவர்கள் இலவசமாகக் கொடுக்கும் மீனை வாங்கி, அதனை விலைக்கு விற்று, கிடைக்கும் காசையும் குடித்து முடித்துவிடுகின்றான். அவனைக் கண்டிப்பதற்கு முத்தன் மனம் விரும்புவதில்லை. அவன் உள்ளத்தின் தவிப்பு, ஏக்கம் என்ன என்பது முத்தனுக்குத் தெளிவாகத் தெரியும். வல்லியுடைய திருமணம் முடிந்து, பிறகு முத்தனும் வள்ளிக்கொடியை மணந்துகொண்டான். அடுத்தவன் சின்னான் தானே! தனக்கொரு திருமணம் முத்தன் இன்னும் செய்து வைக்கவில்லையே என்ற அதிருப்தி அவன் உள்ளத்தில் இருக்கிறது.

முத்தனுக்கு அக்கறை இல்லாமல் இல்லை. சிலரிடம் சாடைமாடையாகத் தட்டிப் பார்த்திருக்கின்றான். சின்னானை மாப்பிள்ளையாக எடுப்பதற்கு யாரும் விரும்பவில்லை. அவனுக்குப் பெண் கேட்டதற்காகச் சிலர் முத்தனைக் கோபித்துக் கொண்டார்கள். முத்தனுக்கு மிக இக்கட்டான ஒரு நிலைமை. என்ன செய்வதென்றே அவனுக்கு விளங்கவில்லை.

குட்டியன் பற்றிச் சொல்லத் தேவையில்லை. அவன் சின்னான் போல ஆளல்ல. அவர்கள் குடும்பத்தில் இப்பொழுது ஒழுங்காக அடுப்பெரிவதற்கு அவன்தான் காரணம். சின்னானைப் போல குடித்துக் கொண்டிருக்கும் நித்திய குடிகாரனல்ல. எப்பொழுதாவது இடைசுகம் ஒரு போத்தல் கள்ளு குடிப்பதுடன் சரி.

அவனைப் பற்றியும் முத்தன் கவலைப்பட்டுக் கொண்டுதான் இருக்கிறான். சின்னானைப் போலத்தான்! அவனுக்கும் யார் பெண் தரப்போகின்றார்கள்? அவன் தனது உழைப்பைக் கொண்டு வந்து

வள்ளிக்கொடியிடம் கொடுத்து விடுகின்றான். அவன் மீது மிகுந்த கரிசனை இருந்தும் முத்தனால் என்ன செய்துவிடமுடியும்!

குடிமை பார்த்துக்கொண்டு பற்றாக்குறையோடு கிடந்து இப்படி உழன்று கொண்டு இருக்க இயலாது.

மணியன் எண்ணம் போல ஒரு சலூன் ஆரம்பிக்க வேண்டுமென முத்தன் விரும்புகின்றான்.

நயினார்மார் அதை விரும்பமாட்டார்கள் என்பதும் அவனுக்குத் தெரியும். ஒழுங்காகத் தங்களுக்குக் குடிமை பார்ப்பதற்கு முடியாது போகுமென அவர்கள் கண்டிப்பார்கள்.

இப்பொழுதே வெறுப்புடன் தான் அவர்கள் இருக்கின்றார்கள். அதோடு இதுவும் சேர்ந்தால்...? ஒரு மாதிரி குடிமையும் பார்த்து சலூனும் நடத்த வேண்டும்.

அது தவிர வேறு மார்க்கம் இருப்பதாக முத்தனுக்குத் தோன்றவில்லை.

முத்தனை இடையிடையே சந்தித்துப் பேசிக்கொண்டிருக்கும் தவராசா, செல்லத்துரை, பொன்ராசன் ஆகியவர்களுடன் அவன் கலந்தாலோசித்தான்.

தம்பி மணியன் மனவிருப்பம் போல சலூன் ஆரம்பிக்க வேண்டும். அதற்குத் தேவையான செலவுகளை மணியன் தருவதாகச் சொல்லுகின்றான்.

அவர்கள் எல்லோர் எண்ணமும் ஒன்றாகவே இருக்கிறது.

ஒரு முடிபுக்கு வருவதற்கு இயலாது ஈடாடிக்கொண்டிருந்த முத்தன், உள்ளத்தில் உறுதியான முடிவுக்கு வருகின்றான்.

சலூன் ஒன்றை ஆரம்பிக்க வேண்டும்!

எதுவும் மனதளவில் முடிவுக்கு வருவது வெகு இலகு. அதை நடைமுறைப்படுத்துவதற்கு முற்படும் போதில் சிக்கல்கள் குறுக்கே வந்து நிற்கின்றன. சலூனை எங்கே திறப்பது என்பது முத்தனுக்குள்ளே எழுந்திருக்கும் முதல் கேள்வி.

பட்டினப்பகுதியிலே சலூன் திறக்க வேண்டும்.

பருத்தித்துறை வளர்ச்சி அடைந்த பட்டினம். நெல்லியடி இப்போது வளர்ந்து கொண்டிருக்கின்ற ஒரு பட்டினம்.

பருத்தித்துறையில் சலூன் திறப்பதற்குப் பொருத்தமான ஒரு கடை பார்த்து, வேண்டிய ஏற்பாடுகளைச் செய்து முடித்துக்கொண்டு வருமாறு தவராசாவையும் சின்னக்கிளியையும், முத்தன் அனுப்பி வைத்தான்.

முத்தனுக்கு அதிசயமாக இருக்கிறது!

முத்தன் சலூன் திறப்பதற்கு இடமொன்று தேடிக் கொண்டிருக்கின்றான் என்ற தகவல் குமாரசாமிக்கு எப்படித் தெரியவந்தது?

அவன் குடும்பப் பொறுப்பில்லாத ஊர் சுற்றி. அவனுக்கென்று ஒரு தொழில் இல்லை. பேரன் மாத்தளை முதலாளி வழியிலும் தகப்பன் சோமசுந்தரத்தினாலும் தனக்குச் சோந்தையுடைய காணி பூமிகளை விலையாக விற்று, குடித்துக் கும்மாளம் போட்டுக்கொண்டு திரிகின்றவன். அவனைச் சுற்றி நண்பர்கள் சிலர் எப்பொழுதும் இருந்து கொண்டிருக்கிறார்கள். அவனுக்கு ஊர்ப் புதினங்களை அறிவது சிரமமான காரியமல்ல.

முத்தனது காரியங்களை வெகு கூர்மையாக எப்பொழுதும் அவன் அவதானித்துக் கொண்டிருக்கின்றான்.

முத்தனைச் சந்திக்கும் சமயங்களில் அவனோடு மிக நெருக்கம் காட்டுகின்றான். அவனை வழிதெருவில் சந்திக்க நேர்ந்தால், தரித்து நின்று இரண்டு வார்த்தைகள் சுமுகமாகப் பேசிக்கொள்ளாது போவதில்லை. சவரம் செய்ய, முடிவெட்ட எனச் சொல்லிக்கொண்டு முத்தன் வீட்டுக்குக் காலை வேளைகளில் அடிக்கடி அவன் வருகின்றான்.

முத்தன் என அழைத்து வந்த வழக்கத்தை மாற்றி, இப்போது முத்து என மரியாதையாக விளிக்கின்றான்.

முத்தன் என்றைக்காவது இருந்துவிட்டு ஒரு நாள் கள்ளுக் குடிக்க விரும்பிக் கள்ளுக் கொட்டில் பக்கம் செல்வான். அங்கு குமாரசாமி அவனைக் கண்டுகொண்டால் சும்மா விட்டுவிட மாட்டான். முத்தன் குடிக்கும் கள்ளுக்குக் காசு தான் கொடுப்பதற்கு குமாரசாமி முந்திக்கொண்டு விடுவான். முத்தன் எப்பொழுதும் ஒரு போத்தல் கள்ளு மாத்திரமே குடிப்பான். குமாரசாமி அங்கு

இருந்துவிட்டால், முத்தன் போதும் போதுமென்றாலும் அவனை விடுவதில்லை. "கள்ளுக் கொள்ளாத வயிறுமில்லை, முள்ளுக் கொள்ளாத வேலியுமில்லை" எனச் சொல்லிக்கொண்டு "குடி... குடி..." என்று வற்புறுத்திக் கொண்டிருப்பான். தனது குடிமகனைத் தான் ஆதரித்து நடத்துவதான ஒரு பாவனை அவன் செயல்களில் மேலோங்கி இருக்கும். அங்கு கூடி இருக்கின்றவர்கள் மத்தியில் தனது மேட்டிமையை வெளிப்படுத்த வேணும் என்னும் எண்ணம் அவன் செயலில் வெளிப்படும்.

முத்தன் அவனை விளங்கிக் கொள்ளாமலில்லை. அவன் செயல்கள் எல்லாம் முத்தனுக்கு எரிச்சலை ஊட்டுகின்றன. ஆனால் ஒன்றும் அறியாதவன் போல அவன் மிகப் பொறுமையாக நடந்து கொண்டிருக்கின்றான்.

அன்று சுட்டெரிக்கும் வெயில். நடுப்பகல் வேளை, வியர்த்துக் களைத்து முத்தன் கள்ளுக் கொட்டிலுக்கு வந்து சேருகின்றான். குமாரசாமி மிக ஆறுதலாக மரநிழலில் அமர்ந்திருந்து குடித்துக் கொண்டிருக்கின்றான். முத்தன் வருவது கண்டு, "வா முத்து... வா...!" என உற்சாகமாய் வரவேற்கின்றான். முத்தன் கேட்பதற்கு முன்னம், "முத்துவுக்கு ஒரு போத்தில் குடு" என குமாரசாமி முந்திக் கொள்ளுகின்றான்.

முத்தன் விரைவாக ஒரு போத்தல் கள்ளையும் குடித்து முடிக்கின்றான். தான் குடித்த கள்ளுக்குரிய காசைக் கொடுப்பதற்குக் கையில் எடுக்கின்றான்.

"காசு வாங்க வேண்டாம்... வாங்க வேண்டாம்... அது என்ரை கணக்கு..." எனக் குமாரசாமி தடுத்துவிட்டு, "முத்துவுக்கு அப்பிடி என்ன அவசரம்...? இன்னுமொரு போத்தில் எடு" என்கின்றான்.

"வேண்டாம்... வேண்டாம்..." என்று சொல்லிக் கொண்டு போவதற்கு முத்தன் எழுந்துவிட்டான்.

"முத்து நில். நானும் வாறன்..." அவன் பிளாவில் கிடக்கும் கள்ளு முழுவதையும் ஒரே மூச்சில் உள்ளே இழுத்துவிட்டு முத்தனோடு புறப்படுகின்றான்.

குமாரசாமி முன்னே நடக்க, அவனைத் தொடர்ந்து முத்தன் வந்து கொண்டிருக்கின்றான்.

சற்றுத்தூரம் இருவரும் வந்த பிறகு, தெருவோரம் மரநிழல் ஒன்றின் கீழ் குமாரசாமி தரித்து நிற்கின்றான்.

முத்தன் முகத்தை அப்போது குறிப்பாக பார்த்து, “முத்து உன்ரை காரியம் என்ன மாதிரி?” என வினவுகின்றான்.

“என்ன கேக்கிறியள் ஐயா?” முத்தன் கேட்கிறான்.

“எனக்கு மறைக்கலாமெண்டு நினைக்காதே. எல்லாம் எனக்குத் தெரியும். என்னட்டை ஒரு சொல்லுச் சொல்லி இருக்கலாம். கரையாற்ரை சங்காத்தம் உனக்கு வேண்டாம். எங்கடை ஆக்கள் ஏற்கனவே உன்னிலை மனக் கறளோடை இருக்கினம். நீ வீண் தொல்லையைத் தேடாதே”

முத்தனுக்கு விளங்குகிறது. தான் சலூன் கடைக்கு இடம் தேடிக்கொண்டிருக்கும் விவகாரம் அவன் அறிந்துவிட்டான். முத்தன் மௌனமாக நிற்கின்றான்.

“முத்து, என்ன யோசிக்கிறாய்? எனக்கு எப்பிடித் தெரியுமெண்டு யோசிக்கிறியே? நீ எங்கே போகிறாய்? எங்கே வாறாய்? எல்லாம் எனக்குத் தெரியும். நீ நினைக்கிறமாதிரி உனக்கு இடம் கிடையாது. நான் உனக்கு உதவி செய்யலாம்.”

“என்ன உதவி”

“அப்பிடிக்கேள்”

“உன்ரை சலூனுக்கு இடமெடுத்துத் தந்தால் சரி தானே?”

“சரி...”

“என்ரை காணியிலே சலூன் கட்டுவம். நீ சொல்லுகிறமாதிரி நான் கட்டித்தாறேன்.”

“அப்பிடியே...!”

“ஓமோம்... நீ வாடகை கீடகை ஒண்டும் தரவேண்டாம். உன்னட்டை வாடகை வேண்டுறது எனக்கு மதிப்பில்லை. நீ ஆர்...? என்ரை குடிமேன்”

முத்தன் மீண்டும் மௌனமாகின்றான்.

“முத்து, உனக்கு இதொரு அதிஷ்டம். நீ என்ரை குடிமேன் எண்டதாலே நான் இந்தச் சிலவு செய்யப்போகிறன். இல்லை எண்டால் எனக்கேன் இந்த வீண்வேலை?”

“எதுக்கும் யோசிச்சுச் சொல்லுகிறன்”

“எதுக்கும் உன்ரை பெண்டில் வள்ளிக்கொடியோடை யோசி. குமாரசாமி நயினார் சொன்னவரெண்டு சொல்லு. அவள் மறுக்கமாட்டாள். கரையாரோடை யோசிச்சு கரைச்சல்படாதே!” ஆலோசனையும் எச்சரிக்கையுமாகக் கூறிவிட்டு, மீண்டும் திரும்பிக் கள்ளுக் கொட்டில் நோக்கி குமாரசாமி நடக்கின்றான்.

“குமாரசாமி சொல்லுவது போல ஊருக்குள்ளே ஒரு சலூன் திறந்தால், அங்கும் குடிமைத் தொழில் பார்க்க வேண்டியதுதான்.” முத்தன் நினைத்துக்கொண்டு வீடு வந்து சேருகின்றான்.

முத்தன் தான் எடுத்துக்கொண்ட தீர்மானத்தில் உறுதியாகவே இருக்கின்றான். அதில் அவனுக்கொரு குழப்பமுமில்லை.

தவராசா, இராமலிங்கம், சின்னக்கிளி, சந்திரன், செல்லத்துரை, துரையன், பொன்ராசன் எல்லோருமாகச் சேர்ந்து முத்தனைத் தேடிக்கொண்டு வருகின்றார்கள்.

“முத்தண்ணை, நாங்கள் நினைச்சது போல பருத்தித்துறை, நெல்லியடி பட்டினங்களிலே கடை எடுக்கேலாது. வசதியாகக் கடை இல்லை.”

“கடை உள்ளவையும் சலூனுக்குத் தர மறுக்கினம்.”

“அட்வான்ஸ் பல ஆயிரக்கணக்காக ஒருத்தர் கேட்கின்றார். அது எங்களுக்குச் சரிப்பட்டு வராது.”

அவர்கள் ஒவ்வொருவரும் சொல்லிக் கொண்டிருக்கிறார்கள்.

“அப்ப... என்ன செய்யலாம்?” முத்தன் கேட்கின்றான்.

“சலூன் திறக்கிற எண்ணத்தைக் கைவிடக் கூடாது” செல்லத்துரை அழுத்தமாகக் கூறுகின்றான்.

அவன் சொன்னதைத் தொடர்ந்து, “அண்ணே இது வெறும் தொழில் நடத்திற சங்கதி அல்ல. அடிமை, குடிமை முறையை ஒழிச்சுக் கட்டுகிற ஒரு நடவடிக்கை. அடிமை, குடிமை என்ற பெயரில் நயினார்மார் சுரண்டிக் கொழுக்கினம். அதிகாரம் பண்ணுகினம்” என்கின்றான் தவராசா.

“ஒரு தொழிலை விரும்பி ஆரும் செய்யலாம். ஆனால் உழைப்புக்குரிய ஊதியம் கிடைக்க வேணும். உழைக்கின்ற

நாங்கள் பசிபட்டினியோடை கிடக்க... சொத்துடையவன் எங்கடை உழைப்பில் கொழுத்துக் கிடக்கிறான்... முத்தண்ணே!" என்கின்றான் பொன்ராசன்.

"சரி இப்ப நாங்க என்ன செய்யப்போகிறோம்?" சந்திரனின் கேள்வி.

"ஒரு சலூன் திறக்கப் போகிறோம்" பொன்ராசன்.

"எங்கே...?" இராமலிங்கம்.

"உள்ளூருக்கே திறக்கிறதிலே பிரயோசனமில்லை." செல்லத்துரை.

"பட்டினம் வசதிப்படயில்லை. ஆனால் ஒரு பிரதான வீதியிலே திறப்பம்"

"இப்பிடிச் செய்தால் என்ன! கடற்கரை றோட்டிலே திறந்தால்..." துரையனின் ஆலோசனை.

"நல்ல ஐடியா... ஆனால் சலூன் கட்ட நிலம் வேணுமே!"

"கடலுக்கும் றோட்டுக்கும் இடைப்பட்ட நீண்ட நிலப்பரப்பு கோயிலுக்குச் சொந்தமானது. கோயில் தர்மகர்த்தாவுக்குச் சொல்லிப்போட்டு அதில் கட்டுவம்" என்கிறான் சின்னக்கிளி.

"ஆலடியிலே... மீன் சந்தைக்கு அருகில்... பள்ளன் மடத்துக்கு வடக்கே றோட்டோரமாக ஒரு நிலம் இருக்கு. அது பொருத்தமான இடம்" என்கிறான் பொன்ராசன்.

"ஓமோம் நல்ல இடம்" என்கின்றார்கள் ஏகோபித்த குரலில் எல்லோரும்.

"தவராசா, சின்னக்கிளி இரண்டு பேரும் கோயில் தர்மகர்த்தாவிடம் நிலத்தைக் கேட்க வேணும்."

"அது பிரச்சினை இல்லை... முத்தண்ணணுக்குக் கரைச்சல் வைக்காமல் நாங்கள் சேர்ந்து சலூன் கட்டுகிற வேலைகளைச் செய்வோம்"

அவர்கள் அனைவரும் ஒன்று சேர்ந்து ஒரு முடிவுக்கு வருகின்றார்கள்.

19

"முத்து... முத்து..."

வீட்டுக்குள்ளே நின்று கொண்டிருக்கும் வள்ளிக்கொடி செவிகளில் அந்தக்குரல் வந்து விழுகிறது. குரல் ஒரு வித்தியாசமான குரலாக இருக்கிறது. இப்படி அன்பாக உரிமையோடு மதிப்பளித்து அழைக்கும் குரலை இதுவரை அவள் கேட்டதில்லை. முத்தனைச் சாதாரண ஒரு மனிதன் என்றும் கணக்கில் எடுத்துக்கொள்ளாது அதிகாரத் திமிரும் சாதி அகம்பாவமுமாக அவமதிக்கும் குரல்களையே கேட்டுக்கேட்டுப் பழகிப்போனவள், அவள்.

இன்று இது ஒரு புதிய குரல். மரியாதையாக இப்படி அழைக்கும் நல்ல மனிதர்களும் இருக்கவே செய்கிறார்கள் என நினைத்துக் கொள்ளுகின்றாள். இந்த மனிதன் யாரென்று அறியும் ஆவலுடன் வீட்டுக்குள்ளே இருந்து முற்றத்துக்கு வருகின்றாள்.

குமாரசாமி வலது குதிக்காலை மேலே உயர்த்தி, கெந்திக் கெந்தி மெல்ல மெல்ல நடந்து உள்ளே வந்து கொண்டிருக்கின்றான்.

வள்ளிக்கொடி அவனைக் கண்டு திகைக்கின்றாள்.

அவன் அறிவான் சின்னானும் குட்டியனும் வண்டில்களை ஓட்டிக்கொண்டு வெளியே போயிருப்பார்கள். முத்தன் இந்த நேரம் வீட்டில் இருக்கமாட்டான். அவன் சமயம் பார்த்து வந்திருக்கின்றான். "இவன் இப்ப ஏனிஞ்சை வரவேணும்?" அவள் தனக்குள்ளே கேட்டுக்கொள்ளுகின்றாள்.

அவன் முற்றத்துக்கு வந்துவிட்டான்.

"கொடி... என்ன யோசிக்கிறாய்?" அவள் முகத்தைப் பார்க்கின்றான்.

குடிமைகள் | 185

அவனை அனுசரித்து ஒரு நல்ல வார்த்தை சொல்ல அவளுக்கு முடியவில்லை. இப்போது என்ன சொல்வதென்றும் புலனாகவில்லை. "அவர் இல்லை..." என்று மாத்திரம் சுருக்கமாகக் கூறுகின்றாள்.

"ஐயையோ... நல்லா வலிக்குது. முத்து நிற்கும் எண்டு நம்பி வந்தனான்" என்றவன் தொடர்ந்து, "இப்ப வந்துவிடும் தானே...?" என உதட்டைக் கடிக்கின்றான். பின்னர் "ஐயோ கால் வலி தாங்கேலாதாம்" எனக் காலைத் தூக்கிக்கொண்டு "என்ரை வலி கொடிக்கு விளங்குதில்லை..." என்கின்றான்.

அவன் சொல்வதைக் காதில் போட்டுக்கொள்ளாமல், "அவர் இப்ப வரமாட்டார்" என்கிறாள் வள்ளிக்கொடி.

"முத்து எப்பவாவது வரட்டுக்கும்... முதல் நான் இருக்கவேணும். ஆ... ஆ... வலிக்குது"

அவனை உடனே அங்கிருந்து அனுப்பிவைப்பதற்கு அவளுக்கு முடியவில்லை. ஒரு கணம் தயங்கி நிற்கிறாள். பிறகு மாலுக்குள்ளே சென்று முக்காலி ஒன்றைத் தூக்கி வந்து முற்றத்தில் வைக்கின்றாள்.

அவன் கெந்திக் கெந்தி வந்து உதட்டை இறுகக் கடித்த வண்ணம் அதில் அமர்ந்து கொள்ளுகின்றான்.

"கொடி நான் படும் உவத்திரத்தைக் கண்டும்... நீ கவனிக்கிறாயில்லை!"

அவள் வாய் திறக்கவில்லை.

"குதிக்காலில் முள்ளேறிவிட்டுது. அதை எடுக்கவேணும்."

"ஆசுப்பத்திரிக்குப் போறதுதானே..." என்கிறாள் வள்ளிக்கொடி.

"ஐயோ... அங்கே வெட்டுவினம்... எனக்குத் தாங்கேலாது. முத்து எண்டால் நோகாமல் எடுத்துவிடும்."

"அவர் வர மதியந்திரும்பும்."

"நகமும் வளந்து போச்சு... வெட்டவேணும்"

"அப்ப பிறகு வந்து பாருங்கோ!"

"அதுவரை எனக்குத் தாங்கேலாது"

"அதுக்கென்ன செய்கிறது!"

"வள்ளிக்கொடி வாவன்... எடுத்துவிடன்!"

"என்னது...?" அலட்சியமாகக் கேட்கின்றாள்.

"நீ எடுத்தால் நோகாமல் எடுப்பாய்"

"எனக்குப் பழக்கமில்லை"

"முள்ளெடுத்துப் பழக்கமில்லை எண்டால்... நகத்தையாவது வெட்டிவிடு"

"எனக்கு வேலை கிடக்கு... கதைச்சுக்கொண்டு நிக்க நேரமில்லை."

"கொடி என்னைக் கலைச்சுவிடப் பாக்கிறாய். உனக்காக நான் எதுவும் செய்வேன்"

"எனக்காக எதுவும் செய்ய வேண்டாம். இப்ப போங்கோ...!"

"அப்பிடிச் சொல்லாதே கொடி... முத்துவுக்கு ஒரு சலூன் கட்டிக்குடுக்கப் போகிறன்."

"இந்தக் கதை எல்லாம் எனக்குத் தேவையில்லை"

"எல்லாம் இந்தக் கொடிக்காகத் தானே செய்யப் போகிறன்."

அவளுக்கு மனதில் எரிச்சல் மூளுகிறது. "எனக்காக ஏன் செய்ய வேணும்?" வெடுக்கென்று கேட்கின்றாள்.

"கொடி நான் உன்னில உயிரையே வைச்சிருக்கிறன். எவ்வளவு அன்பாக... ஆசையாக... இருக்கிறன் தெரியுமா? உன்னை என்னாலே மறக்கேலாது கொடி...!"

"ச்சி... ஒரு பெம்பிளயோடை... இன்னொருதன்ரை பெண்டிலோடை... கதைக்கிற கதையா இது?"

"எனக்கு உன்னிலே மாறாத காதல் கொடி! அதைத்தான் சொல்லுகிறன். நான் என்ன செய்ய...?" அவன் சட்டென்று எழுந்து வள்ளிக்கொடியின் கையில் எட்டிப் பிடிக்கின்றான்.

“சீ…! கையை விடு!” அவன் கையைத் தட்டி விட்டு “ஏதோ குடிமேள் எண்டால் சிரைச்சுப்போட்ட மயிர் எண்டு நினைக்கிறாய்! நயினார்மார் கூப்பிட்ட உடனே ஓடிவந்து முந்தானை விரிக்கக் காத்துக் கொண்டிருக்கிறம் எண்ட எண்ணம். இப்ப உன்னோடை பேசிக்கொண்டு நிக்கிறதுக்கு எனக்கு நேரமில்லை” அவள் சினந்து பேசிவிட்டு, தண்ணீர்க் குடத்தைக் கையில் எடுத்துக் கொண்டு வேகமாக வெளியே நடக்கின்றாள்.

அவளுக்குத் தெரியும் தான் திரும்பி வரும்போது அவன் அங்கே காத்திருக்கமாட்டான். அவனைக் கௌரவமாக அங்கிருந்து அனுப்பி வைத்திருக்கலாம்… எனச் சினம் அடங்கிய பின்னர் நினைத்துப் பார்க்கின்றாள். ஆனால் அவன் அப்படி மதிப்புடன் நடத்தத்தகுந்த ஒருவனல்ல. அவனிடம் இருந்து தப்பி, தன்னைப் பாதுகாத்துக் கொள்வதற்கு வேறு வழியில்லை. அவன் மனவன்மத்துடன் போய் இருப்பான். அவன் என்ன பழிபாவங்களைச் செய்வதற்கும் அஞ்சாதவன். இனி என்ன செய்வானோ…? எனக் குழம்புகின்றாள்.

சலூன் கட்டும் வேலைகள் ஆரம்பித்து விட்டன.

முத்தனுக்கு இப்பொழுது ஓய்வில்லை. அவன் ஊருக்குள் குடிமைத் தொழில் பார்ப்பதற்குப் போக முடியவில்லை. முத்தன் மீது அதிருப்தியும் வெறுப்பும் நயினார்மார் மத்தியில் வளர்ந்து கொண்டிருக்கிறது. இந்த நிலையில் குமாரசாமி பற்றி முத்தனிடம் சொல்லலாமா? என வள்ளிக்கொடி மனதில் பல நாட்களாக ஒரே போராட்டம். முத்தன் இப்போது இருக்கும் நெருக்கடிக்குள் இதையும் சொல்லி அவனை மேலும் குழப்பக்கூடாதென அவள் மௌனமாக இருந்துவிடுகின்றாள்.

குமாரசாமி உள்ளத்தில் பட்ட காயத்தின் வலியை வெளியில் காட்டிக் கொள்வில்லை. அந்த வலியைத் தீர்ப்பதற்கு ஒரே வழி, அவளை அடைந்து தனது இச்சையைத் தீர்த்துக் கொள்வது தான். அவளோடு முரண்பட்டுக்கொண்டு மனதில் இருக்கும் அந்த ஆசையை நிறைவேற்ற முடியாது. தானும் வள்ளிக்கொடியும் மாத்திரம் அறிந்த அந்தரங்கமாக அது இருக்கட்டும் என விட்டுவிட்டான்.

முத்தன் கரையாரின் ஆதரவில் ஒரு சலூன் கட்டுவதைக் குமாரசாமியால் மனம் பொறுக்க இயலவில்லை. முத்தன் தன்னை ஏமாற்றிப்போட்டான் என்று உள்ளே கொதிக்கின்றான். இனி முத்தன் தங்கள் குடிமேனாக இருக்கப் போவதில்லை.

அதன் பிறகு, குமாரசாமி அமைதியாகக் கையைக் கட்டிக் கொண்டு பார்த்துக் கொண்டிருப்பானா?

மனிதனுக்குக் கொலை வெறியை ஊட்டுவதற்கு சாதி, மதம், மொழி என்பவற்றை விடவும் மிகச்சிறந்த போதைப்பொருள் வேறொன்றுமில்லை அல்லவா?

குமாரசாமி தனது நண்பர்களைச் சேர்த்துக் கொண்டு திட்டமிட்டுச் சாதி வெறியைப் பரப்பத் தொடங்கினான்.

"முத்தன் இனிக் குடிமை பார்க்க வரமாட்டான்"

"கரையாருக்குத்தான் முத்தன் இனி குடிமேன்"

"பள்ளர், நளவர், பறையருக்கும் சலூனில் மயிர் வெட்டப் போறானாம்."

"குமாரசாமி எப்படிப்பட்டவனானாலும் அவன் சாதி அபிமானம் உள்ளவன். அவன் சொல்வதில் நியாயம் இருக்கிறது. அவனுக்கு நாங்கள் பூரண ஆதரவு குடுக்கவேணும்" என நயினார்மார் தங்களுக்குள்ளே பேசிக் கொண்டார்கள்.

முத்தனை நேரில் சந்திப்பதை இப்போது குமாரசாமி தவிர்த்துக் கொண்டு வருகின்றான்.

ஆலய ஆதீனகர்த்தாவைச் சந்திப்பதற்கு நண்பர்களுடன் ஒரு தினம் மாலையில் ஆலயத்துக்குக் குமாரசாமி வருகின்றான்.

அவனும் அவன் நண்பர்களும் வழிபாடு செய்வதற்காக வழமையாக ஆலயத்துக்கு வருகின்றவர்களல்ல. மகோற்சவ காலங்களில் அங்கு வருவார்கள். சிறப்பான திருவிழாக்கள் நடைபெறும் நாட்களில் தவறாது அங்கு நிற்பார்கள். இரவு நேரத் திருவிழாக்களில் சின்ன மேளக்காரிகளின் கவர்ச்சியான நடனம் நடைபெறும். அப்பொழுது முன்வரிசையில் அமர்ந்து சேட்டைகள் செய்து இரசிப்பார்கள்.

ஆதீனகர்த்தா அவர்களை இன்று அவதானித்துக் கொண்டு நின்றார். அவர்கள் ஆலய தரிசனத்துக்கு வந்தவர்களாக அவருக்குத் தோன்றவில்லை. அவர்கள் தங்களுக்குள் எதையோ பேசிக்கொள்வதும் இடையிடையே அவரைப் பார்ப்பதும் அவர் மனதுக்குத் திருப்தியைத் தரவில்லை. மனதில் ஏதோ

ஒரு குரோதத்துடன் வந்து நிற்கின்றார்கள் என்பதை அவர் உணருகின்றார்.

குமாரசாமி நிமிர்ந்து அவரை நெருங்கி வருகின்றான்.

“உங்களோடை கொஞ்சம் கதைக்க வேணும்”

“பூசை முடியப் பேசலாம்.”

குமாரசாமிக்கு நன்றாகத் தெரியும். ஆலயத்தில் பூசை நடைபெறும் வேளையில் அவர் இப்படித்தான் வாய் திறந்து அதிகம் பேசமாட்டார். பூசகரை அதிகாரம் பண்ணுவது அவர் நிர்வாக முறையல்ல. மௌனமாக ஆலயத்துக்குள்ளே மெல்ல நடமாடிக் கொண்டிருப்பார். நடந்து கொண்டிருக்கும் காரியங்கள் அனைத்தையும் கூர்மையாகக் கண்காணிப்பார். கோயில் காரியங்களில் சிறு குற்றமும் நேர்ந்துவிடாத வண்ணம், நெறிமுறையாகப் பூசகர் செய்து ஒப்பேற்றுவார்.

தனது சகபாடிகளுக்கு முன் முகத்தில் அடித்தது போல ஆதீனகர்த்தா சொல்லிவிட்டாரே எனக் குமாரசாமி உள்ளூரக் கறுவினான். ஆனால் அதை அவன் வெளியில் காட்டிக் கொள்ளவில்லை. சற்றுப் பொறுமையுடன் காத்து நிற்கின்றான்.

பூசைகள் யாவும் நடந்து முடிந்து, திருநீறு, சந்தனம், பிரசாதம் எல்லாம் வழங்கப்படுகிறது. வழிபாட்டுக்கு வந்தவர்கள் ஆலயத்துக்குள் இருந்து வெளியேறிக் கொண்டிருக்கின்றார்கள்.

இனி, அவருடன் பேசலாமெனத் தீர்மானித்துக் கொண்டு குமாரசாமியும் நண்பர்களும் ஆதீனகர்த்தாவை நெருங்கி வருகின்றார்கள்.

“என்ன காரியமோ...? தெய்வ சம்பந்தமானதோ?” ஆதீனகர்த்தா வினவுகின்றார்.

“இல்லை... இல்லை...” அவசரமாக மறுக்கின்றான் குமாரசாமி.

அவர் விழிகளைச் சுருக்கி, அவன் முகத்தைக் குறிப்பாக நோக்கிக்கொண்டு “அப்படியா...? ஆலயத்துக்கு வெளியே சென்று பேசுவோம். கொஞ்சம் நில்லுங்கோ” எனத் தான் நிறைவு செய்ய வேண்டிய காரியங்களைக் கவனிக்கின்றார்.

குமாரசாமிக்குச் சினம் பொங்கிக் கொண்டு வருகின்றது. அவன் தன்னைச் சிரமப்பட்டுக் கட்டுப்படுத்தி வைத்துக்கொண்டு நண்பர்களோடு வீறாப்புடன் நடந்து சென்று ஆலயத்துக்கு வெளியே பிரதான வாசலுக்கு எதிரில் தரித்து நிற்கின்றான்.

ஆலய பூசகரும் அங்கிருந்து புறப்பட்டுச் சென்றுவிட்டார்.

ஆதீனகர்த்தா இறுதியாகப் பிரதான வெளிவாசல் கதவை மெல்ல இழுத்துப் பூட்டிக்கொண்டு திறப்புக் கோர்வையுடன் மண்டபத்தைத் தாண்டி வெளியே வருகின்றார்.

குமாரசாமி நண்பர்களுடன் காத்து நின்று பொறுமையை இழந்து போகின்றான். அவர் வெளியில் வருவது கண்டு வீறாப்புடன் அவருக்கு அருகே வந்து "உங்களால் எங்களுக்கொரு காரியம் ஆகவேணும்" எனக் கேட்கின்றான்.

"என்னவோ...?" ஆதீனகர்த்தாவின் வினா.

"ஒரு உதவி..."

"சொல்லவோ!"

"நீங்கள் உங்கடை சாதிசனத்தை நினைச்சு நடக்க வேணும்."

ஆதீனகர்த்தா ஆச்சரியமாக அவர்களைப் பார்க்கின்றார்!

"ஐயாவுக்கு நீ சொல்லுகிறது விளங்கேல்லை. விளக்கமாகச் சொல்லு" நண்பர்களில் ஒருவன் குமாரசாமியைப் பார்த்துக் கூறுகின்றான்.

"இந்தப் பெரிய அறிவாளிக்கு இது விளங்காமலா இருக்கும்?" என்கின்றான் அலட்சியமாகக் குமாரசாமி.

ஆதீனகர்த்தா முகம் சுண்டிப்போகிறது.

"ஐயா, நீங்கள் சலூன் கட்ட இடங்கொடுத்திருக்கிறியள்."

"அதற்கென்னவோ?"

"முத்தன் சலூன் கட்டுகின்றான். ஊருக்குள்ளே வந்து எங்கடை குடிமைத் தொண்டுகள் செய்யமாட்டான். அவன் வராவிட்டால் அவன்ரை குடும்பத்தில வேறை ஆளில்லை. அவன் கரையாருக்குக் குடிமை செய்யப்போகிறான். சலூனுக்கு கண்ட நிண்ட சாதியும்

வரும். எங்கடை குடிமேன் எப்பிடி கரையாருக்குக் குடிமை செய்யலாம்? எளிய சாதிக்கு மயிர் வெட்டலாம்? இப்பிடி நடக்கிறதுகளை நாங்கள் எப்பிடிப் பார்த்துக் கொண்டிருக்கிறது?" மனதிலுள்ள சினத்தை வார்த்தைகளாக வெளியே கொட்டுகின்றான்.

"சலூன் பல இடங்களிலும் இப்போது இருக்கிறது பாருங்கோ" என்கின்றார் பொறுமையாக ஆதீனகர்த்தா.

"அதெல்லாம் பட்டணப் பகுதியிலே. அங்கே இருக்கிறவை வந்தேறு குடிகள்... எல்லாச் சாதியும் இருக்கும். கிராமத்துக்குள்ளே... அதுகும் எங்கடை ஊருக்குள்ளே... இப்பிடி நடக்க நாங்கள் பார்த்துக் கொண்டிருக்கேலாது"

"இதுக்கு நான் என்ன செய்கிறதோ?"

"சலூன் கட்ட இடம் குடுத்திருக்கக் கூடாது"

"கடற்கரைப் பகுதியிலே வேறு பயன்பாடில்லாத நிலம். நான் சம்மதம் கொடுத்து விட்டேன்."

"குடுத்தாலென்ன? ஒரு வார்த்தை சொல்லுங்கோ. நாங்கள் போய்த் தடுக்கிறம்."

"கொடுத்த வாக்கு...?"

"என்ன வாக்கு! வெள்ளாளனுக்குச் சாதி அபிமானம் வேணும்."

"நாக்குப் புரளலாமோ?"

"நாங்கள் என்ன அரிச்சந்திரன்களோ?"

ஆதீனகர்த்தா அதிருப்தியாக மெல்லச் சிரிக்கின்றார்.

"ஐயாவுக்குச் சிரிப்பு வருகுது" என்கின்றான் அலட்சியமாக ஒருவன்.

"சிரிக்காமல் என்னவோ செய்கிறது? அரிச்சந்திரன் ஒருவன் மாத்திரம் உண்மை பேச வேண்டும். மற்றவர்கள் பொய் பேசலாமோ?"

"நீங்கள் இப்ப என்ன சொல்லுகிறியள்?"

"நான் நாக்குப் புரளலாமோ?"

"நீங்கள் அரிச்சந்திரன். அதுசரி... நீங்கள் உங்கடை காணியையே குடுத்திருக்கிறியள்?"

ஆதீனகர்த்தாவுக்கு உள்ளே மெல்லச் சினம் மூளுகிறது. அவர் தன்னைக் கட்டுப்படுத்திக் கொண்டு, "யாருடைய காணியோ?" என வினவுகின்றார்.

"கோயில் காணி"

"ஆலயம் எங்களுக்கு உரித்துடையது"

"நாங்கள் திருவிழாக்கள் செய்யமாட்டோம்"

"ஆலயத்தில் யாவும் நிகழும்"

"சரி பார்ப்பம்..." சொல்லிக்கொண்டு சினத்துடன் புறப்படுகின்றார்கள்.

குமாரசாமி, அவன் நண்பர்கள் கையைக் கட்டிக்கொண்டு சும்மா இருந்து விடவில்லை. சாதி என்ற ஆயுதத்தைத் தூக்கிக் கொண்டு முத்தனுக்கு எதிரான காரியங்களைத் தீவிரமாகச் செயற்படுத்துகின்றார்கள்.

மறுபக்கத்தில் சலூன் கட்டி முடிக்கும் வேலைகள் மும்முரமாக நடந்து, முடியும் தறுவாய்க்கு வந்துவிட்டன.

அதற்குத் தேவையான பணத்தை மணியன், தமையன் முத்தனுக்கு அனுப்பி வைத்திருக்கின்றான்.

சலூனில் வேலை நடக்க ஆரம்பித்த பிறகு, சின்னான், குட்டியன் இருவரும் முன்னரைப் போல வண்டில்களில் திரிந்து வேலை செய்வது முத்தனுக்கு விருப்பமில்லை. சலூன் வேலைகளில் அவர்களை எவ்வாறு ஈடுபடுத்தலாம்? என்று முத்தன் சிந்தித்துக் குழம்பிக் கொண்டிருந்தான். அந்த வேளையில், அதற்கான நல்ல யோசனையை மணியனே தெரிவித்தான். அவன் எண்ணம் போல, நகரும் சிறிய சக்கரங்கள் பொருந்திய இரண்டு நாற்காலிகள் தயாரித்து சலூனுக்குக் கொண்டுவந்து சேர்த்தான் முத்தன்.

புதிய சலூன் அமைக்கும் காரியங்கள் எல்லாம் நிறைவடைந்தது.

ஒரு நல்ல நாளில் சலூனைத் திறந்து தொழில் செய்யத் தொடங்கினார்கள்.

20

சலூன் ஆரம்பித்து அதில் தொழில் நடந்து கொண்டிருப்பது சின்னானுக்கும் குட்டியனுக்கும் மனதில் பெரிய மகிழ்ச்சி. மாட்டு வண்டிலில் அலைந்து திரிய வேண்டிய தேவை அவர்களுக்கு இப்போதில்லை. தங்களுடைய கதிரைகளில் அமர்ந்திருந்து கடைக்குள் நகர்ந்து நகர்ந்து வேலை செய்வதும், சலூனுக்குள்ளே நடமாடுவதும் அவர்களுக்குப் பெரிய மனநிறைவு.

சலூனுக்குச் சவரம் செய்ய, முடிதிருத்த வருகின்றவர்கள் கூலியாகப் பணம் கொடுப்பதற்குத் தவறுவதில்லை. அந்தப் பகுதி மக்கள் மட்டுமல்ல, வீதியில் போய் வருகின்றவர்கள் சிலரும் சலூனுக்குள் நுழைந்து தொழில் செய்விக்கின்றார்கள்.

கிராமப் புறமொன்றில் இப்படி சலூன் இருப்பது பலருக்கும் ஆச்சரியமாக இருக்கிறது. கிராமத்தின் பிரதானவீதி ஓரத்தில் இருப்பதனால் தொழிலுக்குக் குறைச்சல் இல்லை.

முன்னர் போல் சின்னான் கையில் இப்பொழுது சிறிதளவு பணந்தானும் வந்து சேருவதில்லை. முத்தன் அவன் கையில் எதுவாவது கொடுத்தால் தான் கிடைக்கிறது. முத்தன் கொடுக்கின்ற பணம் முழுவதையும் சின்னான் கள்ளுக் குடித்துச் செலவுசெய்து விடுகின்றான். அதனால் முத்தன் அதிக காசு அவனுக்குக் கொடுப்பதில்லை.

சின்னான் கையில் காசு கிடைத்துவிட்டால் போதும். அன்று மாலை வண்டிலில் புறப்பட்டு விடுவான். நன்றாக இருட்டிய பிறகு தான் அவன் வீட்டுக்குத் திரும்பி வருவான். அவன் எங்கே போகின்றான்? யாரிடம் கள்ளுக் குடிக்கின்றான்? என்பதெல்லாம் முத்தனுக்குத் தெரியவராது. முத்தன் அதை விசாரிப்பதும் இல்லை.

இன்று சின்னான் கண் விழித்த நேரம் முதல் அவன் உள்ளம் ஏனோ ஆனந்தத்தில் மிதக்கிறது. அந்த மகிழ்ச்சிக்கான காரணம் என்ன என்பதும் அவனுக்குப் புரியவில்லை. முத்தன் தனது கையில் காசு தரப்போகின்றான் என அவன் எதிர்பார்த்தான். அந்த நம்பிக்கையுடன் குதூகலமாக சலூனுக்கு வந்து சேருகின்றான். அங்கும் அவனிடம் தொழில் செய்விக்கின்றவர்களின் தொகை அதிகமாக இருக்கிறது.

மாலை வேளை, சலூன் மூடும் சமயம் முத்தன் அவன் கையில் ஒரு போத்தல் கள்ளுக்குப் போதுமான பணம் கொடுத்து, வண்டிலில் அவனை அனுப்பி விடுகின்றான்.

அவனது வண்டி இழுக்கும் செத்தல் மாட்டுக்கு இன்று என்ன வந்தது? பந்தயக் குதிரை போலத் துள்ளிக் குதித்து பாய்ந்து ஓடுகின்றது.

அந்த மாட்டுக்கும் தெரிந்திருக்கிறது, சின்னான் போய்ச் சேர வேண்டிய இடம். அது கள்ளுக் கொட்டிலுக்கு வந்து தரித்து நிற்கிறது.

குமாரசாமி, அவன் நண்பர்கள் அங்கு கூடி இருந்து குடித்துக் கொண்டிருக்கிறார்கள். குமாரசாமியின் நண்பன் ஒருவனின் பிறந்தநாளை, குமாரசாமியின் செலவில் கள் அருந்தி விருந்தாடிக் கொண்டாடுகின்றார்கள்.

குமாரசாமியும் நண்பர்களும் சின்னான் அங்கு வந்திருப்பதைக் கண்டுகொள்ளுகின்றார்கள்.

குமாரசாமி, நண்பர்கள் இருவரைத் தூண்டிவிடுகின்றான். அவர்கள் எழுந்து சென்று சின்னானைக் கீழே இறக்குவதற்காகத் தூக்குகின்றார்கள்.

“ஐயையோ... நயினார்மார்... நயினார்மார்... என்னை விடுங்கோ... ஒரு போத்தில் கள்ளு வண்டிலிலே இருந்து குடிச்சிட்டுப் போகப்போறன்... என்னை விட்டு விடுங்கோ” சின்னான் மன்றாடுகின்றான்.

“சின்னான்... இண்டைக்கொரு கொண்டாட்டம், நீயும் வா... கொண்டாடுவம்” அவனைத் தூக்கி வந்து தங்களுக்கு அருகில் இருத்துகின்றார்கள்.

குடிமைகள் | 195

வண்டியில் பூட்டின மாடு வெருண்டு கொண்டு நிற்கிறது. ஒருவன் மாட்டை அவிழ்த்து அருகிலுள்ள பூவரசில் கட்டுகின்றான்.

சின்னான் கையில் பிளாவைக் கொடுத்துக் கள்ளை ஊற்றுவிக்கின்றார்கள். கள்ளுக்கு இசைவாக அவர்கள் சுவைத்துக் கொண்டிருக்கும் காரமான பொரித்த இறைச்சியில் சிறிய ஒரு பகுதியை எடுத்து பூவரசம் இலையில் வைத்து, சின்னான் கையில் கொடுக்கின்றார்கள்.

தொடர்ந்து பிளாக்களில் கள்ளை ஊற்றி ஊற்றிக் குடிக்கின்றார்கள். சின்னான் "போதும்... போதும்" என மறுக்கின்றான். அவன் தடுப்பதையும் கேட்காமல் அவனையும் குடிக்க வைக்கின்றார்கள்.

மது மயக்கத்தில் அவர்கள் எல்லோரும் தங்களை மறந்து தடுமாறிக் கொண்டிருக்கின்றார்கள்.

அங்கு வந்தமர்ந்து கள்ளருந்திக் கொண்டிருக்கின்றவர்கள் பலருக்கும் குமாரசாமி தனது செலவில் கள்ளு வாங்கிக் கொடுத்துக் கொண்டிருக்கின்றான்.

கோவில் திருவிழாக்களில் தண்ணீர்ப் பந்தல்களில் அடியார்களின் தாகசாந்திக்கு மோர்த் தண்ணீர் வார்ப்பது போலத் தாராளமாகக் கள்ளுப் பெருகி ஓடுகிறது.

குமாரசாமியின் நண்பர்களுள் ஒருவனின் சிந்தனையில் திடீரென ஒரு யோசனை உதயமாகின்றது.

"நாங்கள் எல்லாரும் குடிக்கிறம். ஓராளை மட்டும் கவனிக்கவில்லை" என்கிறான் அவன்.

"ஆரது?" கேட்கின்றார்கள்.

"நீங்கள் சொல்லுங்கோ?"

"மச்சான் விளையாடாதே! ஆரெண்டு சொல்லு!" குமாரசாமி கண்டிப்புடன் சொல்லுகின்றான்.

"சின்னான்ரை மாடு"

"ஹா... ஹா... ஹா..." எல்லோரும் சேர்ந்து உரக்கச் சிரிக்கின்றார்கள்.

சின்னானும் குதூகலமாகச் சிரிக்கின்றான்.

“மச்சான் நீ சொன்னது மிச்சம் சரி. கள்ளை வாங்கிக்கொண்டு போய் மாட்டுக்குப் பருக்கு” குமாரசாமி கட்டளை இடுகின்றான்.

மாட்டுக்கு கள்ளுக் கொடுக்கும் ஆலோசனையைச் சொன்னவன் எழுந்து சென்று ஒரு பிளாவில் கள்ளு வாங்கிக் கொண்டு தள்ளாடித் தள்ளாடி மாட்டை நோக்கி நடக்கின்றான். அவனைப் பின்தொடர்ந்து இன்னொருவனும் செல்லுகின்றான்.

ஒருவன் மாட்டைப் பிடிக்க, மற்றவன் கள்ளைப் பருக்குவதற்கு முயற்சிக்கின்றான்.

மாடு வெருண்டு உதறுகின்றது.

மாட்டைப் படுக்கவைத்து, அதை அமர்த்திப் பிடித்துப் பலவந்தமாகப் பருக்குகின்றார்கள்.

மாடு மடமடவென்று குடிக்கிறது.

முயற்சியில் வெற்றிவாகை சூடிவிட்ட எக்களிப்பில் எல்லோரும் “அடேய்” என்று பெருமையாகக் குரல் எழுப்புகின்றார்கள்.

இன்னொரு போத்தல்...

இன்னொரு போத்தல்...

நான்கு போத்தல் கள்ளு மாடு குடித்து முடித்து விடுகிறது!

அவர்கள் இருவரும் பழையபடி வந்து அமருகின்றார்கள்.

“சின்னான் நீ தான் எங்களுடைய குகன்” என்கின்றான் ஒருவன்.

“என்னடா புதுக்கதை விடுகிறாய்?” இன்னொருவன் கேட்கின்றான்.

“வேடுவன் குகனைப் பார்த்து இராமன் என்ன சொன்னான் தெரியுமா?” முதற் சொன்னவன் மறு கேள்வி போடுகின்றான்.

“என்ன சொன்னான் சொல்லு?”

“உனக்கு இராமாயணமும் தெரியாது... ஒரு மயிரும் தெரியாது. அதுக்குத்தான் படிச்சிருக்க வேணுமெண்டு சொல்லுகிறது.”

“நீ கனக்கப் படிச்சுக் கிழிச்சுப்போட்டாய்”

“மச்சான்... நீங்கள் கொளுவுப்படாதையுங்கோ!” இடையில் புகுந்து குமாரசாமி தடுக்கின்றான்.

“மச்சான்... உன்னோடு ஐவரானோம் எண்டு வேடன் குகனைப் பார்த்து ராமன் சொன்னான். நாங்கள் அம்பட்டச் சின்னானோடு அறுவரானோம்.”

“எடே, என்னடா மொட்டந்தலைக்கும் முழங்காலுக்கும் முடிச்சுப்போடுகிறாய்!”

“எடே, உனக்கு பழமொழி தெரியுது... ராமாயணந்தான் தெரியாது. சாதியில் குறைஞ்ச குகனை, ராஜவம்சத்திலே பிறந்த ராமன் தன் சகோதரனாக ஏற்றுக்கொண்டான்.”

“சின்னானும் இப்ப எங்கடை சகோதரன் என்கிறாய்...” மற்றொருவனின் கேள்வி.

“ஓமோம்...”

“அப்ப... ராமன் ஆர்?”

“வேறை ஆர்? குமாரசாமிதான்”

“அது சரி சீதை?”

“மடையா... இதுவும் உனக்குத் தெரியாதா?”

“நீ சொல்லன் பாப்பம்?”

“வள்ளிக்கொடியெடா... வள்ளிக்கொடி...”

அவர்கள் சேர்ந்து சிரிக்கின்றார்கள்.

காலம் நீண்டு போய்க்கொண்டிருக்கிறது.

கள்ளுக்கொட்டிலில் ஹரிக்கன் லாம்பு மின்னி மின்னி எரிந்து கொண்டிருக்கிறது.

அங்கு கூடியிருந்தவர்கள் ஒவ்வொருவராக எழுந்து போய்க் கொண்டிருக்கிறார்கள்.

வள்ளிக்கொடி பெயரைக்கேட்டு, குமாரசாமிக்குப் போதை மேலும் தலைக்கேறுகிறது. அதை அவர்களுக்குக் காட்டிக்கொள்ளாது "ஒரு பெம்பிளையைப் பற்றி இப்பிடிக் கதைக்கக் கூடாது" எனக் கண்டிப்பது போலப் பொய்யாகக் கோவிக்கிறான். பிறகு, "சின்னானுக்குக் கள்ளை ஊத்து" என்கின்றான்.

பிளாவில் கள்ளு ஊற்ற, ஊற்ற மறுக்காமல் சின்னான் குடித்துக் கொண்டே இருக்கின்றான்.

அவர்கள் பெட்டி பெட்டியாகக் கொண்டு கொண்டு வந்த சிகரெற் முழுவதும் புகைத்துத் தீர்ந்து போய்விட்டன. இப்பொழுது பீடி கைக்கு வந்துவிட்டது.

சின்னான் வாயிலும் பீடி புகைகிறது.

குமாரசாமி இருந்தாற் போலச் சொல்லுகின்றான், "டேய்... நான் ஒரு பாட்டுப் பாடப் போகிறேன்."

"என்ன பாட்டு மச்சான்"

"தியாகராசா பாகவதற்ரை பாட்டு"

"நீ பெரிய ஆள்த்தான் ... ஆ... பாடு!"

"ஆரடா மிருதங்கம் அடிக்கிறது?"

"நான் அடிக்கிறன்" அவர்களில் ஒருவன் எழுந்து தகரப்பேணி ஒன்றைத் தேடி எடுத்துக்கொண்டு வந்து உட்கார்ந்து அடிக்க ஆரம்பிக்கின்றான்.

குமாரசாமி தடுமாறிக்கொண்டு பாடுகின்றான்.

"பூஞ்செடி மறைவிலே ஒரு பூங்கொடி
மறைந்தே மாயம் செய்வதேன்...
பூஞ்செடி மறைவிலே..."

அவன் பாடிக் கொண்டு சின்னானின் கன்னத்தில் செல்லமாக மெல்லக் கிள்ளுகின்றான்.

"மச்சான்... வள்ளிக்கொடி எண்டுபாடு" என்கிறான் ஒருவன்.

"போடா மடையா... அப்பிடிச் சொல்லக் கூடாது" கையை ஓங்கி முதுகில் ஒரு பொய் அடி போடுகின்றான் குமாரசாமி.

"மச்சான் நீ எனக்கு அடிச்சுப் போட்டாய்!"

"போடா... போ... மாட்டை அவிழ்த்து சின்னானை அனுப்ப வேணும்"

இருவர் எழுந்து மாட்டை நெருங்கிப் போகின்றார்கள்.

மாடு சிலிர்த்துக்கொண்டு நின்று மூசுகின்றது.

நாணயக் கயிற்றில் அவர்கள் பிடிப்பதற்கு நெருங்க, மாடு முட்ட வருகின்றது.

அதை ஒருவாறு மடக்கிப் பிடித்துக்கொண்டு வந்து வண்டியில் பூட்டுகின்றார்கள்.

சின்னானை நிலத்தில் இழுத்துச் செல்லுவது போலக் கொண்டுசென்று, ஒருவாறு தூக்கி வண்டில் ஆசனத்தில் உட்கார வைக்கின்றார்கள். நாணயக் கயிற்றைப் பிடித்துச் சின்னான் கையில் கொடுக்கின்றார்கள்.

நடுங்குங் கரங்களினால் சின்னான் நாணயக்கயிற்றை இறுகப் பற்றிப் பிடிக்கின்றான்.

மாடு இழுத்துக்கொண்டு வேகமாக ஓடுகின்றது.

அவர்கள் எல்லோரும் பின்னால் நின்று கைகொட்டிச் சிரிக்கின்றார்கள்.

கும்மென்ற இருட்டு, பழக்கப்பட்ட பாதையில் வாலைத் தூக்கிக்கொண்டு மாடு பறக்கின்றது.

சின்னானை வீட்டில் எதிர்பார்த்துக் கொண்டிருக்கின்றார்கள்.

நீண்ட நேரமாகியும் அவன் இன்னும் வீடு வந்து சேரவில்லை. அவன் இவ்வளவு நேரம் தாமதமாகி ஒரு நாள் தானும் வீட்டுக்கு வந்ததில்லை.

நேரம் கடந்து செல்லச் செல்ல முத்தன் மனதில் கவலை அதிகரித்துக் கொண்டிருக்கிறது.

அவனைத் தேடிச்சென்று பார்க்கலாம் என்றால், அவன் எங்கே போயிருப்பான்? என முத்தனால் ஊகிக்க முடியவில்லை. சின்னான் நாளுக்கொரு இடம் பார்த்துப் புதுப்புது இடத்துக்குக் கள்ளுக்

குடிக்கச் செல்லுவான். இன்று எங்கே போயிருப்பான்...? என்று யோசித்துக்கொண்டு முற்றத்துக்கு வந்து வண்டில் வரும் திக்கில் பார்த்தவாறு நிற்கின்றான்.

முத்தனின் நண்பர்களுக்கு அறிவித்தால் அவர்கள் உடனே வந்துவிடுவார்கள். திக்குத் திக்காகச் சென்று சின்னானைத் தேடிக் கண்டுபிடித்து விடுவார்கள். இந்த நேரம் அவர்களுக்குப் போய்த் தகவல் சொல்லுவதற்கு யார் இருக்கின்றார்கள்?

முத்தன் மனதில் கொஞ்சம் கொஞ்சமாகப் பதற்றம் அதிகரித்துக் கொண்டு வருகிறது.

'இனி, யோசித்துக்கொண்டு நிற்க இயலாது' எனத் தீர்மானித்துக் கொண்டு சின்னானைத் தேடிப் புறப்படுகின்றான்.

"நானும் வாறன்..." அவனோடு செல்வதற்கு வள்ளிக்கொடி எழுகின்றாள்.

"வேண்டாம்... நீ நில்" முத்தன் அவளைத் தடுக்கின்றான்.

"உங்களிலே ஆத்திரத்தோடை இருக்கிறான்கள். இருட்டுக்கை நீங்கள் தனியப் போக வேண்டாம்."

"நீ வந்தால் தான் இடைஞ்சல். நீ வீட்டில் இரு" தடுக்கின்றான் முத்தன்.

வள்ளிக்கொடி மௌனமாகின்றாள்.

இந்தத் தருணம் வண்டியை இழுத்துக்கொண்டு வேகமாக உள்ளே வந்து முற்றத்தையும் தாண்டி மாடு அப்பால் ஓடுகிறது.

வண்டியில் சின்னான் இல்லை.

மாடு வெறிபிடித்து ஓடுகிறதே!

சின்னான் எங்கே?

சின்னானுக்கு என்ன நடந்தது?

முத்தன், வள்ளிக்கொடி, குட்டியன் எல்லோரும் பதற்றப் படுகின்றார்கள்.

முத்தன் கையில் தூக்கிய லாம்புடன் பதறிக்கொண்டு வேகமாக வெளியே நடக்கின்றான்.

இப்பொழுது வந்த வண்டியின் தடத்தைக் கூர்ந்து கவனித்து அந்தப் பாதையில் விரைந்து வந்து கொண்டிருக்கின்றான்.

வீட்டில் இருந்து சிறிது தூரம் வந்திருப்பான். வீதி ஓரத்தில் யாரோ படுத்துக் கிடப்பது போல மங்கிய வெளிச்சத்தில் அவன் கண்களுக்குத் தென்படுகிறது.

முத்தன் பரபரப்புடன் ஓடிவந்து லாம்பைத் தூக்கிப் பிடித்து அந்த வெளிச்சத்தில் பார்க்கின்றான்.

இரத்த வெள்ளத்தில் வாயை ஆவெனத் திறந்தவாறு சின்னான் கிடக்கின்றான்.

முத்தனுக்குக் கை, கால்கள் வெடுவெடன்று நடுங்குகின்றன.

வெளிச்சத்தில் சின்னானை நன்றாகப் பார்க்கின்றான்.

அவன் கழுத்து நெரிந்து முறிந்து போய்த் தொங்குகின்றது.

அவனைத் தொட்டுப் பார்க்கின்றான்.

சுவாசத்தை அவதானித்துப் பார்க்கின்றான்.

சுவாசம் அடங்கிப் போய் விட்டது.

முத்தனுக்கு அழுவதற்கு முடியவில்லை.

உள்ளத்தைத் திடப்படுத்திக் கொண்டு சின்னானின் உயிரற்ற உடலைத் தூக்கித் தோள் மீது போட்டுக்கொண்டு வீடு நோக்கி வருகின்றான்.

21

சின்னான் இறப்பினால் குடும்பத்தில் எல்லோரும் கலங்கிப் போனார்கள். துயரம் மனங்களைப் போட்டு வருத்திக் கொண்டிருக்கிறது. இதயத்தைப் பிளக்கும் துயரத்தை ஒருவருக்கொருவர் சொல்லி மனம் ஆறும் நிலையில் அவர்கள் இல்லை. மனத்துயரத்தைச் சுமந்துகொண்டு அவர்கள் நடமாடிக் கொண்டிருக்கிறார்கள்.

வள்ளிக்கொடி, சின்னான், குட்டியன் இருவரையும் தனது மைத்துனர்களாகக் கருதுவதில்லை. தனது சகோதரர்களாகவே அவர்களை அவள் நடத்தினாள். இருவரும் சப்பாணிகளாக இருப்பதனால் சில சமயங்களில் சின்னக் குழந்தைபோல நடந்து கொள்வார்கள். அவள் அவர்களை விளங்கிக்கொண்டு அதற்கு ஏற்றவிதமாக வேண்டியவற்றைச் செய்து கொண்டிருந்தாள்.

சின்னான் மறைவு அவளைப்போட்டு சதா வருத்திக் கொண்டிருக்கிறது. எப்பொழுதும் அவள் கண் கலங்கிக் கொண்டிருக்கின்றாள்.

குட்டியனாலும் அமைதியாக இருப்பதற்கு இயலவில்லை. அவன் பிறந்த காலம் முதல் அருகில் இருந்துவந்த அண்ணன். இன்பத்தையும் துன்பத்தையும் அவனோடு பகிர்ந்து கொண்டவன். சின்னான் எவ்வளவு ஆழமாகத் தன்னை நேசித்தான் என்பதை அவன் அறிவான். "நீ மணியன் போலப் பிறவாதவன் தம்பி!" எனச் சொல்லி கண்ணீர்விட்டு அழுதான். அதை இன்று நினைத்துப் பார்த்துக் குட்டியன் அழுகின்றான். இந்த அண்ணனின் இழப்பை குட்டியனால் தாங்கிக்கொள்ள இயலவில்லை.

சின்னானுக்கு இப்படி ஒரு மரணம் வந்து நேருமென முத்தன் கனவிலும் எதிர்பார்க்கவில்லை. அவன் மரணத்தில் சிறிய சந்தேகம் முத்தன் மனதில் எழாமல் இல்லை. ஆனால் அவன் மரணம்

குடிமைகள் | 203

யாரும் திட்டமிட்டுச் செய்த கொலை அல்லவென்று அவன் உறுதியாக நம்புகின்றான். சப்பாணியாக இருக்கும் அவன்மீது அப்படி யாருக்குப் பெரிய குரோதம்? ஆனால் ஏதோ ஒரு விபரீதம் நடந்திருக்கிறது. அதனால் சின்னான் இறந்து போனான். மாட்டுக்குக் கள்ளுப் பருக்கி இருக்கின்றார்கள். அதை யாரோ வேடிக்கையாகச் செய்திருக்க வேண்டும். மனிதனுக்குப் போதை தலைக்கேறிவிட்டால் வேடிக்கை எது? விபரீதம் எது? என்று தெரியாது. மாட்டுக்கு எப்படித் தெரியும்? வேடிக்கையாகச் செய்த காரியம் விபரீதமாக முடிந்துவிட்டது. சின்னான் உயிரையே அது பறித்துக் கொண்டு போய்விட்டது.

கள்ளுக் குடிக்கப் போன இடத்தில் அன்று என்ன நடந்தது என்று முத்தன் பின்னர் விசாரித்து அறிந்து கொண்டான். குமாரசாமியும் நண்பர்களும் சேர்ந்து நடத்திய கூத்தில் சின்னானையும் இணைத்துக் கொண்டிருக்கிறார்கள். அவர்களுடைய விளையாட்டுக்குச் சின்னான் பலியாகிப் போனான்.

சலூன் திறந்து, சின்னான் அங்கு தொழில் செய்வதற்கு ஆரம்பித்த பிறகு, முத்தன் மனதில் ஒரு திட்டமிருந்தது. சின்னானுக்கு இப்பொழுது ஒழுங்கான வருமானம் வந்துகொண்டிருக்கிறது. அதனால் அவனுக்குப் பெண் தருவதற்கு யாரும் முன் வரலாம். பொருத்தமான இடம் பார்த்து, அவனுக்குப் பெண் கேட்டுப் போகவேண்டுமென முத்தன் மனதில் எண்ணிக்கொண்டிருந்தான்.

அவன் விருப்பம் கனவாகிப் போனது.

வீட்டில் எப்பொழுதும் சின்னான் அமர்ந்திருக்கும் இடம் வெறுமையாகக் கிடக்கிறது. சலூனுக்குச் சென்றால் அவன் அமரும் கதிரை வெறுமையாகக் கிடக்கிறது.

முத்தன் உள்ளத்தில் இருக்கும் துயரத்தை வேறு யாருக்காவது எடுத்துச் சொல்லிப் பகிர்ந்து கொள்ளவும் முடியவில்லை. வள்ளிக்கொடி, குட்டியனுடன் பேசினால் அவர்கள் வேதனையைக் கிளறிவிடுவதாக அமைந்துவிடும்.

முத்தன் சுமக்க முடியாத மனச்சுமையைச் சுமந்துகொண்டு நடமாடித் திரிகின்றான்.

சின்னான், குட்டியனுடன் முத்தன் காலையில் சலூனுக்குச் சென்றால், அன்றைய தேவைக்குரிய மீனை வாங்கிக்கொண்டு

ஒருதடவை வீட்டுக்கு வந்து, தனித்திருக்கும் வள்ளிக்கொடியையும் பார்த்துவிட்டுச் செல்வான். இப்போது குட்டியனைத் தனித்துவிட்டு முத்தன் இடையில் வீடு வருவதற்கு முடியவில்லை.

காலை நேரம் சுமார் பத்து மணி அளவில், ஒரு போத்தலில் தேநீரை ஊற்றிக் கையில் எடுத்துக் கொண்டு வள்ளிக்கொடி சலூனுக்கு வருவாள். முத்தன், குட்டியன் இருவருக்கும் தேநீரைக் கொடுத்துவிட்டு வீட்டுக்குத் தேவையான மீனை வாங்கிக்கொண்டு விரைவாகத் திரும்பி விடுவாள்.

அன்று தேநீர்ப் போத்தலைக் கையில் தூக்கிக்கொண்டு சலூனுக்குச் செல்வதற்காக வள்ளிக்கொடி தெருவில் இறங்கி வந்துகொண்டிருக்கின்றாள். அந்தத் தெருவின் இரு பக்கங்களிலும் பற்றைகள் அடர்ந்த, ஆள் நடமாட்டமில்லாத இடத்தில் திடீரென குமாரசாமி எதிரில் தோன்றுகின்றான். அவனைக் கண்டு அவள் திகைத்துப் போகின்றாள். அந்தச் சமயம் தெருவில் வேறுயாராவது வருகிறார்களாவென அங்குமிங்கும் திரும்பிப் பார்க்கின்றாள். ஆனால் மனம் எண்ணுவது போலவா காரியங்கள் நடந்து முடிகின்றன? யாரும் அங்கு வருவதாக இல்லை. அவள் தனித்துப் போனாள். மனதைத் திடப்படுத்திக் கொண்டு துணிவுடன் நடந்து வருகின்றாள்.

அவன் எதிரில் வந்து அவளுக்குக் குறுக்கே, அவளை மறித்து நிற்கின்றான்.

"வழியை விடுங்கோ... ஆரும் பார்க்கப் போகினம்" அவள் கெஞ்சுகிறாள்.

"கொடி, உன்னை விட்டு நான் எங்கே போகிறது?"

"எங்கேயாவது போங்கோ... இப்ப பாதையை விடுங்கோ!"

"முத்தனுக்குத் தேத்தண்ணி கொண்டு போகிறாய். எனக்கும் விடாய்க்குது. எப்பன் தாவன்?"

அவன் தன்னை இன்று சும்மா விட்டுவிடப்போதில்லை என்பதைச் சட்டென்று அவள் உணர்ந்து கொள்ளுகின்றாள். அவனுக்கு இசைந்து போவதுபோல நடித்து, தப்பித்துக்கொள்ளத் தீர்மானிக்கின்றாள்.

"ஆசையைப்பார்... ஆசையை..." அவள் நளினமாகச் சொல்லி மெல்லச் சிரிக்கின்றாள்.

"நீ தந்துபார்... நான் குடிக்கிறனோ இல்லையோ எண்டு"

"உங்களுக்குத் தானே கள்ளுக் கிடக்கு..."

"பூங்கொடி நீ இல்லாத கவலையை மறக்க நான் குடிச்சுக் கொண்டு திரிகிறன். நீ ஒரு வார்த்தை சொல்லு. குடிக்க வேண்டாமெண்டு... இண்டைக்கே கைவிட்டு விடுகிறன்."

"எனக்குப் பயமாகக் கிடக்கு... பூங்கொடி எண்ணுகிறியள்" வள்ளிக்கொடி.

"நீ எனக்குப் பூங்கொடி தான்... என்ரை பூங்கொடி நீ. என்னத்துக்குப் பயப்பிடுகிறாய்? ஆருக்குப் பயப்பிடுறாய்?"

"இவர் அறிஞ்சால்...?"

"ஆர் முத்தனோ...? அவன் அறியாமல் பாத்துக்கொள்ளுவம். அறிஞ்சாலும் அவன் என்ரை குடிமேன் தானே! கண்டும் காணாமல் இருப்பான்"

"........."

"என்ன... என்ரை ராசாத்தி, பேசாமல் நிக்கிறாய்? சம்மதத்தைச் சொல்லு?"

"அவ்வளவு அவசரமே...?"

"இப்ப வந்தாலும் உன்னை என்னோடை கூட்டிக்கொண்டு போய்விடுவன். எப்ப வர...?"

அவள் ஒரு கணம் யோசித்துவிட்டு, "இண்டைக்கு வேண்டாம்" என்கிறாள்.

"அப்ப... எப்ப... கூப்பிடுகிறாய்!?"

"நாளைக்கு இரவு பதினொரு மணிக்குப் பிறகு..."

"நான் வந்து வீட்டுக்கு எதிரில் தெருவிலே நிக்கிறன். என்ரை ராசாத்தி எழும்பி வந்துவிடு"

"ஐயோ... இருட்டு... நான் வெளியில் வரமாட்டன்"

"அப்ப.... வளவுக்குள்ளே வந்து... வீட்டுக்குப் பின்னாலே பற்றை மறைவில் நிக்கிறன்."

"சரி... நான் வாறன்" அவள் அங்கிருந்து போவதற்கு அடி எடுத்து வைக்கின்றாள்.

அவள் கையை அவன் மெல்லப் பற்றிக்கொண்டு, "போவிட்டு வா, என்ரை பூ... என்ரை ராசாத்தி" என்கிறான்.

"ஐயையோ... கையை விடுங்கோ! ஆரும் கண்டாலும்!"

"பூங்கொடி நீ எனக்குத் தீண்டாச்சாதி அல்ல. எங்கடை மேலில் தொட்டளைகிற உரிமை உனக்கிருக்கு. மயிர் வெட்ட... எல்லாம் வழிச்சுவிட நீங்கள் தொட்டளையுறது தானே! மற்றச் சாதிக்கு இல்லாத உரிமை."

"அதுக்கு...?"

"அதுதான் பூ... நீயும் நானும் தொட்டுப்பிழங்கிற சாதி"

"சரி... சரி... கையை விடுங்கோ!" அவள் கையை விடுவித்துக் கொண்டு, அவனிடமிருந்து தப்பி, முத்தனைத் தேடி ஓடுகின்றாள்.

வள்ளிக்கொடி தேநீரைக் கொடுத்துவிட்டு, முத்தனைத் தனிமையில் அழைத்து நடந்தவற்றை எல்லாம் விபரமாக எடுத்துச் சொல்லுகின்றாள்.

பின்னர் கடற்கரை மீன் சந்தைக்குப் போய், மீனை வாங்கிக் கொண்டு வீட்டுக்குத் திரும்புகின்றாள்.

இவ்வளவு சுலபமாகத் தனது ஆசை நிறைவேறுமென்று குமாரசாமி எதிர்பார்க்கவில்லை!

அவனுக்கு மனம் நிறைந்த ஆனந்தம்! தான் காற்றில் பறப்பது போல அவனுக்குள்ளே ஓர் உணர்வு! இந்த இரவு விரைந்து விடிய வேண்டும். பகல்பொழுது ஓடி மறைய வேண்டும். பிறகு இராக்காலம் வந்துவிட்டால்... அவன் எண்ணி ஏங்கிக் கொண்டிருக்கிறான். கற்பனைச் சுகத்தில் கிறங்குகின்றான். அவன் தனது நண்பர்களைச் சந்திப்பதைத் தவிர்த்துக் கொள்ளுகின்றான்.

தான் அளவாகக் குடிக்க வேண்டுமெனத் தனக்குள் தீர்மானித்துக் கொள்ளுகின்றான்.

மறுநாள் மாலை வேளை வழமையான நேரத்துக்குச் சற்று முன்னதாகச் சலூனை மூடிவிட்டு, குட்டியனை வீட்டுக்கு அனுப்பி விட்டு, முத்தன் ஒரு போத்தல் கள் அருந்தச் செல்லுகின்றான்.

முத்தன் எப்பொழுதாவது இருந்துவிட்டு ஒரு தினம் கள்ளருந்தப் போவான். மயிலன், வாரி, நாகன் யாராவது சந்தித்து விட்டால், அந்த முதியவர்களுடன் இருந்து சிறிது நேரம் மனம்விட்டுப் பேசுவான்: இல்லையேல், கள்ளைக் குடித்துவிட்டு அங்கு தாமதிக்காமல் வீட்டுக்குக் கிளம்பிவிடுவான்.

இன்றும் அப்படித்தான். குடித்துவிட்டு அங்கிருந்து கிளம்பி, தனது நண்பர்கள் சிலரைச் சந்தித்துவிட்டு வீடு வந்து சேருகின்றான்.

அவன் பகல் முழுதும் சலூனில் வேலைசெய்து நல்லாக் களைத்துப் போனான். உடல் உளைவைப் போக்கத் திண்ணையில் பாய் விரித்துச் சற்று நேரம் படுத்துக்கொள்ளுகிறான்.

வள்ளிக்கொடிக்கு அமைதியாக இருக்க முடியவில்லை. ஒரே பதற்றம், பதகளிப்புமாக விழிகள் பிதுங்க விழித்திருக்கின்றாள்.

குட்டியன் சரிந்து படுத்து உறங்கிப்போனான்.

தான் மாத்திரம் விழித்துக் கொண்டிருப்பது அவளுக்கு உள்ளூர அச்சமாக இருக்கிறது.

அவள் மெல்ல வந்து வந்து தூங்கிக்கொண்டிருக்கும் முத்தனுக்கு அருகில் பாயில் குந்துகின்றாள்.

முத்தன் தூக்கத்தில் விடும் மூச்சு பலமாகக் கேட்கிறது.

முத்தனைப் பார்க்க அவள் மனதில் மெல்லிய சினம் மூளுகிறது. அடுத்த கணம், 'பாவம் பகல் எல்லாம் வேலை செய்தவர்' என நினைத்துக் கொள்ளுகின்றாள்.

அவள் பொறுமையோடு அவன் பக்கத்தில் தொடர்ந்து உட்கார்ந்திருக்க முடியவில்லை.

முத்தனைத் தட்டி எழுப்புகின்றாள்.

“என்னப்பா…?” எனக் கேட்டுக்கொண்டு முத்தன் கண் விழிக்கின்றான்.

“சாப்பிடுங்கோ…”

“சரி, சாப்பிடுவம்”

குட்டியனை எழுப்பி அவனுக்கு முதலில் உணவைக் கொடுக்கின்றார்கள்.

அவன் உண்டு முடித்துவிட்டு மீண்டும் படுத்து உடனே உறங்கிப் போய்விடுகின்றான்.

முத்தன் உணவு உண்டு முடித்து வந்து, திரும்பவும் பாயில் சரிந்து படுக்கின்றான்.

வள்ளிக்கொடி அடுக்களை அலுவல்களை முடித்துவிட்டு வெளியில் வருகின்றாள்.

“நீ வீட்டுக்குள்ளே போய் படு” என்கிறான் முத்தன்.

“ஐயோ… எனக்குப் பயமாக இருக்கு” அவள் மறுக்கிறாள்.

“என்னத்துக்குப் பயப்பிடுகிறாய்…?”

“என்ன நடக்குமோ… எண்டு!”

“ஒண்டும் நடக்காது… நீ பயப்பிடாதே!” அவன் மெல்லச் சிரிக்கின்றான்.

“நீங்கள் சிரிக்கிறியள்… எனக்கு ஒண்டும் விளங்க இல்லை!”

“சரி… சரி… நீ போய் உள்ளுக்குப் படு”

“நான் இதிலே படுக்கப்போகிறன்” சொல்லிக்கொண்டு வாசலை அண்டி, முத்தனுக்குத் தலை மாட்டில் திண்ணையில் பாயை விரித்துப் படுக்கின்றாள்.

மாலுக்குள் விளக்கு தனது இருப்பை வெளிப்படுத்த மினுக்கங் காட்டுகிறது.

முத்தன் மார்புக்கு மேல் குறுக்காகக் கைகளைக் கட்டிக்கொண்டு உறங்காது விழித்த வண்ணம் நிமிர்ந்து கிடக்கின்றான்.

வள்ளிக்கொடிக்கு எப்படித் தூக்கம் வரும்?

அவளுக்கு நெஞ்சு படபடக்கிறது. கை, கால்கள் நடுங்குகின்றன. உடல் முழுவதும் வியர்த்து நனைகிறது. அவள் இதயம் அடிக்கும் ஓசை அவள் செவிகளில் பெரிதாகக் கேட்கிறது.

அவள் படுக்கையை விட்டு எழுந்திருப்பதும், திரும்பப் படுப்பதுமாகத் தவித்துக் கொண்டிருக்கிறாள்.

முத்தனைப் பார்க்கின்றாள். அவன் உறங்கி விட்டான் போல அவளுக்குத் தோன்றுகிறது.

நேரம் கடந்து போய்க் கொண்டிருக்கிறது.

கிழக்குத் திசையில் திடீரென நாய் குரைக்க ஆரம்பிக்கிறது. கள்வனுக்குப் பகை, நிலவும் நாயும். நிலவு சில தினங்களில் மறைந்து போகும். நாய் எப்போதும் விழித்திருக்கும்.

நாய் தன்னை எச்சரிக்கை செய்வதாக வள்ளிக்கொடி எண்ணுகின்றாள்.

துடித்துக்கொண்டு எழுந்து குந்தி இருக்கின்றாள்.

முத்தனைப் பார்க்கின்றாள். அவனில் ஒரு அசைவாட்டமு மில்லை.

"இந்த மனிசனென்ன... மரம் போல கிடக்குது!" நினைத்துக் கொண்டு, "இஞ்சார்..." என மெல்லக் குரல் கொடுக்கின்றாள்.

முத்தன் உறக்கம் போல மௌனமாகக் கிடக்கின்றான்.

"இஞ்சாரப்பா..." மீண்டும் அருட்டுகின்றாள்.

"என்ன...?" முத்தன் கேட்கின்றான்.

"நாய் குலைக்குது...!"

"அது குலைக்கட்டும், நீ படு" முத்தன் திரும்பிப் படுக்கின்றான்.

"நாங்கள் ஒரு நாய் வளர்த்திருக்கலாம். காலையில் தொழில் செய்விக்க வாற நயினார்மாரை அது கடிச்சுப் போடும். அதனாலே நாய் வளர்க்கவும் விடாங்கள்." வள்ளிக்கொடி நினைத்துக் கொள்ளுகின்றாள்.

‘அவள் கள்ளி, என்னில் எவ்வளவு ஆசையாக இருக்கின்றாள். இவ்வளவு காலமும் அதை வெளியில் காட்டாமல் ஒளிச்சு வைச்சிருந்தவள். பெண்டுகளின் குணமே இப்பிடித்தான். ஆம்பிளை அதை விளங்கிக்கொண்டு அவளின் ஆசையைத் தீர்த்து வைக்கவேணும்.’ மனக் கிளுகிளுப்புடன் குமாரசாமி நினைத்துக் கொண்டு வந்துகொண்டிருக்கிறான்.

என்னதான் துணிச்சல் இருந்தாலும் இனம் புரியாத ஒரு அச்சம் அவனைப் பிடித்து உலுக்கிக் கொண்டிருக்கிறது.

இருளைத்தவிர வேறு எதுவும் கண்களுக்குப் புலனாகாத மை இருட்டு.

முத்தன் வீட்டுக்கு அண்மையில் அவன் வந்துவிட்டான்.

திடீரென அவன் பிடரியில் ஓங்கி ஒரு அடி விழுகிறது! அவன் ஒரு கணம் திகைத்து, “ஆரடா...?” எனக் கேட்டுக்கொண்டு பின்புறம் திரும்புகின்றான்.

அவன் திரும்பிய வேகத்தில் அவனுக்குப் பின்னாலிருந்து பிடரியில் மீண்டும் அடி விழுகின்றது!

சிலர் சூழ்ந்து நின்று கால்களாலும் கைகளாலும் ஓயாமல் மின்னல் வேகத்தில் போட்டு உதைத்து அடிக்கின்றார்கள்!

அவன் அடி உதைகளைத் தாங்கிக் கொள்ள முடியாது திக்குமுக்காடித் திணறுகின்றான்.

அவர்களைத் திருப்பித் தாக்குவதற்கு அவனுக்கு இயலவில்லை.

அவர்களிடமிருந்து ஒருவாறு தப்பித்துக்கொண்டு மேற்குத்தெரு நோக்கி வேகமாக ஓடுகின்றான்.

தனக்கு அடித்தவர்கள் யாரும் தன்னைப் பின் தொடர்ந்து வரவில்லை என்பதை உறுதிப்படுத்திக்கொண்டு காலை இழுத்திழுத்து நடந்து முத்தன் வீட்டைக் கடக்கின்றான்.

அவன் எதிர்பார்க்காத நிலையில் எதிரில் நின்று மறித்து அடிக்கின்றார்கள்.

அவன் தனது உடல் பலம் முழுவதையும் சேர்த்து ஓடி வந்து, வடக்குத் தெருவில் திரும்பித் தொடர்ந்து ஓடுகின்றான். சற்றுத்தூரம் ஓடி வந்திருப்பான், அங்கும் தடுத்துவைத்து அடிக்கின்றார்கள்.

அவன் மயங்கி, அறிவு நினைவற்ற நிலையில் நிலத்தில் வீழ்ந்து கிடக்கின்றான்.

அவன் கால்களிலும் கைகளிலும் பிடித்துத் தூக்கிச் சென்று, நயினார் பகுதிக்குள் தெரு ஓரமாக வளர்த்திவிட்டு எல்லோரும் சிரித்த வண்ணம் முத்தன் வீடு வந்து சேருகின்றார்கள்.

இதுவரை நித்திரை போலப் பாசாங்கு பண்ணிக் கொண்டு படுத்துக் கிடந்த முத்தன் எழுந்திருந்து, "வாருங்கோ..." என வரவேற்கின்றான்.

இப்பொழுது தான் வள்ளிக்கொடிக்கு, முத்தனும் அவன் நண்பர்களும் தீட்டிய திட்டம் புலனாகின்றது.

குட்டியன் எழுந்திருந்து ஒன்றும் விளங்காதவனாகத் திருதிரு என்று விழித்துக் கொண்டிருகின்றான்.

அவர்கள் சிறிது நேரம் அங்கிருந்து சிரித்துக் கதைத்துப் பேசிவிட்டு, துணையாக இருவர் அங்கு தங்கி இருக்க, ஏனையவர்கள் புறப்பட்டுச் செல்லுகின்றார்கள்.

22

இரண்டு வாரகாலம் ஊரில் எந்தவித சலசலப்புமின்றி மெல்லக் கடந்து போயிற்று.

குமாரசாமி ஒருவார காலம் வைத்தியசாலைக் கட்டிலில் போய்க் கிடந்தான். அவன் உடலில் வெளிப் பார்வைக்குக் காயங்கள் எதுவும் தெரியவில்லை. எல்லாம் உட்காயங்கள். பனம் பழத்தைக் கல்லில் குத்திக் குத்தி நெகிழ்த்து, களியைப் பிழிந்தெடுத்து வெறும் கொட்டையைப் போடுவதுபோல, அவனை அடித்து உதைத்து நெகிழ்த்துப் போட்டுவிட்டார்கள்.

அவனுக்கு நடந்தது என்னவென்று ஆரம்பத்தில் ஒருவரும் அறிந்திருக்கவில்லை. அவன் அடிபட்டு வைத்தியசாலையில் கிடப்பதை அவன் நண்பர்கள் அறிந்துவிட்டார்கள். அவனைப் பார்த்து வருவதற்குத் தினமும் வைத்தியசாலைக்கு அவர்கள் போய்வந்து கொண்டிருக்கிறார்கள். அவர்களுக்கு உள்ளத்தில் ஒரே கொதிப்பு. பழிக்குப்பழி வாங்கும் எண்ணத்துடன் துடிக்கிறார்கள். தனக்கு நேர்ந்த அவமானம் வெளியில் தெரியக்கூடாதென்று, குமாரசாமி மறைக்க விரும்பினான். ஆனால் அவனுக்குப் பக்கத்துணையாக இருக்கும் நண்பர்களுக்கும் உண்மையைச் சொல்லாமல் மறைக்க முடியுமா? ஒரு செய்தியை இரண்டாவது மனிதன் அறிந்து கொண்டால் அது அந்தரங்கமுமல்ல. இரகசியமுமல்ல.

குமாரசாமிக்கு நடந்த சம்பவம் ஊருக்குள் மெல்லக்கசிய ஆரம்பித்தது. அந்தக் கதை சிறிது சிறிதாக எங்கும் பரவி ஊருக்குள் விசுவரூபம் எடுத்துவிட்டது.

“அவளுக்கு இவனில் நல்ல விருப்பமாம். அவள் வாவெண்டு சொல்லித்தானாம் இவன் போனவன்”

“ஒரு சிரைக்குட்டி அம்பட்டச்சியை வெள்ளாளன் ஆசைப்படுகிறது, அது குறைஞ்ச காரியமல்ல. அவன் வா எண்டால் அவனோடை ஒருக்கால் போறது தானே! அவளுக்கு என்ன குறைஞ்சு போகும்!”

“அம்பட்டன் அடிச்சுப்போட்டான். என்ன துணிச்சல்...! ஆள் வைச்சு அடிச்சுப்போட்டான். இதில் சரி, பிழை எண்டு ஒண்டுமில்லை. வெள்ளாளனுக்கு அடிச்சது பெரிய பிழை.”

“எளிய சாதியள் ஏன் கை நீட்ட மாட்டான்கள்? அவன் கையிலே காசு புரளுது. சலூன் போட்டு காசு கண்டிட்டான். கொழும்பிலேயிருந்து ஒருதன் காசு அனுப்புகிறான்.”

“சிரைக்குட்டியள் ஊருக்குள்ளே வாலாட்ட விடக்கூடாது. அவன் இப்ப குடிமைத் தொழில் பாக்கிற அம்பட்டனில்லை.”

“முதல் சலூன் இல்லாமல் செய்ய வேணும். அவனுக்குத் திமிர் அடங்கிப்போகும். பழையபடி வீடு வீடாகப் படலை திறந்து குடிமை பாக்க நயினார் எண்டுகொண்டு வருவான்.”

“எல்லாம் கிடக்கட்டும். வெள்ளாளனுக்கு எப்பிடி அவன் அடிப்பான்? அவன்ரை பெண்டிலை இழுத்துக்கொண்டு போனாலும் வெள்ளாளனுக்குக் கை நீட்டக் கூடாது. இதுக்கு நாங்கள் ஒரு முடிவு கட்டித்தான் ஆக வேணும்!”

நயினார்மார் மனம் குமுறிக் கொந்தளிக்கிறார்கள்.

விதானையார் முத்தனை வீட்டுக்கு வருமாறு ஆள் அனுப்புகின்றார்.

முத்தன் தனது நண்பர்கள் பொன்ராசன், தவராசா, செல்லத்துரை ஆகியோரோடு ஆலோசிக்கின்றான்.

விதானையாரைப் போய்ச் சந்தித்து வருமாறு அவர்கள் ஒரு மனதாகக் கூறுகின்றார்கள்.

முன்னர் என்றால் தகவல் கிடைத்த கையோடு முத்தன் விதானையார் வீட்டில் போய் நிற்பான். இன்று அப்படிப் போவதற்கு அவன் விரும்பவில்லை. மதியம் சாய்ந்து மாலைப்பட்ட பிற்பாடு தான் அவரைப் போய்ச் சந்திக்கவேண்டும் என்பது அவன் அறிவான். அவர் கொஞ்சம் கொஞ்சமாகப் பருகும் கள்ளு மயக்கம்,

மாலையில் ஒரு கண் நித்திரை கொண்டு எழுந்த பிறகு தான் முறியும். அதன் பிறகுதான் அவரைப் போய்க் காணவேண்டும். அதனால் மறுநாள் காலையில் முத்தன் விதானையாரைத் தேடிக்கொண்டு அவர் வீட்டுக்குச் வருகின்றான்.

அவனை அங்கு அனுப்பி வைத்துவிட்டு அவன் நண்பர்கள் சிலர் அவனைப் பின்தொடர்ந்து சென்று என்ன நடக்கின்றதென நோட்டமிட்டுக்கொண்டு நிற்கின்றார்கள்.

தகவல் கிடைத்தவுடன் அவன் ஓடோடிச்சென்று அவர் முன் நிற்கவில்லை என்ற கொதிப்புடன் விதானையார் இருப்பார் என்பதை முத்தன் உணர்ந்திருந்தான். அவர் உருட்டல், மிரட்டல்களுக்கு எல்லாம் அஞ்சாது முகம் கொடுப்பதற்குத் தன்னைத் தயார்பண்ணிக்கொண்டு விதானையார் வளவுக்குள் முத்தன் போய் நுழைகின்றான்.

“முத்தன் வா... வா... கூப்பிட்டவுடனே ஓடி வாறதுக்கு... உனக்கிப்ப நேரமில்லை எண்டது எனக்குத் தெரியும்” கேலியாக விதானையார் அவனை வரவேற்கின்றார்.

வீட்டு வாசலில் கதிரையில் அவர் அமர்ந்திருக்கின்றார்.

முத்தன் வந்து அவருக்கு எதிரில் முற்றத்தில் நிமிர்ந்து நிற்கின்றான். முன்னர் போலக் கூனிக்குறுகி அவன் நிற்கவில்லை.

அவன் அங்கு வந்து நிற்கும் நிலையில் உள்ள வேறுபாட்டை விதானையார் அவதானித்துக் கொண்டு, அதைக்காட்டிக் கொள்ளாது “நீ செய்தது சரியா?” எனக் கேட்கின்றார்.

முத்தன் மௌனமாக நிற்கின்றான்.

“என்னடா, விறுமர்மாதிரி நிக்கிறாய்? வாய் திறந்து சொல்லு?”

“என்ன சொல்லுறது?”

“என்னவோ...? விளங்காதது மாதிரி எதிர்த்துக் கதைக்கத் துடங்கிவிட்டாய்?... அம்பட்டப் பயலே!”

“ஐயா... விளக்கமாகக் கேளுங்கோ!”

“எடே, அவன் குமாரசாமிக்கு அடிச்சுப்போட்டாய்! ஒரு வெள்ளாளனுக்கு அடிக்கிறதுக்கு உனக்கு எவ்வளவு திமிரடா?”

"நான் அடிக்கயில்லை"

"அப்ப... ஆள் வைச்சு அடிப்பிச்சனி... அப்படித்தானே...? உனக்குத் தோழர்கள் சிலபேர் சினேகிதம், என்ன? அவன் குடிச்சுப் போட்டுத் தெருவிலே பாடிக்கொண்டு வந்திருக்கிறான். நீ செற் பண்ணி ஆக்களை வைச்சு அடிச்சிருக்கிறாய்"

"தெருவிலே போனவருக்கு நான் ஏன் அடிக்கிறன்?"

"என்னடா கதைக்குக்கதை கதைக்கிறாய்? வடுவா! தெருவிலே போகாமல் உன்ரை பெண்டிலிட்டை வந்தவனே? அவளின்ரை நடையும் குலுக்கும் ஒய்யாரமும்..."

"ஐயா... தேவை இல்லாமல் கதையாதையுங்கோ"

"என்னடா... எளிய நாயே!... எதிர்த்து வாய் காட்டுகிறாயா?" அவர் தனது அருகில் சுவரில் சார்த்தி வைத்திருக்கும் கைப்பிரம்பை அவக்கென்று கையில் எடுத்து, முத்தனை நோக்கி ஓங்கிக்கொண்டு நெருங்கி வருகின்றார்.

முத்தன் முகம் இறுகி, அவரை முறைத்துப் பார்க்கின்றான்.

விதானையார் அந்த ஒரு கணத்தில் தடுமாறிப்போகின்றார். அவன் கைதூக்கிப் போட்டான் என்றால்... உயர்ந்து நிற்கும் அவர் கைப்பிரம்பு மெல்லக் கீழே இறங்குகின்றது.

அவர் திரும்பி வந்து கதிரையில் அமருகின்றார். திடீரென உண்டான சினத்தினால், அவமானத்தினால் அவருக்கு மூச்சு இரைக்கிறது. சற்று நேரம் மௌனமாக இருக்கின்றார். சினம் ஆறிய பின்னர் முத்தனைப் பார்த்து தந்திரமாக மெல்லச் சொல்லுகின்றார்.

"முத்தன், நீ எங்கடை குடிமேன். எங்களை மீறி ஒண்டும் செய்யேலாது. நீ கரையாருக்குக் குடிமைத் தொழில் செய்யப் போனாய். அவன்கடை நெருக்கு வாரத்தில் தான் அப்பிடிச் செய்தனி எண்டு நினைச்சு... கூப்பிட்டு எச்சரிக்கை செய்து போட்டு விட்டிட்டன். நீ சலூன் திறந்தாய்! உனக்கும் நாலு காசைப் பாக்க ஆசை வந்திட்டுது... எங்களுக்கு ஒழுங்காகக் குடிமை பார்த்தால் சரி எண்டு இருந்திட்டன். இப்ப நீ ஒழுங்காகக் குடிமை பாக்கிறாயில்லை. வெள்ளாளனுக்கு அடிச்சுப்போட்டாய்! உன்னை, உனக்குத் துணையாக நிக்கிறவன்களை பிடிச்சுப் பொலிஸிலே குடுத்து நான் உள்ளே போடுவிச்சுப் போடுவன். ஒரு

குடிமேனை அப்படிச் செய்யக்கூடாதெண்டுதான் பாக்கிறன். முதல் அவன்கடை சினேகிதத்தைக் கைவிடு. வெள்ளாளரைப் பகைச்சால் நீ வாழமாட்டாய்.'' அவர் நீண்ட பிரசங்கம் செய்துவிட்டு முத்தன் முகத்தைக் கவனமாக நோக்குகின்றார்.

முத்தன் இறுக்கம் தளராமல் அப்படியே நின்று கொண்டிருக்கின்றான்.

''என்ன பேசாமல் நிக்கிறாய்?'' திரும்ப அவர் வினவுகின்றார்.

முத்தன் மௌனம் கலையவில்லை.

''சரி... உனக்கிப்ப உள்ள கரைச்சல் தீர வேணும். குமாரசாமியும் அவன்ரை ஆக்களும் சும்மாய் இருக்கப் போறதில்லை. தலைமைக்காரன் என்ற உரிமையில் நான் ஒண்டு சொல்லுகிறன். நீ கேட்டு நடக்க வேணும். நடப்பாய் தானே?'' வினவுகின்றார்.

''சொல்லுங்கோ...''

''ஊரிலே உள்ள வெள்ளாளர் எல்லோரும் மனம் கொதிச்சுக் கொண்டிருக்கிறார்கள். ஒரு காலமும் நடவாதது நடந்து போச்சு. உன்னைக் காப்பாத்த ஒரு வழி தான் இருக்கு. வெள்ளாளருக்குச் சொல்லி அனுப்புகிறேன். அவை பிள்ளையார் கோயிலுக்கு வருவினம். நீ எல்லார் முன்னாலையும் குமாரசாமி காலிலை விழுந்து மன்னிப்புக் கேக்க வேணும்.''

''முடியாது...'' முத்தன் சட்டென்று மறுத்துக் கூறுகின்றான்.

''என்னடா? முடியாதென்னுறாய் மடையா? ஒரு இரண்டு மூண்டு பேரை உனக்குத் துணை எண்டு நம்பி, நீ உன்ரை குடும்பத்தை அழிக்கப்போகிறாய்''

''நான் செய்த பிழை என்ன? நான் மன்னிப்புக் கேட்கமாட்டன்'' உறுதியாக முத்தன் மறுக்கின்றான்.

''என்னையே எடுத்தெறிஞ்சு பேசுகிற அளவுக்கு உனக்குத் திமிர்தான் வந்திட்டுது? எங்கடை பிள்ளை பிழைவிட்டால் பொறுத்து நடக்கத்தான் வேணும். நீ எங்கட குடிமேன். உனக்கு ஒரு கிழமை... ஏழு நாள்... தவணை தாறன். வீட்டுக்குப்போய் நல்லா யோசிச்சுப்போட்டு வந்து சொல்லு.''

“யோசிக்கிறதுக்கு ஒண்டுமில்லை... நான் வாறேன்” சொல்லிக் கொண்டு அவன் நிமிர்ந்து திரும்பி விறுவிறென்னு வெளியே நடக்கின்றான்.

“எளிய அம்பட்டப்பயல்...” பற்களை நெருடிக்கொண்டு கைத்தடியை கையில் எடுத்தவராக விதானையார் எழுந்து நிற்கின்றார்.

அடுத்த நாள் முதலியார் ஆள் அனுப்பியது முத்தனுக்கு அதிசயமாக இல்லை. ஆனால் முதலியார் கெடுபிடியான ஆளல்ல. வெகு அமைதியானவர். ஊர்ச் சோலி என்றால் கொஞ்சம் ஒதுங்கி இருந்து கொள்ளுவார். ஊரார் தூண்டுதலில் முன்னரும் ஒரு தடவை முதலியார் முத்தனைக் கூப்பிட்டு எச்சரிக்கை செய்து அனுப்பினார். முத்தன் குடி இருப்பது முதலியாருக்குச் சொந்தமான நிலம் என்பதால் அவரை முன்னுக்குத் தள்ளி விடுகிறார்கள். எதற்கும் ஒரு தடவை போய்வரத்தானே வேண்டும்!

மாலை நேரம் முத்தன் முதலியார் வீட்டுக்கு வருகிறான். அவனைக்கண்டு சற்று நேரம் எதுவும் பேசாது முதலியார் மௌனமாக இருக்கின்றார். பின்னர் “என்னடா முத்தன்... நீ செய்திருக்கிற காரியம்?” என அதட்டுகின்றார்.

அவர் அதட்டலைக் கேட்டு முத்தன் அசந்து போய்விடவில்லை. அவனுக்கு ஆச்சரியமாக இருக்கிறது. அவருக்கு இப்படியும் பேசத்தெரிகிறது என மனதில் நினைத்துக் கொள்ளுகின்றான்.

“டேய் முத்தன், வெள்ளாளனுக்கு அடிக்கிற அளவுக்கு நீ பெரியாளாகிவிட்டாய். விதானையாரையும் மதிக்கிறாய் இல்லையாம். எங்களுக்கு குடிமை செய்கிறவனைத்தான் என்ரை நிலத்தில் குடி இருக்க வைச்சிருக்கிறன். நீ இப்ப குடிமேனாக நடக்கயில்லை. விதானையார் சொன்ன மாதிரி, நீ மன்னிப்புக் கேக்கவேணும். குடிமைத் தொண்டுகள் நீ வந்து ஒழுங்கான முறையில் செய்ய வேணும். இல்லையெண்டால்?... என்ன சொல்லுகிறாய்?”

“என்ன சொல்லுகிறது?”

“என்னடா எதிர்க்கதை கதைக்கிறாய்...? எளிய அம்பட்டப் பயலே!”

“சொல்லிப்போட்டன், தேவை இல்லாத கதை கதைக்க வேண்டாம்.”

“கதைச்சால் என்ன செய்து போடுவாய்? நீ விதானையார் சொன்னபடி கேட்டு நடக்க வேணும். இல்லையோ... என்ரை நிலத்தில் இருந்து குடி எழும்பி விடவேணும்.”

“எழும்பெண்டால் உடனே எப்பிடி எழும்புகிறது!”

“நான் நினைச்சால் இண்டைக்கே பொலிஸைக் கொண்டுவந்து, உன்ரை வீடு வாசலைப் பிடுங்கி எறிஞ்சு, உன்னை நடுத்தெருவிலே நிக்கவைப்பன். அவசரப்பட்டு அப்பிடி நான் செய்ய விரும்பவில்லை. விதானையார் சொன்னபடி நீ நட... அல்லது நிலத்தை விட்டு வெளியிலே போ. யோசிச்சு நட. சரி நீ போ.” முதலியார் கடுமையாக எச்சரிக்கை செய்து அனுப்புகின்றார்.

சாதி அபிமானம்... சாதி வெறி... எல்லோரையும் ஒன்று சேர்த்திருக்கிறது என்பதை முத்தன் விளங்கிக் கொண்டு, வீடு வந்து சேருகின்றான்.

முத்தனைச் சோதிப்பது போல இன்னொரு சம்பவம் மறுநாள் அவன் முன்னே வந்துநிற்கின்றது.

“முத்தன்... முத்தன்...”

பூமி இன்னும் நன்றாக வெளிக்கவில்லை. இருட்டோடு இருட்டாகத் தெருவில் இருந்து குரல் எழுகின்றது.

அந்தக் குரல் கேட்டு முத்தன் கண் விழிக்கின்றான். அவன் பதில் குரல் கொடுக்காது, அடுத்த குரலை எதிர்பார்த்து மௌனமாகக் கிடக்கின்றான்.

“முத்தன்... முத்தன்...”

முன்னரிலும் உரத்துக் குரல் எழுகின்றது.

முத்தனுக்கு நன்கு பரிச்சயமான குரல். அது கறுத்தான் குரல் என்பதை விளங்கிக் கொள்ளுகின்றான். அவன் குரல் கொடுத்தால் அது சாக்குரலாகவே இருக்கும். குடிமைத் தொண்டில் இருந்து கறுத்தானைத் தடுப்பதற்குச் செல்லத்துரை பல முயற்சிகள் செய்து பார்த்துவிட்டான். ஆனால் அவன் சொல்லைக் கறுத்தான் கேட்டு

நடப்பதாக இல்லை. நயினார் வீடுகளில் குடிமை செய்ய இன்றும் அவன் வந்து கொண்டிருக்கின்றான்.

முத்தன் படுக்கையைவிட்டு எழுந்திருக்காது வள்ளிக்கொடியைப் பார்த்து, "கண்முழிக்க முன்னம் சாக்குருவி கத்துகுது. யாரோ மண்டையைப் போட்டிட்டான். எனக்குச் சுகமில்லை எண்டு நீ போய்ச் சொல்லு" என்கின்றான்.

"போகாவிட்டால் கரைச்சல் தருவாங்கள்" என வள்ளிக்கொடி தயங்குகின்றாள்.

"போனாலும் கரைச்சல்தான். போனால் எனக்கு எதுவும் செய்யப் பாப்பாங்கள்"

"அப்ப என்ன செய்யப்போகிறியள்?"

"என்ன செய்கிறது?"

"இப்பிடிச் செய்தால் என்ன?"

"எப்பிடி…?"

"உங்களுக்குச் சுகமில்லை எண்டு மயிலு அப்புவை அனுப்புங்கோ"

"குடிமைத் தொழில் செய்ய நான் மறுத்துக் கொண்டு இன்னொரு ஆளை எப்பிடி அனுப்புகிறது? அது முடியாது. எனக்குச் சுகமில்லை எண்டு போய்ச் சொல்லு. அவன்கள் என்ன செய்கிறான்கள் பாப்பம்"

முத்தன் மீதுள்ள வெறுப்பும் பகையும் வளர்ந்து வலுவடைந்து கொண்டு வருகிறது. அவன் அவைகளைக் கண்டு இப்போது கலங்கவில்லை. முன்னெச்சரிக்கையோடு வெகுநிதானமாக தனது காரியங்களைச் செய்து கொண்டிருக்கிறான்.

நத்தார் நெருங்கி வந்துகொண்டிருந்தது.

முத்தன் சலூன் இருக்கும் கடற்கரைப் பிரதேசத்தில் வாழும் கடற் தொழிலாளர்களில் ஐம்பது வீதமானவர்கள் கத்தோலிக்க மதத்தவர்கள். நத்தார், அதனைத் தொடர்ந்துவரும் புத்தாண்டுக் கொண்டாட்டங்களை ஒட்டி முத்தனின் சலூனில் ஓயாதவேலை. குழந்தைகள், வளந்தவர்கள், முதியவர்கள் என்று வேறுபாடில்லை. மாலை நேரத்திலும் வந்துகொண்டிருக்கிறார்கள். பொழுது மறையும்வேளை வந்திருக்கின்றவர்களை வேலைமுடித்து அனுப்ப முடியவில்லை.

தவராசா பெற்றோமாக்ஸ் விளக்கொன்று கொண்டுவந்து சலூனுக்குள் எரிய விட்டான்.

அந்த வெளிச்சத்தில் முத்தனும் குட்டியனும் தொடர்ந்து வேலை செய்கிறார்கள். சில தினங்களில் சலூன் மூடுவதற்கு இரவு ஒன்பது மணி ஆகிவிடுகிறது.

முத்தன் சலூனில் வேலை செய்துகொண்டு நிற்கும் போதும் வள்ளிக்கொடி தனித்திருக்கின்றாள் என்ற மனப்பயம் அவனுக்குள் இருந்து கொண்டிருக்கும்.

அன்றும் இரவு நேரம் ஒன்பது மணியை நெருங்கிக் கொண்டிருந்தது.

குட்டியனை வண்டியில் உட்காரவைத்து அவனை முதலில் வீட்டுக்கு முத்தன் அனுப்புகின்றான்.

இரவு சலூனில் எரிந்த விளக்கைத் தூக்கிச் சென்று தவராசா வீட்டில் கொடுத்துவிட்டு வரவேண்டிய அவசியம் முத்தனுக்கு இருந்தது.

மாடு பழகிப்போன பாதையில் குழப்பமில்லாது இருட்டிலும் வண்டிலை இழுத்துக் கொண்டு போகும். குட்டியனைச் சுமந்த வண்ணம் மாடு ஆடி அசைந்து வந்துகொண்டிருக்கின்றது. மக்கள் குடியிருப்புத் தாண்டி, தெரு ஓரங்களில் பற்றைகள் செறிந்த பகுதிக்குள் வண்டி வந்துகொண்டிருக்கின்றது. மழைக்கால இருள் செறிந்து கிடக்கிறது. தெரு ஓரப்பற்றைக்குள் இருந்து ஒருவன் திடீரென வெளிப்பட்டு பாய்ந்து ஓடி வந்து, வண்டி ஆசனத்தில் அமர்ந்திருப்பவனைக் குறிவைத்து கொட்டனால் பலமாக ஓங்கி அடிக்கின்றான்.

மாடு வெருண்டுகொண்டு வேகமாக ஓடுகின்றது. முத்தன் வீட்டு முற்றத்துக்கு வந்து அசைந்து கொண்டு நிற்கின்றது.

வண்டியின் விரைவான ஓட்டம், மாடு அந்தரித்துக்கொண்டு வந்து தரித்து நிற்கும் பாங்கு கண்டு, வள்ளிக்கொடி திகைக்கின்றாள். அவள் ஓடிச்சென்று விளக்கைக் கையில் தூக்கிவந்து வண்டியைப் பார்க்கின்றாள்.

குட்டியன் இரத்தம் வடிய வண்டிக்குள் சரிந்து கிடக்கின்றான்.

அவள் செய்வது என்ன என்று அறியாமல் திகைத்துச் சில கணங்கள் தடுமாறுகின்றாள். பிறகு "ஐயோ... ஐயோ..." எனக் கூக்குரல் இட்டுக் கதறுகின்றாள்.

அவள் போடும் கூக்குரல் எவர் செவிகளில் போய்விழும்?

"தண்ணி... தண்ணி..." என ஈனமான குரலில் குட்டியன் மெல்ல முனகுகின்றான்.

அவள் விரைவாக அடுக்களைக்குள் நுழைந்து ஒரு கிளாஸில் தண்ணீர் எடுத்துவந்து அவனுக்கு மெதுவாகப் பருக்குகின்றாள். தண்ணீர் குட்டியனின் கடைவாயால் வடிந்து போகிறது.

குட்டியன் துடிப்பு மெல்ல மெல்ல அடங்கிக்கொண்டு வருகிறது.

வள்ளிக்கொடி தலையில் அடித்துக் கதறிக் கதறி அழுகின்றாள்!

முத்தன் சற்றுத்தொலைவில் வந்து கொண்டிருக்கும் போதே, கூக்குரல் லேசாகக் காதில் வந்து விழுகிறது. அவன் அங்கிருந்து குரல் வந்த திக்கில் வேகமாக ஓடி வருகின்றான். நெருங்கி வர வர, அந்தக் கூக்குரல் தனது வீட்டில் இருந்துதான் வருகிறது, அது வள்ளிக்கொடியின் குரல்தான் என்பது தெளிவாக அவனுக்கு விளங்குகின்றது. இதயம் வேகமாக அடிக்கிறது. அவன் மூச்சிரைக்க ஓடிவந்து சேருகின்றான்.

அவனுக்கு எல்லாமே புரிந்து விடுகிறது. அவன் திகைத்து மரமாக நிற்கின்றான்!

பின்னர் அவன் சுயநினைவுக்கு வந்து, தன்னைச் சுதாரித்துக் கொண்டு மனதைத் திடப்படுத்திக் கொள்ளுகின்றான். வள்ளிக்கொடியைப் பார்த்து "அழாதே... ஒரு பாய் எடுத்து மாலுக்குள்ளே விரித்துவிட்டு வந்து நுகத்தைப்பிடி" என்கின்றான்.

வள்ளிக்கொடி வண்டில் நுகத்தில் பிடித்துக்கொண்டு நிற்க, முத்தன் குட்டியன் பிணத்தைத் தூக்கிச்சென்று பாய்மீது வளத்துகின்றான்.

இரவு நேரங்களில் முத்தன் குட்டியனை வண்டியில் பின்புறம் ஏற்றி விட்டு, அவன் ஆசனத்தில் அமர்ந்து வண்டியை ஓட்டிக்கொண்டு வருவதுதான் வழக்கம். அதைக் கவனித்திருந்து ஆசனத்தில் இருந்தவனை இலக்கு வைத்து அடித்திருக்கின்றார்கள்.

அது தனக்கு வைத்த குறி, தம்பி குட்டியனைப் பலிகொண்டு விட்டதை முத்தன் உணருகின்றான்.

வள்ளிக்கொடியைத் தனிமையில் விட்டு அந்த நேரம் அவன் வெளியில் போகமுடிவில்லை.

விடியும்வரை அவர்கள் இருவரும் காத்திருக்கின்றார்கள்.

இருவர் இதயங்களும் கனத்துக்கிடக்கின்றன.

இருவரும் கண்ணீர்விட்டு அழுவதற்கும் முடியவில்லை.

வாய் திறந்து ஒரு வார்த்தை இருவரும் பேசவும் இயலவில்லை.

ஒருவர் முகத்தை ஒருவர் நிமிர்ந்து பார்ப்பதற்கும் அஞ்சுகிறார்கள்.

அமைதி... அமைதி... இருள் சூழ்ந்த பயங்கர அமைதி.

அண்மையில் நாய் ஒன்று ஓயாமல் அழுது கொண்டிருக்கிறது.

அந்த இரவு நீண்டு நீண்டு போய்க்கொண்டிருக்கிறது.

இருள் முற்றாக நீங்கி அந்த இரவு எப்படியோ விடியத்தானே வேண்டும்!

விடிவுக்காக அவர்கள் காத்துக்கொண்டிருக்கிறார்கள்!

சேவல் ஒன்று பெருங்குரலில் கூவுகிறது. அதைத் தொடர்ந்து ஒவ்வொன்றாகக் குரல் எழுப்புகின்றன.

“இனி விடிந்துவிடும்” அவர்கள் நினைத்துக் கொள்ளுகின்றார்கள்.

“முத்தண்ணை... முத்தண்ணை...” பதறிக் கொண்டு ஓடி வருகின்றான் கடற்கரைப் பகுதியில் இருந்து ஒரு இளைஞன். வந்தவன் அழாக்குறையாகக் கூறுகின்றான், “சலூனுக்கு நெருப்பு வைச்சிட்டாங்கள். எல்லாம் எரிஞ்சு சாம்பலாப் போச்சு.”

முத்தன் உள்ளம் இறுகிக் கிடக்கிறது.

முத்தன் அதைக்கேட்டு அதிர்ந்து போய்விடவில்லை.

சிறிது நேரத்தில் தவராசா, சின்னக்கிளி கோபவெறியுடன் அங்கு வந்து சேருகின்றார்கள்.

அவர்களுக்குப் பின்னே பொன்ராசன் வருகின்றான்.

நன்றாக விடிவதற்கு முன்னர் செய்தி அறிந்து நண்பர்கள் ஒவ்வொருவராக வந்து சேருகின்றார்கள்.

23

முத்தனும் வள்ளிக்கொடியும் ஒன்றாக மயிலன் வீட்டுக்கு வந்து சேருகிறார்கள். அது ஒரு மாலை நேரம். முத்தன் எதிர்பார்த்தது போல மயிலன் வெளியில் செல்வதற்கு இன்னும் புறப்படாது, வீட்டோடு இருந்தார். அவர் வீட்டை விட்டுப் புறப்பட்டுச் செல்வதற்கு இன்னும் சிறிது நேரம் இருக்கிறது. மாலை நேரம் கள்ளுக் கொட்டிலுக்குப் போய், ஒரு போத்தல் கள்ளு அருந்திக் கொண்டு வருவது அவர் வழக்கம்.

முத்தனும் வள்ளிக்கொடியும் ஒன்றாகச் சேர்ந்து வந்திருப்பது கண்டு, மயிலனும் மனைவி தெய்வியும் தமக்குள் அதிசயப்படுகிறார்கள். இப்படி இருவருமாக அவர்கள் வீடுதேடி வரும் வழக்கமில்லை. அவர்கள் வீட்டுக்கு அண்மையிலுள்ள வைரவர் கோயில் கிணற்றுக்குக் குளிக்க, முழுக வந்தால், அதை முடித்துக்கொண்டு அப்படியே போய்விடுவார்கள். கிணற்றுக்கு இருவரும் ஒன்றாக வருவதில்லை. திருமணம் முடித்த புதுசில் இருவரும் சேர்ந்து சில நாட்கள் வந்து போனார்கள். அதுவும் கனகாலம் நடக்கவில்லை. மனைவியுடன் சோடியாகச் சேர்ந்து திரிவதற்குக் குடிமகனாக இருக்கும் முத்தனுக்கு எங்கே அவகாசம் இருக்கிறது?

வருடத்தில் ஒருநாள் முன்னிரவு நேரத்தில் வைரவருக்குப் பொங்கல் செய்து, மடை வைத்து, வழிபாடு செய்வார்கள். அயல் கிராமங்களில் வாழும் உறவுக்காரர்கள் எல்லோரும் அன்று அங்கு வந்து கூடி பொங்கல் செய்வார்கள். அந்த வைரவருக்குத் தினமும் மாலையில் விளக்கேற்றி வைத்து வழிபட்டு வருகின்றவர், மயிலன். பொங்கல் நடைபெறுகின்ற தினத்தில் அவர்தான் தலைமகனாக நின்று எல்லாக் காரியங்களையும் நடத்துவார். அன்றைய தினம் வெகு ஆசாரமாக அவர் இருப்பார். அவர் வீட்டுக்கும் அன்று ஒரு முக்கியத்துவம் வந்துவிடும்.

பொங்கல் செய்வதற்கு வரும் உறவுகள் தாங்கள் மறதியினால் கையோடு கொண்டுவரத் தவறிவிட்ட சின்னச்சின்ன தேவைகளுக்கெல்லாம் மயிலன் வீட்டுக்கு வருவார்கள். அன்று மயிலனுக்கு ஒத்தாசையாக முத்தன் நின்று காரியங்கள் ஆற்றுவான். பொங்கல் ஆரம்பிப்பதற்கு முன்னர் மயிலன் வீட்டிலிருந்து மடைப்பண்டம் எடுத்து வருவார்கள். மடைப்பண்டம் ஆண்கள்தான் எடுத்து வருவார்கள். தங்கள் ஆலயத்துக்கெனப் பிரத்தியேகமாகப் பழைய பறைமேளம் ஒன்று வாங்கி வைத்திருக்கிறார்கள். அவர்களுள் ஒருவர் அதைத் தோளில் தொங்கப் போட்டுகொண்டு அடித்து வருவார். தேங்காய் நெய்ப்பந்தத்தைக் கொளுத்திப் பிடித்தபடி முன்னும் பின்னுமாக இருவர் நடப்பார்கள். அப்பொழுது மடைப்பண்டம் மயிலன் வீட்டிலிருந்து கோயிலுக்கு எடுத்து வரப்படும். அந்தச் சமயத்தில் முத்தன் பல தடவைகள் மயிலன் வீட்டுக்குப் போய்வருவான். மற்றைய வேளைகளில் அங்கு போய்வந்து கொண்டிருக்க அவனுக்கு நேரம் எங்கே?

“வா தம்பி முத்தன்... பிள்ளை வா...”

இருவரையும் மயிலன் அன்பாக வரவேற்கின்றார்.

முத்தன் மயிலனுக்கு எதிரிலுள்ள திண்ணையில் அமருகின்றான். வள்ளிக்கொடி தெய்விக்கருகே சென்று உட்காருகின்றாள்.

இருவரும் இப்படிச் சேர்ந்து வந்திருப்பது கண்டு மயிலன் சிந்திக்காமல் இல்லை.

ஆனால் அவன் மனைவி தெய்விக்குப் பெரிய புதுமையாக இருக்கின்றது.

அவர்கள் வீடுதேடி வந்திருக்கிறார்கள். வந்திருக்கின்றவர்களுடன் உடனே வாய் திறந்து பேசுவதற்கு மயிலனுக்கும் தெய்விக்கும் இயலவில்லை.

அப்படியொரு சோகம் அவர்கள் எல்லோர் நெஞ்சங்களிலும் கனத்துக் கிடக்கிறது. ஒருவர் முகத்தை மற்றவரால் பார்க்க முடியவில்லை. அவர்களின் கனத்த நெஞ்சங்கள், உள்ளே கலங்கிக் கொண்டிருக்கின்றன. எவ்வளவு நேரந்தான் இப்படியே மௌனமாக உட்கார்ந்திருக்க முடியும்? முத்தன் இப்போது இருக்கும் துயரமான மனநிலையில் வந்திருக்கும் காரியத்தை அவனே சொல்லட்டுமெனக் காத்திருக்க மயிலன் விரும்பவில்லை.

அங்கு உறைந்து கிடக்கும் மௌனத்தை உடைத்துக் கொண்டு, “நான் உன்னட்டை வரவேணும் எண்டிருக்கிறன்... அதுக்குள்ளே நீ வந்திட்டாய் தம்பி” என்கிறார்.

“அப்படியோ...?” முத்தன்.

“ஓமோம்... அவசரமாகக் காண வேண்டியிருக்கு... இண்டைக்கு வாறதுக்கு இருந்தனான்.”

“அப்பிடி என்ன அவசரம் அப்பு?”

“நான் என்னத்தைச் சொல்ல...! வெள்ளாளர் நெருப்பெடுத்துக் கொண்டு நிற்கிறாங்கள். என்னைப் பாத்து ஒரு வெள்ளாள இளந்தாரி ‘அம்பட்டா உங்களுக்குத் திமிர் பிடிச்சுட்டுதடா... முத்தன் ஒரு வெள்ளாளனுக்கு அடிச்சுப் போட்டான்... எளிய சாதியள்... உங்களைச் சும்மா விடமாட்டம். அவன் முத்தனுக்கு கண்ட நிண்ட சாதியெல்லாம் துணையாம். அவங்களையும் ஒரு கை பாக்காமல் இருக்க மாட்டம்...’ என்று எச்சரிக்கை செய்கிறான்” என்றவர் நடந்த சம்பவங்கள் முழுவதையும் சொல்லாமல் மறைக்கிறார்.

மயிலனின் பேரப்பிள்ளை போல இருக்கக் கூடிய வயதுள்ள அந்தச் சாதிவெறியன், மயிலனைத் தள்ளி நிலத்தில் வீழ்த்திவிட்டு, காலினால் போட்டு உதைத்தான்.

“நயினார், எனக்கேன் அடிக்கிறியள்?” என மயிலன் மன்றாடிக் கையெடுத்துக் கும்பிட்டார்.

“உனக்கு அடிச்சாலென்ன... முத்தனுக்கு அடிச்சாலென்ன... இரண்டுபேரும் அம்பட்ட நாய்கள் தானே! இந்த அடியோடை போய் அவனிட்டைச் சொல்லு! அவனுக்கு அடி குடுக்கிறதோட விடமாட்டம். அவன் திருந்தக்கூடிய ஆளில்லை. அவனுக்கு நடக்கிறதைப் பார்.”

அவன் எச்சரிக்கை செய்துவிட்டுப் போனான். மயிலன் மெல்ல எழுந்து வீடு வந்து சேர்ந்துவிட்டார். உடல் நோவுக்கு, சிராய்ப்புக்கு வைத்தியர்களை நாடி மருந்துக்கு மயிலன் போவதில்லை. உடல் நோவுக்குச் சாராயம் குடித்தால் நோவு எடுபட்டுவிடும் என்பது அவர் நம்பிக்கை. சிராய்ப்புக்குச் சாராயத்தில் தொட்டுப் பூசினால் புண் காய்ந்து ஆறிப்போய் விடுமெனக் கண்டார். இதற்கென்று சிறிய போத்தல் ஒன்றில் ஊற்றி வைத்திருக்கும் சாராயத்தை எடுத்து தொட்டுத் தொட்டுப் பூசுவதற்கு ஆரம்பித்தார்.

தெய்வி அதைக் கண்டுவிட்டாள்.

"என்ன புண்...?"

"ஓமப்பா... கல்லுத் தடக்கி விழுந்து போனன்." பொய் சொல்லிச் சமாளிக்கிறார், மயிலன்.

"வயதுபோன காலத்திலே கண்கடை தெரியாமல் குடிக்கிறது... எல்லாம் அவன் காசு அனுப்பிறதாலே தான்..." தெய்வி புறுபுறுத்துக்கொண்டு போகிறாள்.

நேற்று ஒரு சம்பவம்.

தெய்வி பலநோக்குக் கூட்டுறவுச் சங்கக் கடைக்குக் கூப்பன் சாமான்கள் வாங்கப் போனாள். அவள் அங்கு வருவதைக் கண்டு, அங்கு நின்ற நாச்சிமார், "வா நாச்சியார் வா" என நக்கலாக வரவேற்கிறார்கள். கடை முகாமையாளரும், விற்பனையாளனும் வாடி போடி என்று அதிகாரம் பண்ணினார்கள்.

எல்லாவற்றையும் கேட்டு மனம் பொறுத்துக்கொண்டு நின்ற தெய்வி, வீட்டுக்கு வந்து மனம் குமுறிக் குமுறி மயிலனிடம் கூறினாள்.

மயிலன்தான் என்ன செய்வார்? காலங்காலமாக பெருமூச்சு விட்டுவிட்டு இருந்துவந்த கூட்டத்தில் ஒருவர் தானே அவர்?

அன்றும் பெருமூச்சு விடுவதற்குத்தான் அவரால் முடிந்தது.

இந்தச் சம்பவங்களை எல்லாம் மயிலன் வெளியில் சொல்லிக் கொள்ளவில்லை.

"நான் தனி ஆளில்லை. நீங்கள் பயப்பிட வேண்டாம் அப்பு" என்கிறான் துணிச்சலுடன் முத்தன்.

"எனக்கது தெரியும். ஆர் துணை இருந்தாலும் சிலதுகளைத் தடுக்கேலாது முத்தா. நீ பாத்தியோ... உன்ர சலூனுக்கு நெருப்பு வைச்சுக் கொளுத்திப் போட்டான்கள். அதைத் தடுக்க முடிஞ்சுதோ? அப்பிடித்தான் எல்லாம்..."

"நீங்கள் இப்ப என்ன சொல்லுறியள் அப்பு?"

குடிமைகள் | 227

“என்னத்தைச் சொல்லுவன் தம்பி... வாயாலே சொல்ல முடியாமல் கிடக்கு! அந்தச் சாதி ஒரு அரக்கச் சாதி... சாதி வெறி பிடிச்ச சாதி... சாதி வெறியிலே எதுகும் செய்யிற சாதி”

“எதையும் மறையாமல் சொல்லுங்கோ அப்பு”

“என்னெண்டு சொல்லுது தம்பி... கள்ளுச்சாராயத்துக்கு, கஞ்சா அபினுக்கு இல்லாத வெறி சாதி வெறி. அது ஒரு விசர் மாதிரி. அந்தச் சாதி வெறியிலே ஒரு குடலுக்குள்ளே இருந்து வந்த சகோதரம் எண்டும் பாரான்கள். அப்பு ஆத்தை எண்டும் பாரான்கள். இரணியச் சாதி. ஆளை முடிச்சுப் போடுவான்கள். வெளியிலே ஒரு அசுமாத்தமும் தெரியாது. நான் அறிய எத்தினை கொலைகள் நடந்திருக்கு. அதிலே ஒண்டு...

உதிலே கிட்டடத்தான்... வெள்ளாளக் குமரி ஒண்டு கலியாணம் ஆகாமல் கனகாலம் வீட்டோட இருந்தவள். பேசுற மாப்பிளைமாருக்கு எல்லாம் சூத்தையும் சொத்தையும் சொல்லிச் சொல்லி அவளுக்கும் வயதேறிக் கொண்டு வந்திட்டுது. காலை, மாலையிலே அவள் வளவுக்குப் பனையிலே கள் ஏறப்போற இளந்தாரியிலே அவளுக்கு ஆசை வந்திட்டுது. ஒரு நாள் அவளும் அந்தப் பள்ளனும் இருக்கிறதை அண்ணணெண்ட சண்டாளன் கண்டிட்டான். அவன் சத்தம் போட இல்லை... மூச்சு விடயில்லை.

ஒரு கிழமை கழிச்சு, தங்கை எண்டவளைப் பெம்பிளை பாக்க வருகினம் எண்டு பொய் சொல்லி தோஞ்சு குளிச்சு, சீவிச் சிங்காரிச்சு, பட்டுப் புடவை கட்டி, நகை நட்டெல்லாம் போட்டு வடிவு பாத்து, பொடிச்சியை வீட்டுக்குள்ளே இருக்கவிட்டு, அண்ணணெண்டவன் காலைத் தூக்கி கழுத்தாங்குத்தியில் ஓங்கி ஒரே அடி! பொடிச்சி நிலத்தில் சரிஞ்சதுதான். அவளின்ர கதை முடிஞ்சு போச்சு! இரவோடு இரவாக தூக்கிக் கொண்டு போய்க் கல்லுக்கட்டிக் கடலில் போட்டுவிட்டு வந்துவிட்டான்கள். பிறகென்னடா எண்டால், அவளைக் காணவில்லை ... தேடுகிறம்... எண்டு ஒரு கதையைக் கட்டி விட்டான்கள். சாதிவெறி, உடன்பிறந்த சகோதரத்தையும் கொலை செய்ய பின் நிற்காது.”

“அதுக்கு?”

“தம்பி முத்தா... உன்னைக் கொல்லுறதுக்குத் திட்டம் போட்டிருக்கிறாங்கள் எண்டு அறிகிறன் மேனை!”

"என்னைக் கொல்லுற அளவுக்கு அப்பிடி என்ன பெரிய குற்றஞ் செய்து போட்டன்?"

"ஒரு வெள்ளாளனுக்கு அடிச்சது உனக்குச் சின்னச் சங்கதியாகத் தெரியலாம். ஆனால் அவன்கள் அப்பிடி நினைக்க இல்லை. நீ இப்ப குடிமை பாக்கிறதும் இல்லை. உன்னை உயிரோடை விட்டுவைச்சால் எல்லா எளிய சாதியும் தங்களுக்குக் கை நீட்டும் எண்டு நினைக்கிறான்கள். உன்னை முடிச்சுப் போட்டால் எளிய சாதியளுக்கு ஒரு பாடமாக இருக்குமாம். எல்லாரும் அடங்கித் தம்மிட்டுப் போவான்களாம். அதுதான்... இந்தத் திட்டம். வெள்ளாளர் சேர்ந்து போட்டிருக்கிற திட்டம்."

"ஏதோ நடக்கிறது நடக்கட்டும்"

"அப்பிடிச் சொல்லாதே! உனக்கு நடக்கக்கூடாத ஒண்டு நடந்துவிட்டால், உன்னை நம்பி வந்த உன்ர பெண்டில் என்ன செய்வாள்? அவளைச் சீரழிச்சுக் கெடுத்துப் போடுவான்கள்."

"என்னை என்ன செய்யச் சொல்லுறியள் அப்பு?"

"நீ உன்ர பெண்டிலையும் கூட்டிக் கொண்டு இந்த ஊரை விட்டுப் போ. எங்கட சாதிக்கு இந்த மண் என்ன சொந்தமே? அவன்கள் கண்காணாத ஊருக்கு இரண்டு பேரும் போங்கோ."

முத்தன் மௌனமாக இருக்கின்றான்.

"தம்பி, சும்மா யோசிக்காதே." மயிலன் திரும்பவும் கூறுகின்றார்.

"தம்பி மணியனும், அப்படித்தான் கடிதம் எழுதி இருக்கிறான்."

"என்னவாம்...?"

"இரண்டு பேரையும் கொழும்புக்கு வரச்சொல்லிக் கூப்பிடுகிறான்."

"பாத்தியே...! அவன் சரியாக யோசிச்சிருக்கிறான். வேற கதை வேண்டாம். இவள் பிள்ளையையும் கூட்டிக்கொண்டு நீ மணியனிட்டை போய்ச் சேர். அதுசரி தம்பி... நீ ஏன் இப்ப வந்தனீ? கதைக்குள்ளே அதைக் கேக்க மறந்து போனேன்!"

"உங்கட மகன் நல்லையா அண்ணன் உங்கள் இரண்டு பேரையும் கூட்டிக்கொண்டு வரச் சொல்லுகிறார் எண்டு தம்பி மணியன் எழுதி இருக்கிறான்."

"உதென்ன கதை தம்பி...?"

“அப்பிடியேன் சொல்லுறியள்?”

“இந்த ஊருக்குள்ளே மாரித் தவளையள் போலே கிடந்த எங்களுக்கு அந்தப் பெரிய ஊர் சரிவராது.”

“நீங்கள் அங்க போய் எங்கேயோ வெளியில திரியப் போறியளே? வீட்டோட இருக்கலாந் தானே!”

“அவனுக்கும் குடும்பம் பெருத்துவிட்டுது. நாங்களும் போய்ப் பாரமாக இருக்கக் கூடாது. நான் இவ்வளவு காலமும் குடிமை காத்தது போல ஊருக்குள்ளே போய், ஏதாவது உளண்டிக்கொண்டு வந்து இரண்டு பேரின்ர வயித்துப் பாட்டையும் பாத்துக் கொள்ளுவன்.”

“உங்களுக்கேதும் நடந்துவிட்டால்... அப்ப...?”

“நாங்கள் கிழட்டுத் தோறையள். எங்களை ஒண்டும் செய்ய மாட்டான்கள்.”

“நீங்கள் இல்லாத காலத்திலே தெய்வி ஆச்சி தனிச்சுப் போய்விடுவா.”

“அப்ப... மேன் வந்து தாயைக் கூட்டிக் கொண்டு போவன் தானே? தாயைத் தனிச்சு விடப்போறானே? அவன் அப்பிடியான பிள்ளை இல்லை.”

அவர்கள் பேசிக்கொண்டிருக்க, தெய்வி தேநீர் தயாரித்து வந்து இருவருக்கும் கொடுக்கின்றாள்.

அவளுக்குத் தெரியும், மயிலன் இப்போது தேநீர் குடிக்க மாட்டார் என்று. அவருக்கு மாலை நேரக் கள்ளுத் தவனம் வந்துவிடும். அதை மனதில் நினைத்துக் கொண்டு, “உங்களுக்கு...?” என மயிலனைப் பார்த்துக் கேட்கின்றாள்.

“எனக்கு வேண்டாம்... நீ குடி...” என்கின்றார் சுருக்கமாக மயிலன்.

முத்தன், வள்ளிக்கொடி இருவரும் அவர்களுக்குச் சொல்லிக்கொண்டு புறப்படுகிறார்கள்.

“நான் சொன்னதைக் கேட்டு நட தம்பி.”

மயிலன் மீண்டும் வற்புறுத்திச் சொல்லி அனுப்புகின்றார்.

24

முத்தன் இப்பொழுது வீட்டோடு தங்கி இருக்கின்றான். வெளியில் போய்வரும் மனநிலையில் அவன் இல்லை. அவனைத் தேடிக்கொண்டு வீட்டுக்கு வருகின்றவர்களுக்கு மாத்திரம் அவன் மறுக்காது தொழில் செய்கின்றான். கடற் தொழிலாளர்கள் பெரும்பாலும் வந்து போய்க்கொண்டிருக்கிறார்கள்.

முத்தனுக்கு எல்லாம் ஒரே வெறுப்பாக இருக்கிறது. சாதி ஒடுக்குமுறையின் வெறித்தனத்துக்குத் தம்பிமார் இருவரையும் அநியாயமாகப் பலிகொடுத்துவிட்டேனே என அவன் உள்ளம் கொதித்துக் கொண்டிருக்கிறது.

தவராசாவும் தோழர்களும் முத்தன் வீட்டுக்கு அடிக்கடி வந்து போய்க் கொண்டிருக்கிறார்கள். அவர்களில் யாராவது இருவர் இரவு நேரங்களில் முத்தன் வீட்டில் துணையாக வந்து தங்குகின்றார்கள்.

திரும்பவும் சலூனை ஆரம்பிக்க வேண்டும் என்பது தவராசாவின் தீர்மானம். அந்த எண்ணத்தை அவன் தோழர்கள் அனைவரும் ஒருமனதாக ஏற்றுக்கொள்வதாக இல்லை.

மணியன் முத்தனைக் குடும்பத்துடன் கொழும்பு வந்துசேருமாறு அழைத்துக் கொண்டிருக்கிறான்.

முத்தன் உறுதியான ஒரு முடிவுக்கு வந்துவிட்டான். இனிமேல் எந்த நிலையிலும் குடிமைத் தொழில் பார்க்கப் போவதில்லை.

பொன்ராசன், தவராசா தோழர்கள் எல்லோரும் ஒரு இரவு முத்தன் வீட்டில் வந்து கூடுகின்றார்கள்.

தவராசாவுக்கு இன்னமும் மனக்கொதிப்பு அடங்கவில்லை.

“பழிக்குப் பழியாக குமாரசாமியைக் கொல்லவேணும்” என்கின்றான்.

“ஒரு குமாரசாமியைக் கொல்வதால் பிரச்சினை தீர்ந்துவிடப் போவதில்லை. சாதித் திமிர் பிடித்த சமூகம் இன்று வெறிபிடித்து ஆடுது. அந்த அரக்கனை வீழ்த்த வேணும்” என்கிறான் பொன்ராசன்.

“அந்த அரக்கனின் அடையாளமாகக் குமாரசாமியை அழித்தால்...?” செல்லத்துரையின் கேள்வி.

“அரக்கன் அழிந்து போகப்போவதில்லை... பழியை முத்தண்ணன் மேல் சுமத்தி, அவரை உள்ளே தள்ளிவிடுவார்கள்” என்கிறான் சின்னக்கிளி.

“அப்ப... சலூனைத் துடங்குவம்” இராமலிங்கம்.

“அது வேண்டாம்...” பொன்ராசன் தடுக்கின்றான்.

“ஏன் துடங்கக் கூடாது?” தவராசா.

“முத்தண்ணனுக்குத்தான் கரைச்சல்” பொன்ராசன்.

“தொழில் செய்யாமல் எப்பிடி இருக்கிறது?” செல்லத்துரை.

“அது முடியாது தான்... முடிவை முத்தண்ணன் எடுக்கட்டும்” என்கிறான் துரையன்.

“தம்பி மணியன் இரண்டு பேரையும் கொழும்புக்கு வரச் சொல்லுகிறான்” என முத்தன் மனதிலிருப்பதை ஒளிக்காது வெளியில் கூறுகின்றான்.

“கொழும்புக்குப் போகலாமெண்டு நினைக்கிறியளா?” செல்லத்துரையின் கேள்வி.

“நான் குடி இருக்கிறது அவங்கடை நிலம். என்னைக் குடி எழும்பச் சொல்லுகிறான்”

“முத்தண்ணன் வாழுகிறதுக்கும் நிலமில்லையா?” என்கிறான் சந்திரன்.

“இஞ்சை இருந்து போய்விட்டால், இவ்வளவு காலமும் முத்தண்ணன் நடத்தின போராட்ட வாழ்வு தோல்வியாக அல்லவா போய்விடும்?” எனக் கேட்கிறான் தவராசா.

"இல்லைத் தவராசா... குடிமைத் தொழில் செய்யக்கூடாது, அடிமையாக வாழக்கூடாது எண்டதுதானே... என்ரை நோக்கம்." முத்தன் தெளிவுபடுத்துகின்றான்.

"நீங்கள் ஒராள் மறுத்து நிண்டால் பிரச்சினை தீர்ந்துவிடுமா?" என்பது இராமலிங்கத்தின் சந்தேகம்.

"இந்த ஊரில் ஆர் இருக்கினம்? மயிலன் அப்புவும் கனகாலம் வாழக்கூடிய வயதில்லை."

"அப்பிடிச் சொல்லக்கூடாது... ஆதிக்கசாதி கையைக் கட்டிக் கொண்டு பாத்துக்கொண்டிருக்காது. ஆராவது குடிமேனைக் கொண்டுவந்து குடி இருத்தப் பாக்கும்" எனக் கருத்துச் சொன்னான் சந்திரன்.

"சந்திரன், அது எங்கடை கையில்தான் இருக்கு. இனிமேல் ஒரு குடிமேன் இந்த கிராமத்தில் வந்து குடிமை செய்யாதபடி பார்த்துக் கொள்ளவேணும். நாங்கள் விழிப்பாக இருப்போம். புதிசாக ஆரும் வராதபடி பாத்துக்கொள்ளுவோம்" என்கிறான் உறுதியாகத் தவராசா.

"நாங்கள் எவ்வளவு தான் விழிப்பாக இருந்தாலும், இப்போதுள்ள சூழ்நிலையில் முத்தண்ணனை உயிர் ஆபத்தில் இருந்து பாதுகாக்க முடியாது. அவரைக் கொழும்புக்கு அனுப்பி வைக்கிறது தான் சரி. மறுபடி குடிமைத் தொண்டுகள் செய்யும் ஒரு நிலைமை இங்கு உருவாகாமல் பாத்துக்கொள்ள வேண்டும்" என்கிறான் பொன்ராசன்.

"இல்லை, நாங்கள் அடுத்த கட்ட நடவடிக்கையிலே இறங்க வேண்டும்." இது தவராசா.

"குமாரசாமிக்குப் போட்ட அடி அடுத்தகட்ட நடவடிக்கை தானே? இப்போதுள்ள சூழ்நிலையில் சமூகம் முழுவதையும் எதிர்த்து அப்படிச் செய்யக் கூடாது. முத்தண்ணையைப் பலி கொடுக்கக்கூடாது" என உறுதியாக மறுத்துப் பொன்ராசன் கூறுகின்றான்.

கொழும்புக்கு அனுப்பி வைக்கும் அந்த முடிவை இறுதியாக எடுத்துக்கொண்டு எல்லோரும் கலைந்து போகின்றார்கள். வழமைபோல இருவர் மட்டும் முத்தன் குடும்பத்துக்குப் பாதுகாப்பாகத் தங்குகின்றார்கள்.

முத்தனுக்கும் வள்ளிக்கொடிக்கும் உறக்கம் வருவதாக இல்லை.

இந்த இரவு, இந்த வீட்டில் அவர்களுக்கு இறுதியான இரவு.

நாளைய தினம் இந்த நேரத்தில் இருவரும் புகைவண்டியில் அமர்ந்து கொழும்பு நோக்கிப் பயணித்துக் கொண்டிருப்பார்கள்.

முத்தன் பிறந்து தவழ்ந்து வளர்ந்து விளையாடித் திரிந்த மண். ஆனால் இந்த மண் தனக்கு உரிமை இல்லாத மண் என்பதை இன்று அவன் ஆழமாக உணருகின்றான்.

இது தனது பிறந்த மண்... தாய் மண் என்று கூறுவதற்கு அவனுக்கு என்ன அருகதை இருக்கிறது?

ஆயினும் இனம் புரியாத ஒரு உணர்வு அவன் உள்ளத்தைப் போட்டு வருத்திக்கொண்டிருக்கிறது.

வள்ளிக்கொடி ஊரைவிட்டுப் பிரியப்போகும் வேதனையில் தவித்துக்கொண்டு கிடக்கின்றாள்.

அவர்கள் இருவருக்கும் எப்படி உறக்கம் வரும்? விழித்துக் கொண்டே கிடக்கின்றார்கள்!

"முத்தன்... முத்தன்..."

"இதென்ன சாக்குருவி கத்திது" என நினைத்துக் கொண்டு எழுந்து முற்றத்துக்கு வருகின்றான்.

"முத்தன்... முத்தன்..." மீண்டும் குரல் எழுகிறது.

"ஆரது...?" முத்தன் குரலில் அதிகாரம் தொனிக்கிறது.

"அது நான்..."

"நான் எண்டால்...?" கறுத்தான் வந்து நிற்பதை அறிந்துகொண்டு முத்தன் வினவுகின்றான்.

"கறுத்தான்"

"என்ன சங்கதி?"

"இஞ்சை வாவன்!"

"உங்கே என்னத்துக்கு... விசயத்தைச் சொல்லு!"

"என்ன ஒரு மாதிரி கதைக்கிறாய்?"

"என்ன மாதிரி!"

"கந்தவனக் கமக்காரன் உன்னைக் கையோடை கூட்டி வரட்டாம்"

"ஏனாம்?"

"பெரிய கமக்காரன் மோசம் போய்விட்டார்"

"போகட்டன்... அதுக்கென்ன?"

"நீ வாறியோ... இல்லையோ?"

"நான் குடிமை பாக்கிறதில்லை எண்டு போய்ச் சொல்லு"

"முத்தன்...?"

"என்ன?"

"வீண்கரைச்சல் படப்போகிறாய்!"

"எனக்கு இதுவரை வராத கரைச்சலே இனி வரப்போகுது?"

"முடிவாக என்ன சொல்லுகிறாய்?"

"இனி நீ என்னைத் தேடிக்கொண்டு வராதே... போ!"

"நீ வருவதற்கு மறுத்தால், இஞ்சை வந்து கட்டி இழுத்துக் கொண்டு போகிறதுக்கு குமாரசாமியும் ஆக்களும் தயாராக நிற்கினம்."

"அது நான் பாத்துக் கொள்ளுகிறன்... நீ போ"

கறுத்தான் அதற்குமேல் அங்கு நிற்கவில்லை.

அன்று பகல் பொழுது வள்ளிக்கொடி சமையல் செய்தாள். சமைத்த உணவை உண்ணுவதாக இருவரும் பாவனை பண்ணிக் கொண்டார்கள். பிரயாணத்தில் இரவு உண்பதற்காக இரண்டு பார்சல்களைக் கட்டி எடுத்துக்கொண்டார்கள்.

மாலை நேரம் முத்தனின் நண்பர்கள் வந்து சேர்ந்தார்கள்.

முத்தனும் வள்ளிக்கொடியும் கண்கள் கலங்க அவர்களிடம் விடை பெற்றுக்கொள்ளுகின்றார்கள்.

முத்தன் ஒற்றைச் சூட்கேஸைக் கையில் தூக்கிக் கொள்ளுகின்றான். வள்ளிக்கொடி அவன் பின்னே நடக்கின்றாள்.

பொன்ராசன், தவராசா இருவரும் கொடிகாமம் புகையிரத நிலையம் வரை சென்று, அவர்களைப் புகைவண்டியில் ஏற்றி அனுப்பி வைத்துவிட்டுத் திரும்புவதற்காக உடன் புறப்படுகின்றார்கள்.

இருவரையும் அனுப்பி வைத்துவிட்டு, அவர்கள் சிலமணி நேரத்தில் ஊருக்குத் திரும்பி வந்துவிட்டார்கள்.

முத்தன், வள்ளிக்கொடி இருவரும் ஓடும் புகைவண்டியில் விழித்துக் கொண்டிருக்கிறார்கள்.

அவர்களுக்கு ஒன்று தெரியாது –

அவர்கள் வாழ்ந்த அந்தக் குடிசை தீப்பற்றி எரிந்து கொண்டிருக்கிறது!

குடிமைத் தொழில் செய்யும் குடிமகன் ஒருவன் வாழுவதற்கு இனி அந்தக் குடிசை அங்கு வேண்டியதில்லைத்தான்!

❖❖❖

கருப்புப் பிரதிகளின்

கவிப் பிரதிகள்

1. **ஞாபக விலங்கு** – அழகிய பெரியவன்
2. **இருள் மிதக்கும் பொய்கை** – தர்மினி (பிரான்ஸ்)
3. **வெளிச்சம் என் மரணகாலம்** – நெற்கொழுதாசன் (பிரான்ஸ்)
4. **ஏதிலியைத் தொடர்ந்துவரும் நிலா** – ம. மதிவண்ணன்
5. **ரகசியத்தின் நாக்குகள்** – நெற்கொழுதாசன் (இலங்கை – பிரான்ஸ்)
6. **மணல்நதி** – கதீர் (இலங்கை)
7. **ஒரு பயணியின் போர்க்காலக் குறிப்புகள்** – கருணாகரன் (இலங்கை)
8. **சாவுகளால் பிரபலமான ஊர்** – தர்மினி (இலங்கை – பிரான்ஸ்)
9. **பிறத்தியாள்** – பானுபாரதி (இலங்கை – நார்வே)
10. **நமக்கிடையிலான தொலைவு** – ம. மதிவண்ணன்
11. **புலிபாய்ந்தபோது இரவுகள் கோடையில் அலைந்தன** – மஜித் (இலங்கை)
12. **நெரிந்து** – ம. மதிவண்ணன்
13. **கள்ளக்காதல்** – ஆதிரன் – வசுமித்ர
14. **ஆகவே நீங்கள் என்னைக் கொலை செய்வதற்கு காரணங்கள் உள்ளன** – வசுமித்ர
15. **போதலின் தனிமை** – யாழன் ஆதி
16. **காலிக்கோப்பையும் தானாய் நிரம்பும் தேநீரும்** – யாழன் ஆதி
17. **உம்மா: கருவண்டாய் பறந்து போகிறாள்** – ஹெச்.ஜி. ரசூல்

கருப்புப் பிரதிகள்
பி55, பப்பு மஸ்தான் தர்கா, லாயிட்ஸ் சாலை,
சென்னை **600 005** *பேச:* **9444272500**
மின்னஞ்சல்: karuppupradhigal@gmail.com

கருப்புப் பிரதிகளின்

கதைப் பிரதிகள்

1. **'ம்'** (நாவல்) – ஷோபாசக்தி 140.00
2. **திசையெங்கும் சுவர்கள் கொண்ட கிராமம்**
   (குறுநாவல்கள்) அழகிய பெரியவன் 120.00
3. **உறையும் பனிப்பெண்கள்** (சிறுகதைகள்) –
   சுமதி ரூபன் (இலங்கை – கனடா) 60.00
4. **எம்.ஜி.ஆர். கொலை வழக்கு** (சிறுகதைகள்) – ஷோபாசக்தி 130.00
5. **பிரண்டையாறு** (சிறுகதைகள்) – மெலிஞ்சிமுத்தன்
   (இலங்கை – கனடா) 65.00
6. **சடையன்குளம்** – (நாவல்) – சிநீதர கணேசன் 250.00
7. **மௌனவதம்** (நாவல்) – அர்துரோ வான்வாகனோ
   தமிழில்: ராமநுஜம் 225.00
8. **கொரில்லா** (நாவல்) – ஷோபாசக்தி 110.00
9. **தேசத்துரோகி** (சிறுகதைகள்) – ஷோபாசக்தி 120.00
10. **அத்தாங்கு** (நாவல்) – மெலிஞ்சிமுத்தன்
    (இலங்கை – கனடா) 60.00
11. **வண்ணத்துப்பூச்சியும் சில மார்புகளும்** (சிறுகதைகள்) –
    தமயந்தி (இந்தியா) 75.00
12. **ஒரு பனஞ்சோலை கிராமத்தின் எழுச்சி** (நாவல்)
    (என்.கே. ரகுநாதன் இலங்கை) 210.00
13. **ஊரார் வரைந்த ஓவியம்** (குறுநாவல்) துரை குணா ... 40.00
14. **லெனின் சின்னத் தம்பி** (நாவல்) ஜீவ முரளி
    (இலங்கை – ஜேர்மன்) 200.00
15. **BOX** – கதைப் புத்தகம் – ஷோபாசக்தி 200.00

கருப்புப் பிரதிகள்
பி55, பப்பு மஸ்தான் தர்கா, லாயிட்ஸ் சாலை,
சென்னை 600 005 பேச: 9444272500
மின்னஞ்சல்: karuppupradhigal@gmail.com